மனமே நீ மகிழ்ந்திடு

அ.தி. ராஜ்குமார்

Book Title: MANAME NEE MAGILNDHIDU (Tamil)
Author : AT Rajkumar

First Published 2022
Copyright © A T Rajkumar 2022
All Rights Reserved.

ISBN : 978-93-5655-997-4

This book has been published with all efforts taken to make the material error-free after the consent of the author. However, the author and the publisher do not assume and hereby disclaim any liability to any party for any loss, damage, or disruption caused by errors or omissions, whether such errors or omissions result from negligence, accident, or any other cause.

While every effort has been made to avoid any mistake or omission, this publication is being sold on the condition and understanding that neither the author nor the publishers or printers would be liable in any manner to any person by reason of any mistake or omission in this publication or for any action taken or omitted to be taken or advice rendered or accepted on the basis of this work. For any defect in printing or binding the publishers will be liable only to replace the defective copy by another copy of this work then available.

Published by
A.T. RAJKUMAR
16/31, F1, 2nd Block, 'Sri Vari Nest'
Thiruveethi Amman Koil Street,
Koyambedu, Chennai 600 107.
Mobile: 98410 23962
E-mail: itsonlymind01@gmail.com

Pre-press and Print by
COMPUPRINT
Flat C, Aristo, #9, 2nd Street
Gopalapuram, Chennai 600 086
Ph: +91-44-2811 1224 / 6768
E-mail: compuprint@gmail.com
www.compuprint.in

முகவுரை

ஒவ்வொருவரும் வாழ்க்கையில் தங்களை மகிழ்ச்சியாக வைத்திருக்க சில லட்சியங்கள், குறிக்கோள்கள், ஆசைகள், இன்பங்கள் இவற்றை நிறைவேற்ற விரும்புகிறார்கள். பணம், புகழ், அதிகாரம் இவற்றை வைத்தே வாழ்க்கையின் வெற்றியை மனிதர்கள் வரையறுக்கிறார்கள். நம்மை மகிழ்ச்சியாக வைத்துக் கொள்வதற்கான இந்த இலக்குகளை, ஆசைகளை அடையும் பணியில் வெற்றி பெறுவதற்காக கூடுதல் கவனம் செலுத்துகையில் நம் ஆழ்மன மகிழ்ச்சி உணர்வையும் அமைதியையும் இழந்து விடுவது போலாகிறது.

நாம் சில எதிர்பார்ப்புகளை உருவாக்கிக் கொண்டு விளைவுகள் நாம் நினைப்பது போலவே நடக்க வேண்டும் என விரும்புகிறோம். நாம் விரும்பிய விளைவுகளைக் காணாத போதோ சவால்கள், தோல்விகளை எதிர்கொள்ளும் போதோ மன அழுத்தத்திற்கு ஆளாகிறோம். வாழ்க்கையின் உண்மையைக் காணத் தவறி, தொலைந்து போனது போல ஏமாற்றமடைகிறோம். ஒரு உண்மை என்னவென்றால் எப்போதும் வெற்றி பெறுவது மட்டுமே வாழ்க்கை அல்ல. பணம், அதிகாரம், புகழ் இவற்றை ஈட்டுவதும் அல்ல. வாழ்க்கைப் பயணம் என்பது சவால்கள், அடிபடுதல், தோல்வி மற்றும் இவற்றினால் ஏற்படும் அசௌகர்யம் அனைத்தையும் உள்ளடக்கியது.

இதன் அர்த்தம் என்னவென்றால் நம் ஆசைகள், குறிக்கோள்கள், லட்சியங்கள் மற்றும் ஆர்வங்கள் நிறைவேற வேண்டுமென்றால் நாம் நமது வசதி வட்டத்திலிருந்து வெளிவர வேண்டும். சோம்பேறித் தனமாக இல்லாமல் ஆபத்துகளை சந்திக்கவும், பொறுப்புகளை கையாளவும் தயாராக இருக்க வேண்டும்.

ஒருவரோடு ஒருவர் ஒப்பிட்டுக் கொள்வது மனிதர்களின் மோசமான குணமாகும். இதுவே பொறாமை, பாதுகாப்பின்மை, பயம், ஈகோ, எதிர்மறைத் தன்மை, பேராசை போன்றவற்றிற்கு காரணமாகிறது. இந்த அனைத்து எதிர்மறை குணங்களுக்கும் வழிவகுக்கும் ஒப்பீட்டைக் கண்டு மக்கள் பயப்படுகிறார்கள்.

என் தந்தையார் தன் குழந்தைகளை இவ்வாறு ஒப்பிடுவதில் பிரபலமானவர். நாங்கள் குழந்தைகளாக இருந்த போது எப்போதும் என்னை சகோதரர்களுடன் ஒப்பிடுவார். இது எனக்கு மனச் சோர்வை ஏற்படுத்தியது. சில சகோதரர்களுடன் ஒப்பிடுகையில் நான் பயனற்றவன் என்று எப்போதும் என்னிடம் சொல்வார். நான் குழந்தைப் பருவத்திலும், பதின்ம வயதிலும் இருந்த போது அது எனக்குள் மன அழுத்தம், பயம், பதட்டம், பொறாமை, ஈகோ ஆகியவற்றை உருவாக்கியது. குடும்பத்தில் நானே மிகவும் திறமையில்லாதவன் என்பார். நான் காதல் திருமணம் செய்து கொண்ட போது, "இந்தக் குடும்பத்திலேயே நீ மட்டும்தான் வித்தியாசமானவன்" என்றார். அந்த சமயத்தில் நான் மட்டுமே சரியான வேலையில் இல்லாமல் இருந்தேன். மற்றவர்கள் அனைவரும் வாழ்க்கையில் செட்டில் ஆகி இருந்தார்கள்.

திருமணமாகி வீட்டை விட்டு வெளியேறும் வரை அவருடைய வார்த்தைகளால் நான் புண்பட்டு மன உளைச்சலில் இருந்தேன். ஆனால் தொழிலில் எனக்கு வாய்ப்புகள் கிடைத்தன. நான் நன்றாக சம்பாதிக்க ஆரம்பித்தேன். வாழ்க்கையில் எல்லாம் அடைந்தேன். தேவையான பொருட்கள், வசதி, சந்தோஷம், முக்கியமாக எதையும் பொருட்படுத்தாத கலங்காத மனம் அனைத்தும் பெற்றேன். நான் முன்னேறிய பிறகு என் அப்பா அவர் குழந்தைகளிலேயே நான்தான் பணக்காரன், மிகுந்த பாக்கியவான்,

திருப்தியடைந்தவன் என்றெல்லாம் சொல்ல ஆரம்பித்தார். ஆனால் அழகான மனதை ஆழமாக உணர்ந்ததால் இந்த முறை இதனால் நான் உற்சாகமடையவில்லை.

ஒப்பிடும் போது ஒருவர் மனது எவ்வளவு வேதனைப் படும் என்று நான் அறிவேன். உண்மையில் என் தந்தையின் புகழ்ச்சியை நான் ஏற்கவில்லை. உண்மையில் நான் அதை நம்பவும் இல்லை. வாய்ப்புகள், சூழ்நிலைகள், சந்தர்ப்பங்கள் அமையும் போதுதான் ஒருவர் பெரியவராகிறார். மோசமானவர்களுக்கும் அதே வாய்ப்புகளும், சந்தர்ப்பங்களும் அமையும் போது அவர்களும் பெரியவராவார்கள். அப்படி இருக்கும் போது ஒருவரை சிறந்தவர் என்றோ, கையாலாகதவர் என்றோ சொல்வதில் என்ன அர்த்தம் இருக்கிறது? நூறு மீட்டர் ஓட்டப் பந்தயத்தில் ஐம்பதாவது மீட்டரில் ஆரம்பித்தவரோடு பூஜ்யத்தில் ஆரம்பித்தவரை ஒப்பிடுவது போன்றது இது.

இதைப் போன்ற மீண்டு எழுந்து வரவேண்டிய பல மனம் சார்ந்த விஷயங்கள் இந்தப் புத்தகத்தில் விளக்கப் பட்டிருக்கின்றன.

நாம் வெற்றி அடைவதோ, தோல்வி அடைவதோ உலகில் நடப்பதற்கு சம்பந்தம் இல்லாமல் நிகழாது என்பதைப் புரிந்து கொள்வதற்கு சரியான மனநிலையை உருவாக்கிக் கொள்ள வேண்டும்.

சரியான மனநிலை இருப்பின், பெரும்பாலும் நம் மனதைப் பற்றி நாம் கவலைப் பட வேண்டியதில்லை. அதுவே தீர்வுகளைக் கொண்டதாக இருக்கும். மனதை அமைதியாக வைத்திருந்தால் பல பிரச்சினைகளைத் தாண்டி வர முடியும். மனதை அமைதியாக வைத்திருக்க தியானம் போன்ற மனப் பயிற்சிகளை செய்ய வேண்டும். இந்தப் பயற்சிகள் ஒரு அமைதியான, சலனமற்ற, நடுநிலைத் தன்மையை வளர்க்க உதவுகின்றன. இது கோபம், அதிகப் படியான சிந்தனை, எதிர்மறைத் தன்மை, கெட்ட பழக்கங்கள், உணர்ச்சித் தடுமாறல்கள், பயம், பதட்டம் போன்ற மனம் தொடர்பான அனைத்து பிரச்சினைகளையும் தாண்டி பல புரிதல்களுக்கும், தீர்வுகளுக்கும் வழிவகுக்கிறது. வாழ்க்கையின் ஆரம்பத்திலேயே இந்த வழக்கங்களைக் கற்றுக் கொள்வதும், உண்மைகளை உணர்ந்து கொள்வதும் நல்லது. இது வாழ்க்கையை முழுமையாக அனுபவிக்கவும், நமது முழுத்திறனையும் அடையவும் உதவும்.

“மனதில் கொள்” என்ற வரிசையில் ஏ.டி.ராஜ்குமார் அவர்களின் மூன்றாவது புத்தகம் இது. முந்தைய இரண்டு புத்தகங்களான “Mind It... You don't have to be a Swamiji”, “மனமே நீ உணர்ந்திடு” ஆகியவை மிகப் பெரிய வெற்றியைப் பெற்றன. அதிகம் வேண்டப் பட்டதற்காகவும், அதிகப் பேரை சென்றடைவதற்காகவும், இவ்விரு புத்தகங்களும் கூட தமிழிலும், இந்தியிலும் மொழி பெயர்க்கப் பட்டு நல்ல வரவேற்பைப் பெற்றுள்ளன.

இப்புத்தகம், பலர் தங்கள் வாழ்க்கையில் சவால்கள் மற்றும் அழுத்தங்களை எதிர்கொள்ளும் போது கேட்கும் கேள்விகளுக்கு பதிலளிக்கிறது. இந்தப் புத்தகம் எளிய நடைமுறை வாழ்க்கை உண்மைகளையும், மன அழுத்தத்திற்கு ஆளாகாமல் உணர்ச்சிகளை அமைதியாக வைத்து திறம்பட வாழ்வதற்கான வழிமுறைகளையும் உள்ளடக்கியது. எவ்வாறு சரியான மனநிலையை உருவாக்க வேண்டும், என்ன மாதிரி புரிதல்களையும் உணர்தல்களையும் நாம் அடைய வேண்டும், நம் மன எண்ணங்கள், நம்பிக்கைகள் மற்றும் உணர்வுகளில் என்ன மாற்றங்களைச் செய்ய வேண்டும், உறவுகளை வளர்த்து, சரி செய்து, ஆழ்ந்த நிச்சலமான அமைதியான அனுபவம் மூலமாக நம் இலக்குகளை எப்படி அடைவது என்பதை எல்லாம் பகிர்ந்து கொள்கிறது. படித்து மகிழுங்கள்!

அ.தி. ராஜ்குமார்

பொருளடக்கம்

மகிழ்ச்சியாய் இருத்தலும், மாற்றத்தைத் தழுவலும்	7
அடிமையாக்கும் பழக்கங்கள் மற்றும் சுயநாசப் படுத்தும் நடத்தைகளிலிருந்து விடுபடுதல்	29
மனிதர்களுடன் உறவுகளை சரிசெய்தல் / மேம்படுத்துதல்	83
அதிகமான சிந்தனை, பதட்டம், மனச்சோர்வு ஆகியவற்றைக் கையாளுதல்	143
கோபம், பயம், குற்ற உணர்வு, பொறாமை, தனிமை மற்றும் துக்கத்தை எதிர்கொள்வது	187
எண்ணங்கள் மற்றும் உணர்ச்சிகள் பற்றிய விழிப்புணர்வு	227
அசையாதிருப்பதையும் அமைதியையும் அனுபவித்தல்	249
தியான பயிற்சி	263

மகிழ்ச்சியாய் இருத்தலும்,
மாற்றத்தைத் தழுவலும்

நம் வாழ்வை மகிழ்ச்சியாக்குவது எப்படி?

இதை விளக்க என் அனுபவம் ஒன்றை பகிர்ந்து கொள்ள விரும்புகிறேன். என் வாழ்விலேயே மிக அழகான ஒரு அனுபவம், எனது எட்டாம் வகுப்பு முழு ஆண்டு விடுமுறையின் போது நிகழ்ந்தது. விடுமுறையில் நான் சீக்கிரம் எழுந்து, குளித்து விட்டு, காலை உணவை உண்டு குடியிருப்பில், (காலனியில்) வசிக்கும் நண்பர்களைச் சந்திப்பேன். நாங்கள் பிசினஸ் என்ற டிரேடிங் விளையாட்டை நாள் முழுவதும் விளையாடுவோம். அதை முடிக்கவே தோன்றாமல் சிலசமயம் மதிய சாப்பாட்டைக் கூட விட்டதுண்டு. அதே உற்சாகத்தோடு, அடுத்த நாளை எதிர்பார்த்தபடி படுக்கைக்குச் செல்வோம்.

இதே போன்ற உணர்வு, பத்தாவது விடுமுறையின் போது செஸ், கேரம், கிரிக்கெட் விளையாட்டுகளால் ஏற்பட்டது. அதைப் போலவே எங்கள் வாழ்க்கை நிறைய பொறுப்புகளில்லாமல், மகிழ்ச்சி நிறைந்ததாக எப்போதும் இருக்க வேண்டும் என்று விரும்பினோம். மகிழ்ச்சியான அனுபவம் மட்டுமே வாழ்க்கையில் குறிக்கோளாக இருந்தது. காலேஜ் படிப்பை முடித்ததும், காலை பத்து மணிக்கு சந்திப்போம். சினிமாவுக்குப் போவோம். மாலை பியர் அருந்துவோம். இதைப் போலவே வாழ்க்கை முழுவதும் இருக்க ஏங்குவோம். யாராவது காதலில் இருக்கும் போது ரம்மியமான இடத்திற்குப் போவோம், நீண்ட கார்ப் பயணம் போவோம், சினிமா பார்ப்போம். இப்படி அது அற்புதமான நாளாக அமையும். எல்லோருமே வாழ்க்கை முழுதும் இப்படி இருக்க விரும்புகிறோம். கல்யாணம் ஆன பின்பும் குடும்பத்துடனும், நண்பர்களுடனும் வெளியில் சுற்ற விரும்புகிறோம். வாழ்க்கை எப்போதும் உற்சாகமானதாக இருக்க விரும்புகிறோம்.

ஆனால், இவை எல்லாம் யாரால் முடிந்தது என்பதை உணர்ந்தோமா என்றால் இல்லை. குழந்தைப் பருவத்தின் போது பெற்றோர்கள் நமக்கு உணவு சமைத்து, நம் துணிகளைத் துவைத்து, பிசினஸ் கேம் நாம் வாங்குவதற்கான பணத்தையும் சம்பாதிக்கின்றனர். நம் மகிழ்ச்சியின், அனுபவத்தின் பின்னால் அவர்கள் இருக்கின்றனர். அவர்களும் மனிதர்கள், அவர்களுக்கும் இதே போன்ற உணர்வுகள் உண்டு என்பதை சிலசமயம் உணரத் தவறுகிறோம். அவர்களும் வாழ்க்கையை இதே போல அனுபவிக்க விரும்புவார்கள். அவர்களை மகிழ்விக்க வேண்டியதும் உங்கள் கடமை, பொறுப்பு.

உற்சாகமான வார இறுதிக்குப் பின் திங்கள் காலை பள்ளிக்கோ, கல்லூரிக்கோ, வேலைக்கோ போவது ஒரு பயங்கரமான உணர்வு. ஆசிரியர்களுக்கும், மற்ற பணியார்களுக்கும் சம்பளமும்,

வாழ்வாதாரமும் அளிக்கும் ஒரு கல்வி அமைப்பின் ஒரு பகுதியாக உங்களை நினைத்துப் பாருங்கள். அதன் மூலம் அவர்கள் குழந்தைகளை அவர்கள் மகிழ்விக்க வேண்டும். இந்த பொறுப்புகளைப் பற்றி எல்லாம் யோசிக்காமல் பள்ளி செல்வதையோ, ஆபீஸ் செல்வதையோ ஒரு சிரம்மாக நினைக்கிறோம். இதை உணர்ந்தோமானால், திங்கட் கிழமைகள் எப்போதும் உங்களுக்கு பயங்கரமாக இருக்கவே இருக்காது.

மேலும், எதுவுமே ஒரு கால கட்டத்திற்குப் பின் அயற்சி அளிக்கும். (போரடிக்கும்) ஒரு விளையாட்டை தொடர்ந்து விளையாடுவது, மணிக்கணக்கில் நண்பர்களுடன் பேசிக் கொண்டிருப்பது, அதே சுற்றுலாத் தலத்திற்கு மீண்டும் மீண்டும் செல்வது - எதுவானாலும் அயற்சி தரும். காதலனையோ, காதலியையோ சந்திப்பதில் உள்ள இடையூறுகளால்தான் அந்த சந்திப்பு சுவாரஸ்யமாகிறது. எப்போதாவது ஒரு முறை சந்திப்பதில் இருக்கும் மகிழ்ச்சியை வைத்து, கல்யாணம் செய்து கொண்டால் 24/7 - 365 நாட்களும் கிளர்ச்சியும் மகிழ்ச்சியுமாக இருக்கும் என்று கணக்குப் போடுகிறோம். ஆனால், எப்போதும் கூடவே இருக்கும் போது வாழ்க்கை போரடிக்க ஆரம்பித்து விடுகிறது. அதிலிருக்கும் சலிப்பினால் இந்த அயற்சி ஏற்படுகிறது. இதை உணர்ந்து வாழ்க்கையை சமநிலைப் படுத்த வேண்டும்.

கிளர்ச்சி ஏற்படும் விதமாக முக்கியமானவர்களிடமிருந்து சிறிது விலகி இருந்து உங்கள் வேலைகளையும் சமநிலைப் படுத்துங்கள். நீங்கள் ஒரு குறிப்பிட்ட வேலையில் ஆர்வமாக இருந்தால், அதிலேயே எப்போதும் இருக்காதீர்கள். மற்ற வேலைகளையும் சமநிலைப் படுத்தி அவற்றிலும் நேரம் செலுத்துங்கள். மீண்டும் உங்களுக்குப் பிடித்த வேலைக்கு வரும் போது அது சுவாரஸ்யமாக இருக்கும். விளையாட்டு, வேலை, குடும்பம், சமூக சேவை என்று வெவ்வேறு வேலைகளைக் கலந்து நேரத்தை செலவிடும்போது வாழ்க்கை இன்பமயமாகிறது. இப்படி வாழ்க்கையை நடத்தினீர்களானால், யாருடனும் சண்டையிட மாட்டீர்கள்.

மகிழ்ச்சியான, சமநிலைப் படுத்தப்பட்ட வாழ்க்கையை அடைவது எப்படி?

வாழ்க்கை என்பது சமநிலைப் படுத்துவதிலேயே இருக்கிறது. பெரும்பாலான விஷயங்களை சமநிலைப் படுத்தும் நுட்பம் இருந்தால் வாழ்க்கை அற்புதமாகிறது. உதாரணமாக நீங்கள் டென்னிஸ் விளையாடுவீர்கள், ஒருவருடன் ஒரு போட்டியில் விளையாடப் போகிறீர்கள் என்று வைத்துக் கொள்வோம். அந்த போட்டியில் வெற்றி பெறும் நோக்குடன்தான் செல்வீர்கள். போட்டி ஆரம்பாகிறது. உங்களுக்கு எதிராக விளையாடுபவர் பல தவறுகளை, பிழைகளை செய்து நீங்கள் வெற்றி பெற்று விடுகிறீர்கள். நீங்கள் அந்த வெற்றியில் திருப்தி அடையவில்லை. ஏனென்றால் டென்னிஸ் என்பது பல முறை பந்தை சரியாக அடித்து, படிப்படியாக வெற்றி பெற்று பின் போட்டியில் வெற்றி அடைவதே. அடுத்த நாள் ஒரு போட்டி நடக்கிறது. அதில் நீங்கள் பலமுறை பந்தை அடித்து விளையாடுகிறீர்கள். ஆனால் உங்களுடன் போட்டியிடுபவர் பாயின்டுகளை குவிக்கிறார். நீங்கள் தோற்றுக் கொண்டிருக்கிறீர்கள். அவரை போட்டியில் வெல்ல முடியாத சூழ்நிலையில் உங்கள் எதிராளி தவறு செய்ய வேண்டும் என்று விரும்புகிறீர்கள். ஒரு நேரத்தில், வெற்றி உங்கள் பக்கம் வர வாய்ப்பில்லாத நிலையில், அவர் பந்தை அடிக்காமல் நிறைய பிழைகளை செய்ய வேண்டும் நினைக்க ஆரம்பிக்கிறீர்கள்.

இந்த இரண்டு நிகழ்வுகளையும் எடுத்துக் கொள்ளுங்கள் - நீங்கள் பந்தை அடிக்கவும், வெற்றி பெறவும் விரும்புகிறீர்கள். எல்லாம் சம்மாக நிகழ வேண்டும் என்று விரும்புகிறீர்கள். பந்தை அடிக்க வாய்ப்பில்லாத போது அதை அடிக்கவும், வெற்றி பெற வாய்ப்பில்லாத போது பந்தை அடிக்காமலேயே வெற்றி கிடைக்கவும் விரும்புகிறீர்கள். இரண்டு விதமான திருப்தியையும் அடைய நினைக்கிறீர்கள். நம் வாழ்க்கையிலும் பல விஷயங்களுக்கு இதுவே பொருந்தும். எது கிடைக்கவில்லையோ அதையே மனம் விழைகிறது. வாழ்க்கையில் திருப்தி கிடைக்க எல்லாவற்றையும் சரி விகிதத்தில் அனுபவிக்க வேண்டி இருக்கிறது.

அமைதியையும் சந்தோஷத்தையும் அடைய மற்றொரு வழி மனதை அலையாமல் அணைத்து வைப்பது. ஒரு நல்ல விஷயமோ வெற்றியோ நிகழும் போது கிளர்ச்சி அடையக் கூடாது. அமைதியைக் கடைப்பிடித்து அமைதியாக இருக்க வேண்டும். அமைதியாக இருப்பது ஒரு விதமான சந்தோஷம். நேர்மறையான ஒரு நிகழ்வு நடக்கும் போது அமைதியாகவும் அலைபாயாமலும் இருப்பீர்களானால், எதிர்மறையான சூழ்நிலையின் போதும் உங்களால் அமைதியாக இருக்க முடியும். இதுவே மகிழ்ச்சியையும், துக்கத்தையும் சமன்படுத்தும் வழி.

நான் மகிழ்ச்சியாக இருப்பதற்கு அனுமதி வேண்டும் என்று ஏன் நினைக்கிறேன்?

உங்களுக்கு மூன்று விதமான பிரச்சினைகள் இருக்கின்றன என்று வைத்துக் கொள்வோம். முறையே x, y, z. உங்கள் மனது எப்போதும் அவற்றையே நினைத்து மன அழுத்தம் ஏற்படுகிறது. அதற்குள் ஒரு மகிழ்ச்சியான சூழ்நிலை நிகழ்கிறது. சிறிது நேரம் உங்கள் மனது மகிழ்ச்சியாக இருந்துவிட்டு பின் நினைக்கிறது - "நான் இப்போது மகிழ்ச்சியாக இருக்கிறேன். எனக்கு கவலைகள் எதுவும் இல்லாதது போல தோன்றுகிறது." அது உடனே கணக்கை சரிபார்த்து x, y, z பிரச்சினைகளை நினைவுக்குக் கொண்டு வருகிறது. திடீரென்று நீங்கள் அந்த பிரச்சினைகளை உணர்கிறீர்கள். அதனால் இந்த பிரச்சினைகள் இருக்கும் போது மகிழ்ச்சியாக இருக்கக் கூடாது என்று உங்கள் மனது சொல்கிறது. இந்த எல்லாப் பிரச்சினைகளும் தீர்ந்தால்தான் உங்களால் மகிழ்ச்சியாக இருக்க முடியும் என்று உங்கள் மனது நினைக்கிறது. இதைப் பற்றி எல்லாம் யோசிக்க ஆரம்பித்து அந்த மகிழ்ச்சியான தருணம் முழுவதும் காணாமல் போகிறது.

பிரச்சினைகள் முடிந்த பின்தான் சந்தோஷமாக இருக்க முடியும் என்பது இல்லை. நூற்றுக் கணக்கான பிரச்சினைகள் இருந்தாலும் இந்தப் பொழுதில் நடக்கும் ஒரு மகிழ்ச்சியான, நேர்மறையான நிகழ்வுக்கு மகிழ்ச்சி அடைய முடியும். நிகழ்காலத்தில் மனதைக் குவிக்கச் செய்து தேவையில்லாத எதிர்மறையான எண்ணங்களை மறையச் செய்யவும். அதை சீர்செய்யவோ, சரிசெய்யவோ தோன்றினால் அதை எல்லாம் செய்யாதீர்கள். நிகழ்காலத்தில் மனதைக் குவித்து தேவையில்லாத எண்ணங்கள் வரவர அவற்றை அழிக்கவும். கொஞ்ச நேரத்தில் அது உங்கள் மனிதிலிருந்து போய்விடும். அமைதியை உணர்ந்து அனுபவியுங்கள். அதை அனுபவிக்க நீங்கள் அந்த குறிப்பிட்ட தருணத்தில் இருப்பது அவசியம். நீங்கள் இந்த அணுகுமுறையைக் கடைப் பிடித்தால் எந்த ஒரு நேரத்திலும் உங்களுக்குப் பிரச்சினைகள் இருக்காது.

ஒவ்வொரு பிச்சினைக்கும் ஒரு தீர்வு இருக்கிறது. தீர்வு இல்லாத நிலையில் அதை கையாளவோ, ஏற்றுக் கொள்ளவோ ஒரு வழி இருக்கிறது. அதை ஏற்றுக் கொள்வதே பெரிய தீர்வாக அமையும். இந்த அணுகுமுறையை வளர்த்துக் கொண்டால் மகிழ்ச்சியாக இருப்பதற்கு யாருடைய அனுமதியும் உங்களுக்கு தேவை இருக்காது. எப்பொழுதும் மகிழ்ச்சியாக இருக்கலாம்.

சட்டென்று மகிழ்ச்சியாக உணர்வதற்கான மனநிலையை அடைய வழிகள் என்ன?

இதோ நீங்கள் பயிற்சி செய்ய சில உத்திகள். நான்கு பிரச்சினைகள் உங்களை வருத்திக் கொண்டு இருப்பதாக வைத்துக் கொள்வோம். படுக்கையில் இருந்து எழுந்து அமர்ந்தவுடன் கண்களை மூடியவாறு அந்தப் பிரச்னைகளுக்கு தீர்வு கிடைப்பது போல காட்சிப் படுத்துங்கள். அவ்வளவுதான். அது உங்களுக்கு உடன்தீர்வு அளித்து ஆவலுடன் நீங்கள் கிளம்பி விடுவீர்கள். ஆக்கபூர்வமாக உணர்வீர்கள். காட்சிப் படுத்துதல் வழிகளையும், தீர்வுகளையும் உருவாக்கும்.

வழக்கமாக நம்மில் பெரும்பாலானவர்களுக்கு ஒருவருக்கொருவர் அகங்காரப் பிரச்சினைகள் இருக்கும். உங்களை யாராவது புண்படுத்தி விட்டால், அவர்களை பழிவாங்கும் எண்ணங்களுக்கு பதிலாக அவர்கள் உங்களுடன் சமரசம் செய்து கொள்வது போலவும், நெருங்கிய நண்பராவது போலவும் காட்சிப் படுத்திக் கொள்ளுங்கள். இது மன அமைதியைத் தரும். பழிவாங்கும் எண்ணம் உங்களை மன அழுத்தத்திற்குத் தள்ளும். உண்மையில் நல்ல எண்ணங்கள் அவர்களையும் அடைந்து நல்ல அதிர்வுகளை ஏற்படுத்தி அவரையும் உங்களுடன் நெருக்கமாகச் செய்யும்.

தற்போதைய தருணத்தில், வேலையில் மனதைக் குவிக்கச் செய்யுங்கள். அது உங்களுடைய பிடித்த வேலையாகவோ, உபயோகமான வேலையாகவோ, இசை கேட்பதாகவோ இருக்கலாம்.

தியானம் செய்து பழகுவது இவ்வாறு அந்தந்த தருணங்களில் மனதைக் குவிக்க சிறந்த உத்தியாகும். ஆன்மீகம் என்பதை விட அது ஒரு மனப்பயிற்சி என்பதே சரி. அது மனதை அமைதிப் படுத்த உதவுகிறது. தியானம் செய்வதில் இரண்டு பெரும் பலன்கள் உள்ளன. தியானத்தில் நாம் ஒரு உருவத்திலோ, மந்திரத்திலோ மனதைக் குவியச் செய்கிறோம். இதை வழக்கமாகத் தொடர்ந்து செய்யும் போது ஒரு விஷயத்தில் மனதைச் செலுத்தவும், நிகழ்தருணத்தில் வாழவும் தொடங்குகிறோம்.

மற்றொரு பயன் என்னவென்றால் - ஒரு உருவத்திலோ, மந்திரத்திலோ மனதைக் குவிக்கும் போது நம் மனது சம்பந்தமில்லாத எண்ணங்களில் பயணிக்கும். அப்படி உருவத்தலிருந்தோ, மந்திரத்திலிருந்தோ மனம் அலைபாய்வதை உணரும் போது மீண்டும் மனதை அதில் குவிக்க முயற்சி செய்வோம். இதை வழக்கமாகச் செய்யும் போது மற்ற எண்ணங்களிலிருந்து விலகி சுலபமாக மனதைக் குவியத்தில் கொணர முடியும். கடந்த காலத்தையோ, வருங்காலத்தையோ பற்றி கவலைப் படுவது போன்ற தேவையில்லாத எண்ணங்களை கடந்து வர முடியும். தொடர்ந்து தியானம் பழகுவதன் மூலம் இரண்டு பிரச்சினைகளுக்கும் தீர்வு காண முடியும்.

எதையும் முழுமனதுடன் ஏற்றுக் கொள்வது ஏன் முக்கியமானது?

சமீபத்தில் எங்கள் வீட்டில் பிளம்பிங் செய்வதற்கான காண்ட்ராக்டை ஒருவருக்குக் கொடுத்தோம். மூன்று பேர்களிடமிருந்து கொடேஷன் வாங்கி, 35,000 ரூபாய் என நிர்ணயிக்கப்பட்ட தொகைக்கு வேலையைச் செய்ய இவரை முடிவு செய்தோம். நன்றாக வேலையைச் செய்து அது நல்லபடியாகவும் முடிந்தது. வேகமாகச் செய்ததால் சீக்கிரமாகவும் முடித்தனர். நாங்கள் மகிழ்ச்சியுடன் பணத்தைக் கொடுத்தோம்.

இதே மாதிரியான ஒப்பந்தம் செய்யும் வேலை 3 மாதங்களுக்குப் பிறகு மீண்டும் வந்தது. இந்த முறை ஆட்களை வேலைக்கு வைத்து தினக்கூலி மூலம் கொடுக்க நினைத்தோம். நாங்கள் ஒரு நாளைக்கு மூன்று நபர்களை வேலைக்கு அமர்த்தினோம். ஒவ்வொரு நாளும் மொத்த ஊதியம் ரூ.3000. ஆனால் அவர்கள் வேலையை மிக மெதுவாகச் செய்வதைப் பார்த்து அவர்கள் வேலையை தேவையின்றி இழுக்கிறார்கள் என்று நாங்கள் புரிந்து கொண்டோம். என்ன செய்தாலும் தினக்கூலி கிடைத்துவிடும் என்பதே அவர்கள் எண்ணமாக இருந்தது. நாங்கள் சங்கடம் அடைந்து, ஒரு நாளைக்குத் தேவையான அதிகபட்ச வேலையை அவர்கள் செய்யும்படி கண்காணிக்க எங்கள் ஊழியர்களை அமர்த்தினோம். ஒரு குறிப்பிட்ட அளவு மட்டுமே வேலை வாங்க முடிந்தது. அந்த ஏழெட்டு நாட்களுக்கு நாங்கள் மன அழுத்தத்திற்கு வேறு ஆளானோம். தினக்கூலி அடிப்படையில் வேலை கொடுத்ததற்கு வருந்தினோம். காண்ட்ராக்ட்டிலேயே கொடுத்திருக்கலாம் என்று நினைத்தோம்.

மிகுந்த மன உளைச்சலுக்குப் பிறகு ஏழெட்டு நாட்களில் வேலை முடிந்தது. கடைசியாக கணக்கு பார்த்த போது கூலி ரூ 24,000 என்று வந்தது. இதே மாதிரியான முந்தைய வேலையுடன் ஒப்பிடுகையில் ரூ 11,000 சேமித்திருக்கிறோம். இதில் நாங்கள் சற்று திருப்தி அடைகிறோம். ஆனால் ஒப்பந்த அடிப்படையில் பணியமர்த்தப் பட்டதை ஒப்பிடுகையில் நாங்கள் அனுபவித்த மன அழுத்தம் அதிகமாக இருந்தது. செலவு அதிகமாக இருந்தாலும், மனதளவில் அதை ஏற்றுக் கொண்டதால் காண்ட்ராக்டே இரண்டில் சிறந்த வழி என்று நினைத்தோம்.

அதே போல நெருங்கிய உறவுகளும், நண்பர்களும் ஒவ்வொரு நாளும், குறிப்பிட்ட சில எதிர்பார்ப்புகளுடன், நீங்கள் விரும்பும் வண்ணம் நடக்க வேண்டும் என நீங்கள் நினைக்கும் போது அது உங்களுக்கு மன அழுத்தத்தையும் கவலையையும் தருகிறது. சில நாட்கள் நன்றாக இருக்கும். ஆனால் மற்றவை நன்றாக இல்லாமல்

போகலாம். எனவே நீங்கள் எப்போதும் விளைவைப் பற்றிய மன அழுத்தத்துடனும் கவலையுடனும் இருக்கிறீர்கள். உங்கள் மகிழ்ச்சி அவர்களது செயல்களைப் பொறுத்து அமைந்து விடுகிறது. எனவே ஏன் மக்களை அவர்களின் இயல்புடன் ஏற்றுக் கொள்ளக் கூடாது? ஏற்றுக் கொள்வது என்பது ஒரு ஒப்பந்தம் போல ஆகிவிடுகிறது. எதையும் பொருட் படுத்தாமல் உங்கள் மனதில் அவர்களை ஏற்றுக் கொள்கிறீர்கள். இப்படி அவர்களை ஏற்றுக் கொள்ளும் போது, ஒப்பந்தத்தில் ஏற்படும் விலை அதிகரிப்பு போல, அவர்கள் தங்கள் உணர்ச்சிகளாலும், எதிர்மறை எண்ணங்களாலும் உங்களை பாதிக்கும் போது, அது உங்களை ஒரு போதும் தொந்தரவு செய்யாது.

நான் ஏன் மகிழ்ச்சியாக இருந்து என் மீது கவனம் செலுத்த முடியவில்லை?

நான் என்னை நேசிக்கவும், கண்ணாடியை நோக்கி நேர்மறையான விஷயங்களைச் சொல்லவும், எழுதவும், வலிமையாக இருக்கவும் முயற்சிக்கிறேன். நண்பர்கள் என்னை சிரிக்க வைத்தாலும் நான் இன்னும் மனதுக்குள் மகிழ்ச்சியாக இல்லை.

நண்பர்கள் உங்களை மகிழ்விக்கும் போது நீங்கள் அதில் கவனமாக இருக்கிறீர்கள். கண்ணாடி முன் நேர்மறை எண்ணங்களைச் சொல்லும் போது அதில் கவனமாக இருக்கிறீர்கள். அது ஒரு நேர்மறையான அதிர்வை ஏற்படுத்துகிறது. அதனால், உங்கள் மனம் ஒருமுகப் பட்டிருக்கும் போது, வேலையில் கவனமாக இருக்கும் போது, நீங்கள் மகிழ்ச்சியின்றி இருக்க மாட்டீர்கள்.

மற்ற நேரங்களில் எண்ணங்களை அதன் வழியில் அலைய விடுகிறீர்கள். நேர்மறையான விஷயங்களில் ஈடுபடுவதன் மூலம் எல்லாம் மாறிவிடும் என்று நீங்கள் நினைக்கிறீர்கள். நீங்கள் எப்போதும் மகிழ்ச்சியாக இருப்பீர்களா என்று நினைத்து கவலை அடைகிறீர்கள். நீங்கள் எப்போதும் மகிழ்ச்சியாக இருக்க நினைத்தால் அது ஒரு மன அழுத்தத்தைத் தருகிறது. அழுத்தம் வரும் போது மகிழ்ச்சியாக இருப்பது சாத்தியமில்லாமல் போகிறது.

மகிழ்ச்சி என்பது கடையில் எதையாவது வாங்குவதிலோ அல்லது ஒருவருக்கு ஏதாவது செய்த பிறகு பிரதிபலனை எதிர்பார்ப்பதிலோ இல்லை. நீங்கள் எதிர்பார்க்கவும் கூடாது. அது உங்களது முயற்சியின்றி தானாகவே நடக்க வேண்டும். நீங்கள் மகிழ்ச்சியாக இருப்பதாக மனதளவில் உணரும் போது எப்போதும் அப்படியே இருக்க ஒரு சவால் தோன்றுகிறது. மகிழ்ச்சி என்பது உற்சாகம் பற்றியது அல்ல. நீங்கள் அமைதியாக இருப்பதாக உணர்ந்தால் அதுவே மகிழ்ச்சி. புலன் இன்பங்களை வைத்து ஏற்படும் மகிழ்ச்சி அல்ல இது.

உங்களது நாளைத் திட்டமிடுங்கள். உங்கள் கடமைகள், ஆர்வங்கள் இவற்றில் கவனம் செலுத்துங்கள். எதிலும் மகிழ்ச்சியை எதிர்பார்க்காதீர்கள். எதிர்பார்ப்புகள் உருவாகும் போது அழுத்தம் வருகிறது. அமைதியை உணருங்கள். அதுவே மகிழ்ச்சி.

நான் மகிழ்ச்சியாக உணர்வதில்லை. நான் வாழ்க்கையில் அந்தந்த தருணங்களில் மட்டுமே விஷயங்களை அனுபவிக்கிறேன். அந்த தருணம் முடிந்ததும் மீண்டும் சோகமாகிறேன். இது சரியா அல்லது என்னிடம் ஏதாவது தவறு இருக்கிறதா?

இந்த உலகத்தில் எதுவுமே சிறிது நேரத்திற்குப் பிறகு அலுத்து விடும். இது சாதாரணமான விஷயம். கொஞ்ச நேரம் சந்தோஷமாக இருப்பதற்காக எதிலாவது ஈடுபடுவது சரியே. நல்ல விஷயங்களில் மகிழ்ச்சியைத் தேடுகிறீர்கள் என்றால் பரவாயில்லை. ஆனால் நாம் கெட்டதான அடிமையாக்கும் விஷயங்களை நாடுகிறோம். இந்த மாதிரியான மனநிலை புகை, மது, போதைப் பொருள் மூலமாகத் தற்காலிக மகிழ்ச்சியைத் தேட வைக்கும்.

ஒன்றில் அலுப்பு ஏற்படும்போது உபயோகமான, உங்களுக்குப் பிடித்த நல்ல விஷயங்களில் ஈடுபடுங்கள். இது உங்களுக்கு நல்ல தீர்வைத் தரும்.

உங்கள் மனதை அமைதியாக வைத்திருப்பதே சரியான தீர்வு. நேர்மறையான, வெற்றிகரமான சூழ்நிலை ஏற்படும் போது அதிஉற்சாகம் அடையாதீர்கள். அமைதியைக் கடைப் பிடித்து பேசாதிருங்கள். அமைதியாக இருப்பதும் ஒருவித மகிழ்ச்சிதான். நேர்மறையான நிகழ்வின் போது நீங்கள் அமைதியாகவும், பேசாதிருக்கவும் முடிந்தால் எதிர்மறையான சூழ்நிலையில் நீங்கள் நிச்சயமாக அமைதியாக இருக்க முடியும். இதுவே மகிழ்ச்சியையும், துன்பத்தையும் சமநிலைப் படுத்துதல் எனப் படுகிறது.

ஒரு வேடிக்கை நிறைந்த நாளைக் கழித்துவிட்டு வீட்டிற்கு வந்ததும் ஏன் சோகமாகிறேன்?

எங்கு உங்களுக்கு வேடிக்கையாக குதூகலமாக இருக்கிறதோ அந்த இடத்தில் ஒரு மாதம் வாழுங்கள். பின் வீடு வரும் போது வீடு உங்களுக்கு உற்சாகமானதாக இருக்கும். உங்களுக்கு குதூகலம் அளித்த இடம் முதல் நாள் சென்றவுடன் இருந்ததோடு ஒப்பிடும் போது அவ்வளவு குதூகலம் அளிக்காத இடமாக ஆகியிருக்கும். சிலநேரம் வேடிக்கை நிறைந்த இடம் அலுப்பாகவும், சோகமானதாகவும் மாறி இருக்கக்கூடும். நீங்கள் ஒரே இடத்தில் நீண்ட காலம் இருக்கும் போது அது ஒரு "உற்சாகமளிக்காத இடம்" என்பதாகி விடுகிறது. இதை உணர்ந்து அதற்கேற்ப வாழ்ந்தால் சோகமே இருக்காது.

மேலும் நேர்மறையான நிகழ்வு நடக்கும் போது அதிஉற்சாகம் அடையாமல், அமைதியாகவும், பேசாமலும் இருப்பது முக்கியமானதாகிறது. நேர்மறையான நிகழ்வின் போது நீங்கள் அமைதியாகவும், பேசாதிருக்கவும் முடிந்தால் எதிர்மறையான அல்லது இழக்கும் சூழ்நிலையில் நீங்கள் நிச்சயமாக அமைதியாக இருக்க முடியும். இதுவே மகிழ்ச்சியையும், துன்பத்தையும் சமநிலைப் படுத்துதல் எனப் படுகிறது.

ஒரே மாதிரியான விஷயத்தால் நிரம்பியவாறு நாளைக் கழிக்காதீர்கள். ஒரே மாதிரியான விஷயத்தில் கூட அதை வெவ்வேறு நேரங்களில் செய்து, வெவ்வேறு முறைகளில் செய்து சுவாரஸ்யமாக ஆக்கலாம். முறைப்படியான ஆடை அணிவதற்கு பதிலாக மன அழுத்தத்தைப் போக்கும்படி சாதாரணமாக உடை அணியுங்கள். மாறுதலே இல்லாமல் இருப்பது வாழ்க்கையை சலிப்பாகவும், சோகமாகவும் ஆக்குகிறது என்பதே இங்கு செய்தி.

அ.தி.ராஜ்குமார்

ஏன் நம் மனது நம்மை வருத்தமடையச் செய்யும் விஷயங்களை மறக்காமல் மகிழ்ச்சி தரும் விஷயங்களை எளிதில் மறந்து விடுகிறது?

சில எண்ணங்கள் வரக் கூடாது என்று நினைக்கும் போது அதே எண்ணங்கள் அடிக்கடி வருவது மனதின் இயல்பாகும். குறிப்பிட்ட எண்ணங்களை மறக்கும்படி உங்கள் மனதை அழுத்தும் போது, அதைப் பற்றி நிறைய நினைக்கிறீர்கள். அதே போல ஒரு மகிழ்ச்சியான நிகழ்வை நினைவில் வைத்துக் கொள்ள முயற்சித்தாலும் முடியும். ஆனால் நீண்ட நேரம் அவ்வாறு மனதை அதில் வைப்பது அதனுடன் தொடர்புடைய எதிர்மறை எண்ணங்களுடன் உங்களை இணைக்கும்.

எந்தவொரு எண்ணத்தையும் மறக்கவோ, நினைவில் வைத்துக் கொள்ளவோ நீங்கள் அழுத்தம் ஏற்படுத்திக் கொள்ளக்கூடாது. எப்போதும் அந்தந்த நேரத்திற்கான வேலைகளில் கவனம் செலுத்துங்கள். அப்போது மகிழ்ச்சியான எண்ணங்கள் வரும். அதிலும் நீண்ட நேரம் உழல வேண்டாம். சில எண்ணங்கள் வருவதை நீங்கள் விரும்பவில்லை என்றால் அந்த எண்ணங்களை நினைப்பதற்கு பதில் வெறுமையாக்குங்கள். அது வளர்க்கவோ, தீர்க்கவோ தோன்றினால் அதை எல்லாம் செய்யாதீர்கள். இந்த மாதிரி எண்ணங்கள் வரும் போது தொடர்ந்து அவற்றை வெறுமையாக்குவது ஒரு கட்டத்தில் அவை முழுவதுமாக மறைந்துவிடும் நிலைக்கு கொண்டு விடும்.

இந்தச்சிக்கலைசமாளிக்கமற்றொருமனப்பயிற்சிஎதற்கும்அமைதியாக இருப்பது. ஒரு மகிழ்ச்சியான சூழல் ஏற்பட்டால் கொண்டாடுவதற்கு, அதிஉற்சாகம் அடைவதற்கு பதில் பேசாதிருங்கள். நேர்மறையான நிகழ்வின் போது நீங்கள் அமைதியாகவும், பேசாதிருக்கவும் முடிந்தால் எதிர்மறையான நிகழ்வில் நீங்கள் நிச்சயமாக அமைதியாக இருக்க முடியும். இதுவே மகிழ்ச்சியையும், துன்பத்தையும் சமநிலைப் படுத்துதல் எனப் படுகிறது.

நான் ஏன் மகிழ்ச்சியைவிட சோகத்தை விரும்புகிறேன்?

சிலர் கவனத்தை ஈர்க்க சோகமாகவும், சோர்வாகவும் விரும்புகிறார்கள். சிலர் யாரிடமிருந்தாவது அன்பைப் பெறவோ, அடுத்தவர்கள் பாவப் பட வேண்டும் என்பதற்காகவோ இப்படிச் செய்கிறார்கள். இதன் மூலம் அன்பையோ, கவனத்தையோ பெறும் வரை சரி. ஆனால் ஒரு காலத்திற்குப் பிறகு மற்றவர்கள் இந்த எப்போதும் சோர்வான பிம்பத்தைக் கண்டு அலுப்படையலாம். அவர்கள் இதை உணர்ந்து உங்களிடம் அதிக கவனம் செலுத்தாத போது அது உங்களைப் பைத்தியமாக ஆக்கிவிடும்.

மற்றவர்களிடமிருந்து பரிதாபம் பெற விரும்புபவர்கள் நிறைய எதிர்மறையான விஷயங்கள் இதைத் தொடர்வதால் பாதிக்கப் படுவார்கள். சிலர் அன்பைப் பெறவோ, பரிதாபம் பெறவோ எல்லோரிடமும் உடல் நிலை சரியில்லை என்று கூறுவர். இதனால் நோய்களால் பாதிப்பு அடையத் தொடங்குவார்கள். இது நாம் எதை நினைக்கிறோம், எதைப் பேசுகிறோம் என்பதைப் பொறுத்தது. நாம் போலியான செயல்களைச் செய்து பொய்களைச் சொன்னால் அதுவே உண்மையில் நடந்துவிடும்.

ஒரு கால கட்டத்திற்குப் பிறகு இந்த மன நிலையால் நீங்கள் மிகவும் எதிர்மறையாகி, மற்றவர்கள் உங்களிடமிருந்து விலகிச் செல்லத் தொடங்குவார்கள். நீங்கள் நிறைய எதிர்மறையான அதிர்வுகளை தூக்கிச் செல்வீர்கள். எனவே இந்த மன நிலையிலிருந்து வெளிவந்து, நேர்மறையான மனநிலையில் எது நடந்தாலும் அமைதியாகவும், நிதானமாகவும் இருக்க முயலுங்கள்.

நான் சோகமாக உணரவில்லை. ஆனால் மகிழ்ச்சியாகவும் உணரவில்லை. ஏதோ காணாமல் போனது போல் வெறுமையாக உணர்கிறேன். இதில் என்ன தவறு?

ஆன்மீகத்தில் இருப்பவர்களும், சிறந்த மனக் கட்டுப்பாடு உள்ளவர்களும் மகிழ்ச்சியாகவோ அல்லது சோகமாகவோ இல்லாத இந்த மனநிலையை அடைகிறார்கள். தியானம். கிரியாக்கள், பிராணாயாமம், போன்றவற்றின் தொடர்ச்சியான பயிற்சிக்குப் பிறகு அவர்கள் இந்த மன நிலையைப் பெறுகிறார்கள். மகிழ்ச்சி துன்பம் இவற்றுக்கிடையில் சமநிலை ஆன இந்த மனநிலை முடக்கிய மனநிலை எனப்படுகிறது.

உங்களுக்கும், அவர்களுக்கும் உள்ள ஒரே வித்தியாசம் என்னவென்றால், ஆன்மீகத்திலிருப்பவர்கள் உணர்ந்த நிலையில் பயிற்சிகள் மூலம் இதை அடைகிறார்கள். இந்த மனநிலையில் அவர்கள் எதைத் திட்டமிட்டாலும் சாதிக்கிறார்கள். இந்த மனநிலையை நீங்கள் அறியாமலேயே பெற்றுள்ளீர்கள். அதனால் எப்போதும் எதையாவது தொலைத்தது போல உணர்கிறீர்கள். மேலும் விரும்பியதைத் திட்டமிட்டு அடைய ஒருபோதும் நோக்கு இருக்காது.

உணர்ந்த நிலையில் இந்த மனநிலையை உருவாக்கி உங்கள் மனதைக் கட்டுப்பாட்டுக்குள் கொண்டு வருவது நல்லது. உங்கள் மனம் அமைதியாகவும், நிச்சலமாகவும் இருக்க வேண்டும். அதே சமயம் விஷயங்களைத் திட்டமிட்டு செயல்படுத்தி சாதிக்கும் சுறுசுறுப்பு உடையதாகவும் இருக்க வேண்டும். கிரியா தியானம் இவற்றின் கலவையானது இந்த மனநிலையை அடைய உதவுகிறது.

நாம் சோகமடையாத வரையில், எதிர்மறை எண்ணங்களுக்குப் பழகிக் கொள்வது சரியா? மக்களை விட்டு விலகிப் போகலாம், அவர்கள் மகிழ்ச்சியாக இருக்கட்டும் என்ற எண்ணம் எனக்கு சரியாகத் தோன்றுகிறது.

மற்றவர்கள் மீதான உங்கள் அக்கறையை நான் பாராட்டுகிறேன். உங்களால் மற்றவர்கள் மகிழ்ச்சியின்றி இருப்பதை நீங்கள் விரும்பவில்லை என்ற அக்கறை நல்லது. ஆனால் நீங்களும் மகிழ்ச்சியாக வேண்டும். உங்களால் மற்றவர்கள் மகிழ்ச்சியின்றி இருக்கும் நிலையும் கவனித்து சரிசெய்ய வேண்டும். உங்களை மகிழ்ச்சியாக வைத்துக் கொள்ளுங்கள். அது மற்றவரையும் மகிழ்ச்சியாக்கும். இப்படி இருந்தால் நீங்கள் அவர்களை விட்டு விலக வேண்டாம். அவர்களும் உங்களை விட்டு விலக வேண்டாம். எனவே உங்களை மகிழ்ச்சியடையச் செய்யும் வழிகளைப் பற்றி சிந்திப்பது நல்லது.

நம்மை வருந்தச் செய்யும் என்பது போன்ற நிலை தோன்றும் போது, நமக்கு மகிழ்ச்சி அளிக்கும் ஏதேனும் இருக்குமா?

நடக்கவிருக்கும் மகிழ்ச்சியான தருணங்களைப் பற்றி நினைத்தால் அல்லது அவற்றைக் காட்சிப் படுத்தினால் நீங்கள் அதைப் பற்றி மகிழ்ச்சி அடைவீர்கள். அதே சமயம் எதிர்பார்ப்பது போல அது நடக்காமல் போய்விடுமோ என்ற பயமும், கவலையும் உருவாகிறது. இது உங்களை சோகப் படுத்தி நீங்கள் அதைப் பற்றி கவலைப்படத் தொடங்குகிறீர்கள். ஒரே நேரத்தில் ஒரே விஷயம் உங்களுக்கு மகிழ்ச்சியையும், வருத்தத்தையும் தருகிறது.

இதுவரை நடக்காத தருணங்களை நினைத்து மக்கள் தங்கள் பெரும்பாலான மகிழ்ச்சியை இழக்கிறார்கள். மக்கள் அந்த ஒரு கணத்தை எண்ணி பயப்படுகிறார்கள் - மரணத்தைப் பற்றிய பயம், தீர்ப்பை பற்றிய பயம், உறவுகள் முறியுமோ எனும் பயம், நெருங்கியவரை இழந்து விடுவோமோ எனும் பயம், உறவுகளை இழக்கும் பயம், பணம், உடல் வடிவம், அழகு, விளையாட்டு இவற்றை இழப்போமோ என்ற பயம், பரீட்சையில் தோல்வி பயம். அந்த ஒரு சமயத்தை நினைத்தே லட்சக் கணக்கான நிமிடங்களாலான மற்ற நாட்களை கெடுத்து விடுகிறார்கள். இதில் அழகு என்னவென்றால் அந்த ஒரு கெட்டது என்று சொல்லப் படும் நிகழ்வு நடந்த பிறகு அதை ஏற்றுக் கொண்டு சுலபமாக எடுத்துக் கொள்கிறோம். பின்னர் ஏன் அது நடக்கும் முன் பயணம் செய்து கஷ்டப்பட வேண்டும்? எல்லாப் பிரச்சினைகளுக்கும் ஏற்றுக் கொள்வதே மிகப் பெரிய தீர்வு. இதை உணர்ந்து இப்போது மகிழ்ச்சியாக இரு.

எதிர்காலத்தைப் பற்றி யோசிக்க வேண்டியது அவசியமே, ஆனால் சில சமயம் எதிர்காலம் பற்றிய எண்ணங்கள் மனம் முழுதும் ஆக்கிரமித்து இந்த கணங்களை மகிழ்ச்சி இல்லாமல் செய்து விடுகிறது. நாம் என்ன செய்வது?

எதிர்காலத்திற்காக திட்டமிடுவது நல்லது. ஆனால் சிலர் பணம் சம்பாதிப்பதற்கும், இலக்குகளை அடைவதற்குமே நாள் முழுவதும் நேரத்தை செலவிடுகிறார்கள். நீங்கள் எப்போதும் சமநிலையுடன் சீரான வாழ்க்கை வாழ வேண்டும். நாள் முழுதும் மனதை ஒரே விஷயத்தில் பிழிந்து எடுப்பது சரியல்ல.

மனதிற்கு பொழுதுபோக்கு மூலம் ஓய்வு கொடுக்க வேண்டும். வித்தியாசமான, எளிய, வேடிக்கையான செயல்களில் ஈடுபடுதல் அவசியம். தேவையான ஓய்வு எடுத்த பிறகு மனம் உற்சாகமாக இருக்கும். இதனால் உங்கள் இலக்குகளையும், லட்சியங்களையும் அடைய முடியும். மனதுக்கு குளிர்ச்சி தரும் விஷயங்களால் மனம் நிம்மதியாக இருக்கும் போது இயல்பாக அது அத்தருணத்தில் இருக்கும். சாதாரணமான எளிமையான உங்கள் மனதை நிகழ்காலத்தில் இருக்கும்படி கட்டாயப் படுத்த வேண்டி இருக்காது. இயல்பாகவே அது அத்தருணத்தில் திறம்பட இருந்து கொண்டிருக்கும். ஆனால் சில குறிப்பிட்ட முக்கியமான விஷயங்களுக்கு, அவற்றில் நமக்கு ஆர்வமில்லாத போது, மனதை அதில் குவிக்க உங்களைக் கட்டாயப்படுத்த வேண்டி இருக்கும்.

சிலர் எதிர்காலத்தைப் பற்றி திட்டமிட்டு, அதை சாதித்து விட்டது போலவும், அதற்காகப் பாராட்டப் படுவது போலவும் காட்சிப்படுத்திக் கொள்கிறார்கள். இது நல்லதே. ஆனால் அதிலேயே உழன்று கொண்டிருப்பது நீங்கள் ஏற்கனவே வெற்றி அடைந்து விட்டது போன்ற ஒரு உணர்வை ஏற்படுத்தும். இது செயல்பாட்டில் உங்களுக்கு இருக்கும் ஆர்வத்தை இழக்கச் செய்யலாம். காட்சிப்படுத்தி திட்டமிடும் போது அடைவது எல்லாம் எளிதாக நடந்திருக்கும். ஆனால் உண்மையில் ஒவ்வொரு படியிலும், அடுத்த படிக்கு நீங்கள் முன்னேற பெருமுயற்சி எடுக்க வேண்டியதாய் இருக்கும். இதனால் சில சமயம் நீங்கள் இதைக் கைவிட்டு விடலாம். ஏனென்றால் காட்சிப் படுத்தலின் போது வெற்றி அடைந்த தருணத்தை நீங்கள் அனுபவித்து இருப்பீர்கள். உண்மையில் நீங்கள் சாதிப்பதற்கும், பாராட்டுகள் பெறுவதற்கும் பாடுபட வேண்டும்.

எதிர்காலத்தைப் பற்றி சிந்தித்து, திட்டமிட்டு அடைந்துவிட்டதைப் போல் காட்சிப் படுத்துவது வளங்களையும், வாய்ப்புகளையும் உருவாக்குகிறது. இதெல்லாம் நல்லது. ஆனால் திட்டமிடலிலும், காட்சிப்படுத்தலிலும் உங்கள் மனதைநீண்ட நேரம் இருக்கவிடாதீர்கள். அதை செயல்படுத்தத் தொடங்குங்கள். செயல்படுத்துகையில், அந்தத் தருணத்தில் கவனம் செலுத்துங்கள். இலக்கை அடைவதற்கு அதுவே முக்கியமானது.

அ.தி.ராஜ்குமார்

நம் எண்ணங்களை மாற்ற முடியுமா?

உங்கள் மனது சாதாரணமாக, அமைதியாக இருக்கும் போது நீங்களாகவே அல்லது கவனமாற்றம் மூலம் அல்லது மற்றொருவரின் அறிவுறுத்தலின் மூலம் எண்ணங்களை மாற்றிக் கொள்ளலாம். உங்கள் கவனத்தை வேறொரு விஷயத்திற்கு மாற்ற வேண்டிய நேரத்தில், நீங்களாகவே உங்கள் எண்ணத்தை மாற்றுவீர்கள். ஆனால் மனம் அழுத்தத்திலிருக்கும் போதோ, குழப்பத்திலிருக்கும் போதோ, உங்கள் கவனத்தை ஒருவர் மற்றொரு எண்ணத்திற்கு திசைதிருப்ப முயன்றாலும், நீங்கள் கவனத்தை கட்டாயமாக மாற்ற முயன்றாலும் - நீங்கள் அந்த புது எண்ணத்தில் முழுவதுமாகவோ, திறம்படவோ இருக்க மாட்டீர்கள். உங்கள் மனம் பெரும்பாலும் தற்போதிருக்கும் அழுத்த நிலையிலோ, குழப்ப நிலையிலோ தான் இருக்கும். இதற்குக் காரணம் மனம் எப்போதும் குழப்பமான சிந்தனைக்கு தீர்வு கண்டுவிட்டு பிறகு புதிய சிந்தனைக்குச் செல்ல நினைக்கிறது. சில பிரச்சினைகளை உடனடியாகத் தீர்க்க முடியாது. இந்த மன நிலையுடன் நீங்கள் புதுப்புது விஷயங்களில் ஈடுபட முடியாது. அது தீரும் வரை நீங்கள் மகிழ்ச்சியின்றி இருக்க வேண்டும். சில நேரங்களில் அது பல ஆண்டுகளுக்குத் தொடர்ந்து வரும்போது நீங்கள் ஒரு போதும் மகிழ்ச்சியாக இருக்கவோ, புதிதாக எதிலும் ஈடுபடவோ முடியாது.

அப்படியானால், இந்த மனநிலையை மாற்றி புதிய எண்ணங்களில் கவனம் செலுத்தி மகிழ்ச்சியாக இருப்பது எப்படி?

சில பிரச்சினைகளில் நீங்கள் சிக்கலைத் தீர்க்க முயற்சி செய்யலாம் அல்லது அது குழப்பமாக இருந்தால் அதை வளர்க்காமல் மறந்து விடுங்கள். காலப் போக்கில் 99 சதவீத பிரச்சினைகள் அதுவாகவே தீர்க்கப் படுகின்றன. மீதமுள்ள ஒரு சதவீதம் ஏற்றுக் கொள்வதன் மூலம் தீர்க்கப் படுகிறது. தீர்க்கப்படாத பல விஷயங்களுக்கு ஏற்றுக் கொள்ளுதலே சிறந்த தீர்வு. நாம் ஏற்றுக் கொள்ள முடியாததாலேயே பல விஷயங்கள் தீர்க்கப் படாமலிருக்கின்றன. நீங்கள் அதைத் தீர்க்க முயற்சிக்கலாம் அல்லது அகங்காரத்திலிருந்து வெளிவர அதை ஏற்றுக் கொள்ளலாம்.

நம் சித்தாந்தத்தை எப்படி மாற்றுவது? நம் எண்ணங்களால் மக்கள் மீது எப்படி செல்வாக்கு செலுத்துவது?

எண்ணகளால் நம் மனதைக் கட்டுப் படுத்த முடியும். உங்களை சலனப் படுத்தாத நேர்மறையான நல்ல சிந்தனையை கொண்டு வர வேண்டும். நீங்கள் மனக்கட்டுப்பாட்டை அடைந்தவுடன் எது உங்களை பாதிக்காதோ, எது உங்களுக்கு சௌகர்யமாக இருக்கிறதோ அதைத் தேர்ந்தெடுத்து சிந்திக்க முடியும். மனதை அதன் வழியில் அலைய விட்டால் அது எதிர்மறையான தேவையற்ற எண்ணங்களால் நிரம்பிவிடும். தேவையற்ற எண்ணங்களை வெறுமையாக்கும் உத்தி மூலம் தேவையற்ற எண்ணங்களிலிருந்து விடுபட உதவும். தேவையற்ற எண்ணங்கள் வரும் போது தொடர்ந்து அவற்றை வெறுமையாக்குவது ஒரு கட்டத்தில் அவை முழுவதுமாக உங்கள் மனதிலிருந்து மறைந்துவிடும் நிலைக்கு கொண்டு விடும்.

நெறிவழியில் மற்றவர்களைப் புண்படுத்தாமல் இருந்தால் அந்த சித்தாந்தத்தை நீங்கள் கடைப் பிடிக்கலாம். மற்றவர்களை பாதிக்கும் சித்தாந்தங்களில் பிடிவாதமாக இருப்பது நல்லதல்ல. எனவே ஒரு சித்தாந்தத்தை நெறிமுறையாக வைத்திருக்க ஒரு கட்டத்தில் சில விஷயங்களில் நீங்கள் தளர்வாக இருக்க வேண்டும். சிலர் சித்தாந்தத்திலும், தலைவர் வழிபாட்டிலும் பைத்தியமாக இருக்கின்றனர். இது சில நேரங்களில் அர்த்தமே இல்லாததாக இருக்கிறது. இந்த விஷயங்கள் கட்டுப்படுத்தப் பட வேண்டும். உங்கள் சித்தாந்தம் நடைமுறைக்கு ஒத்து வராததாகவும், நம்ப முடியாத்தாகவும் இருந்தால் நீங்கள் அதிலிருந்து வெளியே வந்துவிடலாம்.

பின்வரும் இந்த சித்தாந்தம் எல்லா இடங்களிலும் ஒத்துப் போகிறது.

தேவையில்லாத விஷயங்களுக்கு எதிர்வினையாற்றாமல் இருப்பது, நடப்பது நல்லதற்கே என ஏற்றுக் கொள்வது, உணர்ச்சிகளைக் கட்டுப் படுத்தி நடைமுறைக்கு ஏற்ப இருப்பது, எதிர்பார்ப்புகள் இல்லாமல் இருப்பது, நெறிமுறையில் இருப்பது, எதிர்பார்ப்பின்றி பிறருக்கு உதவுவது, உயர்சக்தி என்று சொல்லக்கூடிய ஒன்றின் மீது நம்பிக்கை, எதிர்பார்ப்புகள் இல்லாமல் நேசித்தல், சர்வவல்லமை பொருந்திய கடவுளுடன் இணைதல். தியானம், கிரியாக்கள் பயிற்சி செய்து நம் மனதை அமைதியாகவும், உணர்ந்தும் வைப்பதன் மூலம் இந்த சித்தாந்தங்களை அடைய முடியும்.

மக்கள் மீது செல்வாக்கு செலுத்துவது என்பதை இவ்வாறு செய்யலாம்.

அவர்களுக்கு நல்லது செய்வது, அவர்களைப் பற்றி நேர்மறையாகப் பேசுவது, அவர்களைப் பாராட்டுவது, அவர்கள் மீது ஆர்வம் காட்டுவது, அவர்களைப் பற்றிப் பெருமையாகப் பேசுவது, அவர்களது ஆர்வங்கள், அவர்களுக்குப் பிடித்தவை பற்றிப் பேசுவது இவற்றின் மூலம் அவர்கள் செல்வாக்கைப் பெறலாம். இவற்றைக் கடைப் பிடித்து அவர்களுடன் பயணித்தால் அவர்கள் உங்களுடன் இருப்பார்கள்.

எண்ணங்களில் பிடிவாதம் என்றால் என்ன? அதனால் ஏதாவது பலன் உண்டா? பிடிவாதத்தை நாம் எப்படி வெல்வது?

சில வகை பிடிவாத குணங்கள் உள்ளன.

1. அகங்காரத்தின் அடிப்படையில் ஏற்படும் பிடிவாத எண்ணங்கள் - உதாரணமாக நீங்கள் ஒருவரைப் பற்றித் தவறான புரிதல்களுடன் இருக்கிறீர்கள். அவர்களுடன் நீங்கள் பேச விரும்பவில்லை. அவர்களை சந்திக்கும் படியான சூழ்நிலைகள் சந்தர்ப்பங்கள் ஏற்பட்டாலும் அவர்களுடன் பேசாமல் பிடிவாதமாக இருப்பீர்கள். அவர் முன்மயற்சி எடுத்து உங்களுடன் பேச வேண்டும் என்று விரும்புகிறீர்கள். நீங்கள் முயற்சி எடுத்து அவர் நிராகரித்து விட்டால் நீங்கள் தோல்வியுற்றவராக உணர்வீர்கள். மற்றவருக்கும் இதே மனநிலை, அகங்காரம் இருந்தால் நீங்கள் இருவரும் ஒரு போதும் சேர முடியாது. உண்மை என்னவென்றால் நீங்கள் பேச முயற்சி எடுத்து அவர் அதை மறுத்தாலும் நீங்கள் தோற்றவராக மாட்டீர்கள். அவர் உங்களை அவமானப் படுத்தியதாக நினைக்கலாம். ஆனால் அப்படி அல்ல. இது உங்களது மென்மையையும், அகங்காரமில்லாத தன்மையையும் காட்டுகிறது. எனவே நீங்கள் வெற்றி பெற்றவர் ஆகிறீர்கள்.

2. ஒருவர் உங்களை அவரது பார்வையை ஏற்கும்படி வற்புறுத்துகிறார் என்ற உணர்வினால் ஏற்படும் பிடிவாத எண்ணங்கள் - பதின்ம வயதினரும் இளைஞர்களும் தாங்கள் செய்ய விரும்பாத விஷயங்கள் பெற்றோர்களால் அவர்கள் மீது திணிக்கப் படுவதாக உணர்கிறார்கள். குழந்தைகள் ஒரு குறிப்பிட்ட வயது வரை பெற்றோர் சொல்வதைக் கேட்பதால் இது நிகழ்கிறது. பெற்றோர்கள் தாங்கள் சரி என்று நினைப்பதால் அவர்கள் தாங்கள் சொல்வதைக் கேட்க வேண்டும் என்று நினைக்கின்றனர். பதின்மவயதினரோ பெற்றோர்கள் கட்டாயப் படுத்துவதாக எண்ணுகின்றனர். இது உளவியல் பிரச்சினையாக மாறுகிறது. நல்லது கெட்டது எதுவானாலும் பெற்றோர்கள் சொல்லும் போது பிடிவாதமாக இல்லை என்று மறுக்கப் படுகிறது. இளைஞர்கள் இல்லை என்று வெடுக்கென மறுப்பதை விட சிறிது நேரம் எடுத்து சிந்திக்க வேண்டும். பெற்றோர்களும் தாங்கள் எப்போதும் சரி என்று நினைப்பதை நிறுத்த வேண்டும். அவர்கள் குழந்தைகளை முதிர்ச்சியடைந்தவர்களாகவும், சம்மானவர்களாகவும் கருதி அவர்கள் எண்ணங்களைக் கட்டுப் படுத்தக் கூடாது. குழந்தைகள் சொல்வதைக் கேளுங்கள். நீங்கள் அவர்களைக் கேட்க

ஆரம்பித்தால் அவர்களும் உங்கள் பேச்சைக் கேட்டு பிடிவாதமான எண்ணங்களிலிருந்து வெளியே வருவார்கள்.

3. நன்மைக்கான பிடிவாத எண்ணங்கள் - சில நெறிமுறை விஷயங்களுக்காக, உண்மைத் தன்மைக்காக பிடிவாதமாக இருக்கலாம். பொருளோ, இன்பமோ வழங்குவதன் மூலம் சிலர் உங்களது நேரடியான, உண்மையான, நெறிமுறைப் பண்பிலிருந்து உங்களை மாற்ற முயன்றாலும் நீங்கள் உங்கள் நெறிமுறை எண்ணங்களில் பிடிவாதமாக இருக்கலாம். நெறிக்கு எதிராக உங்கள் எண்ணங்களைத் திருப்ப மற்றவர் கட்டாயப் படுத்தும் போது அவர்களிடம் பணிவாக மறுத்துவிட்டு அந்த இடத்திலிருந்து விலகலாம். மனது புண்படாமல் உங்களது மாற இயலாமையை நீங்கள் பணிவாக அவர்களிடம் சொல்லலாம். கொஞ்ச நேரத்திற்குப் பிறகு அவர்கள் உங்களை விட்டு விடுவார்கள்.

உண்மைகள் மாறும் போது நாம் மனதை மாற்றிக் கொள்கிறோமா அல்லது மாற மறுக்கிறோமா?

ஒரு உதாரணத்தை எடுத்துக் கொள்வோம். நீங்கள் ஒரு விளையாட்டு வீரரைவிட மற்றொருவிளையாட்டுவீரரைரொம்பவும்விரும்புகிறீர்கள் என்று வைத்துக் கொள்வோம். நீங்கள் விரும்பும் வீர்ரே சிறந்தவர், மிகப் பெரியவர் என்று நீங்கள் நினைக்கிறீர்கள். ஆனால் புள்ளி விவரங்கள், சமீபத்திய அவரது சாதனைகள் அவர் உங்களது ஆதர்ச விளையாட்டு வீரரை விட உயர்ந்தவர் என்று காண்பிக்கிறது. பெரும்பாலான மக்கள் உங்கள் ஆதர்ச வீரர் உயர்ந்தவர் அல்ல என ஏற்றுக் கொண்ட போதும், நீங்கள் பிடிவாதமாக அதை மறுத்து உங்கள் ஆதர்ச வீரரே சிறந்தவர் என்கிறீர்கள்.

உங்கள் மனநிலையை இவ்வாறு பிடிவாதமாக்கும் சில விஷயங்கள் உள்ளன.

1. பற்றுதல் அல்லது அதீதமான அன்பு. உங்கள் ஆதர்ச வீரர் மீதான பற்று. உங்களை பிடிவாதக்காரராகவும், உண்மைகளை ஏற்காதவராகவும் ஆக்குகிறது.

2. நீங்கள் பெரிது என நினைப்பது, உங்களுக்குப் பிடித்ததே சிறந்தது என்ற அகங்காரம். இது உங்கள் ஆதர்ச வீரர் மீதான அன்பினால் வருவதல்ல. நீங்கள் எதை எடுத்தாலும், செய்தாலும் அதுவே சிறந்தது எனும் அகங்காரம். அதை ஏற்றுக் கொள்வது உங்கள் மதிப்பைக் குறைக்கும் என்று பயப்படுகிறீர்கள் அதனால் அதை ஏற்க மறுக்கிறீர்கள்.

இதை எப்படி சமாளிப்பது என்றால்

1. எந்த ஒரு பொருள், நபர் அல்லது கருத்தின் மீதான உங்கள் பற்றைக் குறையுங்கள். உங்கள் கருத்தை நெகிழ்வானதாக வைத்துக் கொள்ளுங்கள்.

2. உங்கள் கருத்துக்கு எதிரான உண்மையை ஏற்றுக் கொள்வது மற்றவர்களின் பார்வையில் நீங்கள் தாழ்ந்து விட்டதாக அர்த்தம் அல்ல என்பதை அறிந்து கொள்ளுங்கள். மக்கள் எப்போதும் அதைப் பற்றி சிந்திக்க மாட்டார்கள். உண்மையில் போகப் போக உங்கள் மென்மையான குணம் பாராட்டப்படும்.

அடிமையாக்கும் பழக்கங்கள் மற்றும் சுயநாசப் படுத்தும் நடத்தைகளிலிருந்து விடுபடுதல்

ஆபத்துகள் பற்றி நன்கு அறிந்தும் வாழ்க்கையை அழிக்கும் எதிர்மறையான கெட்ட பழக்கங்களை கைவிடுவதை மக்கள் ஏன் கஷ்டமாக உணர்கிறார்கள்?

பெரும்பாலான எதிர்மறை பழக்கவழக்கங்கள் நமது உணர்ச்சி உறுப்புகளுடன் தொடர்பு உடையவை. அவை புலன் இன்பங்களுடன் இணைகின்றன. நீங்கள் சாதாரண, அமைதியான மனதைக் கொண்டிருக்கும் போது அதன் ஆபத்துகளை உணர்ந்து அதைக் கடந்து வருவதற்கான முயற்சியைத் தொடங்குவீர்கள். ஆனால் நம் வாழ்க்கை நேர்மறை மற்றும் எதிர்மறை நிகழ்வுகளின் கலவையாகும். எதிர்மறை நிகழ்வுகள் ஏற்படும் போது அதிலிருந்து வெளிவரவோ அல்லது மறந்து விடவோ நமக்கு உடனடியாகத் தீர்வுகள் தேவைப் படுகின்றன. இங்கே நாம் மனதுக்கு சம்பந்தமான அழுத்தங்களை உருவாக்குகிறோம். மன அழுத்தத்தை மறக்க மற்ற உறுப்புகள் மூலம் இன்பங்களை உருவாக்க முயற்சிக்கிறோம். அந்தப் பழக்க வழக்கங்களுக்குத் தள்ளப் படுகிறோம். இதனாலேயே பலருக்குக் கெட்ட பழக்கங்களிலிருந்து வெளிவருவது கடினமாக இருக்கிறது.

நம் உடலில் ஒரு விதமான அமைப்பு உருவாகி நாம் பல பழக்கங்களுக்கு அடிமையாகி விடுகிறோம். நம் உடலிலும், மனதிலும் மற்றொரு அமைப்பை உருவாக்கி இதை கட்டுடைத்து வெல்ல வேண்டும். குறைந்த பட்சம் 3 வாரங்களுக்கு அதைத் தவிர்க்க உங்களைக் கட்டாயப் படுத்திக் கொள்ளுங்கள். நம் உடலும் மனதும் அந்தப் புதிய அமைப்பிற்குப் பழகி பழைய பழக்கத்திற்கு பதில் புதிய பழக்கத்தை ஏற்படுத்திக் கொள்கிறது.

கெட்ட பழக்க வழக்கங்களை உணர்ந்து திருந்துவதன் மூலமும், ஒரு உணர்ச்சியுடன் தொடர்பு படுத்திக் கொள்வதன் மூலமும் மறக்க முடியும். உணர்வின் மூலம் அசைவ உணவுகளை நான் எப்படி தவிர்க்க ஆரம்பித்தேன் என்பதற்கான எடுத்துக்காட்டை இங்கே கொடுக்கிறேன்.

நான் மிகவும் அசைவம் உண்ணும் குடும்பத்தில் பிறந்தவன். எனக்கு பிடித்த உணவுகள் மீன், சிக்கன் மற்றும் மட்டன் பிரியாணி. சில நல்ல காரணங்களுக்காக நான் சைவமாக மாற விரும்பினேன். சிறிது காலம் மாறி மாறி இருந்து பார்த்தேன். அசைவ உணவுகளைத் தவிர்க்க மிகவும் சிரமப் பட்டேன். சில நாட்கள் நான் அதை விட்டிருக்கும் போது திடீரென்று என் மனைவி மீன் சமைத்தால் அதை சாப்பிட ஆசைப் படுவேன். இது எனக்கே சற்று எரிச்சலாக இருந்தது.

ஆனால் என் தாயார் காலமான போது ஒரு பெரிய மாற்றம் வந்தது. நான் அதிர்ச்சியில் இருந்தேன். எனக்கு நெருக்கமான ஒருவர் இந்த உலகத்தை விட்டுச் சென்ற முதல் சத்திய சோதனை அது. அதற்கு முன் எதுவும் என்னை அவ்வளவு பாதித்தது இல்லை. எனக்கு நெருக்கமானவர் யாரும் இறக்கவில்லை. ஒரு மரணத்தின் பின் விளைவுகள் பற்றி எனக்கு அதுவரை தெரியாது. பல இறுதி ஊர்வலங்களுக்குச் சென்று அஞ்சலி செலுத்துவது உண்டு. ஆனால் என் சொந்த அம்மா இறந்தது போல் வேறெதுவும் என்னை பாதிக்கவில்லை. இது என் வாழ்வின் மிகப்பெரும் அதிர்ச்சி. அம்மா இறந்த பிறகு, எங்கள் வழக்கப்படி 60 நாட்களுக்கு அசைவ உணவு சாப்பிடக் கூடாது. இது சரியாக என் முயற்சியுடன் இணைந்தது. இதை அப்படியே தொடர வேண்டும் என நினைத்தேன். ஆனால் சில சமயம் அதைத் தொடர்வேனா என்பதில் 100 சதவீதம் நம்பிக்கை இல்லை.

இதற்கிடையில் சிசிடிவி நிறுவுவதற்காக ஒருவர் என் ஆபீஸ் வந்தார். அவர் சிறந்த முருக பக்தர். அவர் அழகான ஒரு விஷயத்தைச் சொன்னார். வலியினால் கிடைக்கும் எந்த உணவும், அதாவது கொன்று சாப்பிடும் எந்த உணவும் கெட்ட கர்மாவை வளர்க்கிறது. கர்மாவின் படி நாமும் ஒரு கட்டத்தில் அந்த வலியை உணருவோம். அவர் என்னிடம் சொன்னது என் மனதைத் தாக்கி அசைவ உணவுகள் மீதான என் விருப்பத்தை முற்றிலுமாக நீக்கியது. என்னுடைய மென்மையான குணத்தால் யாருக்கும் ரத்தக் காயம் ஏற்பட்டாலோ, வலி ஏற்பட்டாலோ என்னால் தாங்க முடியாது. அசைவ உணவிலிருந்து வெளியே வர முழுவதுமாக இந்த உணர்ச்சியைப் பயன்படுத்தினேன்.

என் எண்ணங்கள் நான் சற்றும் எதிர்பாராத ஆனால் நடந்த என் அம்மாவின் மறைவின் மூலம் வாய்ப்பை உருவாக்கியது. அதே போல சிசிடிவி மனிதருடனான சந்திப்பும் அவருடைய வார்த்தைகளினால் ஏற்பட்ட பாதிப்பும். கொலையையும், வலியையும் தாங்க முடியாத என் இயலாமையை, அவற்றுடன் தொடர்புடைய உணவை சாப்பிடுவதை நிறுத்த, இணைத்துக் கொண்டேன். இந்த இரண்டு விஷயங்கள்தான் என்னை அந்தப் பழக்கத்திலிருந்து வெற்றிகரமாக வெளியே வர வைத்தது.

இதே போல எவரும் ஒரு சக்தி வாய்ந்த நோக்கத்தை வைத்துக் கொள்ளலாம். எந்தவொரு கெட்ட பழக்கத்திலிருந்தும் வெளிவர வாழ்க்கை அனுபவங்களையும் உணர்வுகளையும் பயன்படுத்தலாம்.

மக்கள் ஏன் தற்கொலை செய்து கொள்கிறார்கள்?

சிலர் தற்கொலை செய்து கொள்வதற்கு முக்கிய காரணம் அவர்கள் தங்கள் எல்லாப் பிரச்சனைகளைப் பற்றியும் ஒரே நேரத்தில் யோசிப்பதுதான். அவர்கள் தற்போதைய சிக்கல் ஒன்றைப் பற்றி சிந்தித்து, அதைத் தீர்க்க முயற்சிக்கும் போது திடீரென்று அவர்களது மற்ற பிரச்சனைகளைப் பற்றிய சிந்தனையும் வந்து இதோடு சேர்ந்து கொள்கிறது. தற்போதுள்ள பிரச்சனையைத் தீர்த்தாலும் மற்றவை தீராது என்கிறது மனம். தற்போது இருக்கும் பிரச்சனைக்கு தீர்வு காணும் ஆர்வமும் தொலைகிறது. அவர்கள் தங்கள் கவனத்தை முற்றிலுமாக இழக்கிறார்கள்.

எனவே அவர்கள் ஒரே நேரத்தில் பல பிரச்சனைகளைப் பற்றி சிந்திக்கும் ஒரு நெருக்கடியில், அவர்கள் தங்கள் பிரச்சனைகளுக்குத் தீர்வே கிடையாது என்ற முடிவுக்கு வருகிறார்கள். அவர்கள் இந்த எண்ணத்தில் ஆழமாகச் சென்று மன அழுத்தத்திற்கு ஆளாகிறார்கள். தற்போதைய வேலையில் கவனம் இழக்கிறார்கள். கவனமில்லாமல் அவர்கள் செய்யும் வேலைகளில் ஏற்படும் தவறுகளுக்காக மற்றவர்கள் அவர்களை விமர்சிக்கத் தொடங்குகிறார்கள். இது எரியும் தீயில் எண்ணெய் வார்த்தது போல ஆகிறது. இதனால் அவர்கள் எந்தவொரு மோசமான சூழ்நிலையாலும் பாதிக்கப் படக் கூடியவர்களாகிறார்கள். நம்மால் ஒரு போதும் மீள முடியாது என்று மனம் நினைத்து விட்டால் எந்த எதிர்மறையான நிகழ்வும் இத்தகைய முடிவுகளை எடுக்க வைக்கும்.

இதற்கான தீர்வு, தற்போதைய பிரச்சினையில் கவனத்துடன் இருப்பதோடு, மற்ற பிரச்சனைகளைப் பற்றிய சிந்தனைகளை முற்றிலுமாக வெறுமையாக்க வேண்டும். திட்டமிட்டு அதற்கான வழிகளை எழுதி வைத்துக் கொண்டு அது எப்போது வருகிறதோ அப்போது அதில் கவனம் செலுத்துங்கள். இப்படி அதை கையாளத் தொடங்கினால், உங்களுக்கு ஒருபோதும் சிக்கல்கள் ஏற்படாமலிருப்பதோடு ஒவ்வொரு பிரச்சனையும் எளிதில் தீர்க்கப் படும். அரிதாக அப்படியே அது தீர்க்கப் படாவிட்டாலும் நீங்கள் அதை மிக எளிதாக ஏற்றுக் கொள்வீர்கள்.

வாழ்க்கையை சுவாரஸ்மாக்குவது எது?

பொதுவாக நண்பர்களுக்குள் டென்னிஸ் விளையாடுவோம். நாங்கள் பெரும்பாலும் ஒரே மாதிரி, ஒரே தரத்தில் டென்னிஸ் விளையாடுவோம். சில சமயம், எங்களுக்கு விளையாட நான்கு பேர் இல்லாத போது நான்காவது இடத்தில் விளையாட எங்கள் டென்னிஸ் கோச்சை அழைப்போம். அவர் விளையாடும் தரம் மிக அதிகம் என்பதால் இந்த மாதிரி நடக்கும் போது, எங்களில் பலருக்கு ஆர்வம் குறைந்துவிடும். ஏனென்றால் அது சுவாரஸ்யமாக இருக்காது. ஏனென்றால், நாங்கள் எவ்வளவு கஷ்டப்பட்டு ஆடினாலும் அவரும் அவர் கூட்டாளியும் வென்று விடுவார்கள் என்பது எங்களுக்கு உளவியல் ரீதியாகத் தெரிந்து விடுகிறது.

இதில் மாபெரும் டென்னிஸ் வீர்ரான ரஃபேல் நடால், ஃபெடரர் அல்லது ஜோகோவிச் போன்ற உயர்தர வீரர்கள் விளையாடுவதை ஆர்வத்துடன் பார்க்கிறேன். நடால் மற்ற குறைந்ததர வரிசை வீரர்களுடன் விளையாடுவது அவ்வளவு சுவாரஸ்யமாக இருக்காது. ஏனென்றால் அவர் எளிதில் வென்று விடுவார்.

அதே போல, தினசரி வாழ்க்கையில், நாட்டின் மிகப் பெரிய பணக்காரரின் வாழ்க்கை சுவாரஸ்யமான பணிகள் எதுவும் இல்லாததால் வெல்ல முடியாததாகவும், சலிப்பாகவும் இருக்கும். சற்று குறைவான வசதியுடைய பணக்காரர்கள் மேலும் மற்றவர்களை விட முன்னேற போட்டியிடுவதால் சுவாரஸ்யமான வாழ்க்கையைப் பெறுவார்கள்.

வாழ்க்கையை சுவாரஸ்யமாக மாற்ற, பணக்காரர் பண்பு, அணுகுமுறை, சேவை இவற்றில் தன்னை மற்றவர்களுக்குச் சமமாக நினைக்க வேண்டும். அவர் பணிவுடன் இருக்க வேண்டும். பணம், அதிகாரம், புகழ் இவை எல்லாம் ஒன்றும் இல்லை. எல்லாம் வல்ல இறைவனின் முன் அனைவரும் சமம் என்று உறுதியாக எண்ண வேண்டும். எப்பொழுதும் சமமாக இருக்க வேண்டும் என்ற எண்ணத்துடன் விளையாடுவதால், இந்த மனநிலை அவர்களை மகிழ்ச்சியடையச் செய்கிறது. அனைவரும் சமம் என்று எண்ணி ஆர்வத்தோடு ஒருவரோடு ஒருவர் போட்டியிடும் போது வாழ்க்கை சுவாரஸ்யமாகிறது.

அ.தி.ராஜ்குமார்

எனது வாழ்க்கையை எப்படி சுவாரஸ்யமாக ஆக்குவது?

ஒரு சாதாரணமான மாறாத மனநிலையை வைத்துக்கொண்டு மக்கள் சிக்கித் தவிக்கின்றனர். நீங்கள் வேலை செய்யும் முறைகளை மாற்றி ஒரு புதிய சுவாரஸ்யமான மனநிலையை உருவாக்கிக் கொள்ள இதோ சில வழிகள்.

சில சாத்தியங்களை நீங்கள் உருவாக்கலாம். திங்கள் கிழமை காலை குடும்பத்தை வெளியே அழைத்துச் செல்வது, வேலையை முடித்துவிட்டு மாலை நேரத்தில் விளையாடுவது, ஒரு நாள் வீட்டில் சமைக்காமல் வெளியே இருந்து பிரியாணி வாங்கி சாப்பிடுவது, தூங்கும் திசையை மாற்றுவது, சில நாட்கள் தரையில் பாய் விரித்துத் தூங்குவது இப்படி சில மாறுதல்களை உருவாக்கலாம். இப்படி எந்த திடீர் மாற்றமும் வாழ்க்கையை சுவாரஸ்யமாக்கும்.

உடல்நலக் காரணங்களுக்காக காபியை நிறுத்தியிருந்தால், ஒரு நாள் மாலையில் காபி சாப்பிடுங்கள். நீங்கள் வழக்கமாக அதிகாலையில் எழுந்திருக்கும் நபராக இருந்தால் ஒரு நாள் காலை எட்டு மணி வரை தூங்குங்கள். உடற்பயிற்சியை விடுத்து தூங்குங்கள். சர்க்கரை நோயினால் இனிப்பு சாப்பிட முடியாமல் இருந்தால் ஒரு நாள் திடீரென்று இனிப்பு சாப்பிடுங்கள். மகிழ்ச்சி எல்லா நோய்களையும் வெல்லும். வார நாட்களில் ஒரு நாள் விடுமுறை எடுங்கள். உங்கள் குடும்பத்தினரையும், நண்பர்களையும் காரில் வெளியே அழைத்துச் செல்லுங்கள். ஒரே மாதிரியான சலிப்பளிக்கும் வாழ்க்கையில் சிக்கிக் கொள்ளாதீர்கள்.

ரொம்ப நாட்களாக ஒருவருடன் பேசாமல் இருந்தால் சட்டென்று அவருக்கு ஃபோன் செய்து பேசுங்கள். எதிர்மறையான பதிலோ, எண்ணமோ வந்துவிடலாம் என்று எண்ணியே பலரும் அடுத்தவர் முன்முயற்சிஎடுத்துநம்மிடம்பேசவேண்டும்என்றுகாத்திருக்கின்றனர். உண்மை என்னவென்றால் நீங்கள் முன்வந்து பேசினால், அவர்கள் அதை உணர்ந்து பலமுறை பதிலளிப்பார்கள். உடனே பதில் சொல்லாவிட்டாலும் சற்று தாமதமாக உணர்ந்து பதிலளிப்பார்கள். திடீரென்று ஒரு குடும்ப சந்திப்பு, நண்பர்களின் சந்திப்பு க்கு ஏற்பாடு செய்து அழையுங்கள். நீங்களும், மற்றவர்களும் மகிழ்ச்சி அடைவீர்கள். ஒரு நாள் உங்கள் காரை வெளியே எடுக்காதீர்கள். அதற்கு பதிலாக ஒரு பொது போக்குவரத்தில் சென்று பார்க்கவும். அதை அனுபவிக்கவும். நிதானமாக சுற்றுலா செல்ல நேரம் ஏற்படுத்திக் கொள்ளவும். பயணம் உங்கள் வாழ்க்கையை சுவாரஸ்யமாக்கும்.

மற்றவர்கள் என்ன சொல்வார்களோ, எதிர்மறை பாதிப்பு இருக்குமோ என்று பொதுவாக எல்லோரும் ஒரு மாறா மனநிலையில் மாட்டிக் கொள்கின்றனர். ஒருமுறை நீங்கள் மாற்றி விட்டால், மக்கள் அதற்குப் பழகி அந்தப் புதிய மனநிலை சாதாரணமாகி விடும். ஒரே மாதிரியான சலிப்பளிக்கும் வழியை நிறுத்துங்கள். சாதாரண மனநிலையிலிருந்து வெளிவந்து வாழ்க்கையை அனுபவியுங்கள்.

நாமே ஒன்றை உருவாக்கிக் கொள்வதற்குப் பதிலாக ஏன் மற்றவரகளைப் பின்பற்றுகிறோம்?

இது எதனால் இருக்குமென்றால்....

1. நாம் சோம்பேறிகள்.
2. பெரும்பான்மையான மக்களுடன் இசைந்து போவதே பாதுகாப்பானது எனக் கொள்கிறோம். பெரும்பான்மை மக்கள் எடுக்கும் முடிவு எப்போதும் புத்திசாலித்தனமான முடிவாகத்தான் இருக்கும் என்று நம்புகிறோம்.
3. பழி மற்றும் பொறுப்பை பயப்படுகிறோம்.
4. கருத்துகளுக்கு உள்ளாவோமே என்று பயப்படுகிறோம்.
5. வலுவான பாதுகாப்பு காரணிகள் வேண்டும் நமக்கு.
6. அதிக சிரமமில்லாமல் சுலபமாக விஷயங்களைப் பெற விரும்புகிறோம்.

இந்த உதாரணத்தைப் பாருங்கள்:

நண்பர்கள் வாட்சப் குழுவில் ஒரு புதிர் போடப் பட்டிருந்தது. எல்லா நண்பர்களும் அதற்குத் தீர்வு காண முயன்றனர். நானும் சிறிது நேரம் முயற்சித்தேன். எனக்கு வேறு வேலையும் இருந்தது. கணித அறிவு அதிகம் இல்லாத நெருங்கிய நண்பர் ஒருவர் பல பதில்களை பதிவிட்டிருந்தார். அவரது பதில்கள் அனைத்தும் ஃபார்வேர்டு செய்யப்பட்ட செய்திகளாக இருப்பதைக் கண்டேன். இந்த நபர் இந்தப் புதிரை பல வாட்சப் க்ரூப்புகளுக்கு அனுப்பி அவற்றில் வரும் பல்வேறு பதில்களை நம்பிக்கையுடன் இந்த க்ரூப்பில் பதிவிடுகிறார் என்பது புரிந்தது. நான் கண்டுபிடித்து அவரைக் கிண்டல் செய்தேன்.

நானும் பதிலைக் கண்டுபிடிக்க புதிரை ஐந்து குழுக்களுக்கு அனுப்பி இருந்தேன். யாராவது தன்னம்பிக்கையோடு பதிலளித்து இருந்தால் அதை சரிபார்த்துவிட்டு இந்த க்ரூப்பில் போடலாம் என்று இருந்தேன். இந்த க்ரூப்பின் நெருங்கிய நண்பர்கள் பாராட்டுவார்கள் என்ற எண்ணத்தில் இருந்தேன். மற்ற குழுக்களில் பல பதில்கள் இருந்தன. நான் இன்னும் நம்பிக்கையான, பெரும்பாலானோர் சொன்ன பதிலைத் தேடிக் கொண்டிருந்தேன். இதற்கிடையில் மற்ற குழுக்களில் பல பேர் அவர்கள் பதிவிட்ட பதில் சரிதானா என்று என்னிடம் கேட்டார்கள். சரியான பதிலையும் கேட்டபடி இருந்தார்கள். நான் புதிரை உருவாக்கினேன் என்று அவர்கள் நினைத்து அதற்கான உண்மையான பதிலைக் கேட்கிறார்கள்.

அ.தி.ராஜ்குமார்

இதற்கிடையில் இந்தப் புதிர் முதலில் இடப்பட்ட எங்கள் முக்கிய நண்பர்கள் குழுவிலும் பல பதில்கள் வந்திருந்தன. அதில் ஒன்று நம்பிக்கையுடன் போடப் பட்டிருந்தது. பலரும் அதுவே சரியான பதில் ஒப்புக் கொண்டனர். எனவே ஒவ்வொருவரும் அதுவே சரியான பதில் என்று நினைத்தனர். பிறகு புதிரை உருவாக்கிய நண்பரிடம் இது சரியா என்று கேட்டோம். அவர் சிறிது நேரம் அமைதியாக இருந்தார். தானும் அந்தப் புதிரை பல குழுக்களுக்கு அனுப்பியதாக கிண்டலாக்க் கூறினார். எந்த பதிலும் பெரும்பான்மை அடையவில்லை, அதனால் பெரும்பான்மையைக் கண்டறிய நாங்கள் தொடர்ந்து அனுப்ப வேண்டும். நாங்கள் அதிர்ச்சி அடைந்தோம் ஆனால் நிறைய சிரித்தோம். நாங்கள் ஒரு பெரும்பான்மை பதிலைப் பெற்றோம் ஆனால் அதுவும் தவறு என்று அறிந்தோம். பாராட்டு தேடுவதில் நிறைய நேரம் வீணடிக்கப் படுகிறது. நானே சொந்தமாக முயன்று அதற்கு பதில் கிடைக்கவில்லை என்றால் இவ்வளவு நேரம் இதில் வீணடித்திருக்க மாட்டேன். என் அடையாளமும் காப்பாற்றப் பட்டிருக்கும்.

இதிலிருந்து நம் வாழ்க்கையின் பெரும்பகுதி ஃபார்வேர்டுகளையும் பிறர் சொல்வதையும் அடிப்படையாக்க் கொண்டது என்பதை கற்றுக்கொள்கிறோம். எவரும் சுயமாக யதார்த்தத்தைக் கண்டறிய முயல்வதில்லை. நாம் அனைவரும் பெரும்பாலும் மற்றவர்கள் சொல்வதையும், செய்வதையும் நம்பி வாழ்கிறோம். தவறான சிந்தனையாக இருந்தாலும் அதனுடைய பெரும்பான்மைத் தன்மை காரணமாக நாம் அதைப் பின்பற்றுகிறோம். மற்றவர்கள் வாழ்வதையும் மற்றவர்கள் சொல்வதையும் வைத்து அது தவறாக இருந்தாலும் அதைப் பின்பற்றுகிறோம். பெரும்பாலானோர் சரியாக நினைத்தால் நாம் அதிர்ஷ்டசாலிகள். பெரும்பாலானோர் தவறாக இருக்கும் போதும் நாம் அவர்களைப் பின்பற்றுகிறோம். உலகின் பெரும்பாலான நாடுகளின் அரசியலமைப்பு இதைத்தான் பின்பற்றுகிறது. தவறான எண்ணங்கள் தவறான செயல்கள் கொண்டவர்கள் பெரும்பான்மையாக மாறினால் தவறு சரியானதாக மாறி ஆட்சி செய்யத் தொடங்கி மக்களின் வாழ்க்கையையும் தவறாக ஆக்குகிறது.

மற்றவரைச் சாராமல் நான் எப்படி நானாகவே வலிமையடைவது?

நமக்குத் தேவைகள் இருப்பதாலும், பரஸ்பரம் பலனடைவதாலும் நாம் உறவுகள் ஏற்படுத்திக் கொண்டு மற்றவருடன் நெருக்கமாக இருக்கிறோம். இது மனிதர்களின் இயல்பு. நாம் எதிர்பார்ப்புகளை வைத்திருப்பதும், மற்றவர்களைச் சார்ந்து இருப்பதும் யாருடைய தவறும் அல்ல. இந்தக் காரணங்களால் மக்கள் நெருங்கி வருகிறார்கள்:

1. ஒருவருடைய குணம்.
2. உடல் தோற்றம்.
3. உதவும் தன்மை
4. பணத்தால் அல்லது உணர்வுகளால் நன்மை
5. நீங்கள் ஒருவரை விரும்புதல்
6. ஒருவரது தேவைகளை நீங்கள் பூர்த்தி செய்ய முடியும்.
7. நீங்களும் அவரைப் போலவே ஒழுக்கமானவர்
8. நீங்கள் அவருடைய பல குணங்களுடன் பொருந்துகிறீர்கள்
9. ஏதோ உதவி செய்கிறீர்கள் அல்லது தேவை சார்ந்து
10. இருக்கும் சூழ்நிலையில் நெருங்கிய நட்பு கொள்ள நீங்களே சரியானவர்.

இந்த பரஸ்பர சார்பு நிலை அல்லது நம்புதல் இயல்பாகவே நிகழ்கிறது. நாம் ஒருவருக்கொருவர் எதிர்பார்ப்புகளை ஏற்படுத்திக் கொள்கிறோம். நீங்கள் வைத்திருந்து எதிர்பார்ப்புகள் நிறைவேறினால் நன்றாக இருக்கும். ஆனால் அது நிறைவேறவில்லை என்றால் அதை நீங்கள் ஏற்றுக் கொள்ள வேண்டும். இதை உணர்ந்தால் எதையும் ஏற்றுக் கொள்ளத் தொடங்குவீர்கள்.

இந்த எதிர்பார்ப்புகளில் ஏதேனும் உங்களுக்கு குறை ஏற்பட்டால் அந்த நண்பருடனான நட்பு குறையத் தொடங்கும். அது இன்னும் குறையும் போது அந்த நண்பர் அவருடைய தேவைக்கேற்ற ஒரு நட்பைத் தேடலாம். இது காதலர்கள், தம்பதிகள் என எல்லா உறவுகளுக்கும் பொருந்தும். அனைத்தும் தேவை அடிப்படையிலானது என்பதையும் உறவைப் பேணுவதற்கு பரஸ்பரத் தேவை இருக்க வேண்டும் என்பதையும் உணருங்கள்.

நீங்கள் அவர்களின் தேவைகளை பூர்த்தி செய்யும் வரை உறவில் இருக்க முடியும். அவர்களும் பரஸ்பரம் உங்களது தேவைகளை பூர்த்தி செய்வார்கள். அப்படி இல்லாவிட்டாலும் நீங்கள் அவரை அனுதாபத்துடன் ஏற்றுக் கொள்ள முடிய வேண்டும். இந்த எண்ணம் உங்களுக்கு இருந்தால் உங்கள் வாழ்க்கை அற்புதமாக அமையும்.

வேலை செய்யும் போது கவனம் சிதறுவதை எப்படி தவிர்ப்பது?

வெளியிலிருந்து வரும் மற்ற அனைத்து கவனச் சிதறல்களையும் நீக்கி விட்டேன். ஆனால் எனது சொந்த எண்ணங்களால் பல மணி நேரங்களுக்கு கவனச்சிதறல் அடைகிறேன்.

ஏதோ ஒரு எண்ணத்தால் நிரம்புவது மனதின் இயல்பு. மற்ற கவனம் திருப்பும் விஷயங்களை அகற்றி விட்டாலும், உங்கள் மனது மற்ற கவனம் திருப்பும் விஷயங்களை எண்ணி கவலை கொள்வதால் அவை திரும்ப நினைவுகளாக வந்து கவனத்தை திருப்புகின்றன.

நீங்கள் ஏற்கனவே உள்ள கவனச் சிதறல்களால் திசைதிருப்பப் படும் போது உங்களால் அவற்றில் கவனம் செலுத்த முடிந்தது. கவனச்சிதறல் இல்லாதபோது மனத்தில் ஏதோ ஒன்று நிரம்பிக் கொள்ளும். இதனாலேயே உங்களது சொந்த எண்ணங்கள் வருகின்றன. மனது எப்போதும் எண்ணங்களால் நிரம்பித்தான் இருக்கிறது. கவனச்சிதறல் சார்ந்த எண்ணங்கள் போகும் போது இயல்பாகவே மற்ற எண்ணங்களால் நிரப்பப் படுகிறது.

நீங்கள் எண்ணங்களைத் தவிர்க்க முடியாது. அது வேலை சார்ந்து குவிக்கப்பட்ட எண்ணங்களால் நிரம்ப வேண்டும். சுவாரஸ்யமான, பயனுள்ள, ஆர்வமுள்ள சில வேலைகளைத் தேர்ந்தெடுத்து அவற்றில் கவனம் செலுத்தலாம். தேவையற்ற எதிர்மறை எண்ணங்கள் வரத்தான் வரும். "தேவையற்ற எண்ணங்களை வெறுமையாக்கும்" உத்தியைப் பயன்படுத்தி, அந்த எண்ணங்களை வெறுமையாக்க முடியும். தொடர்ந்து அவை வரும் போதெல்லாம் இந்த உத்தியைப் பயன்படுத்தி வெறுமையாக்கும் போது அவை முற்றிலுமாக மறைந்து விடும் ஒரு கால கட்டத்திற்கு வழிவகுக்கும்.

தியானம் இந்த நுட்பத்தை கற்க உதவுகிறது. தியானப் பயிற்சி என்பது ஒரு மந்திரத்தில் கவனம் செலுத்தி தேவையற்ற எண்ணங்களிலிருந்து விடுபடுவது ஆகும். தொடர்ந்த தியானப் பயிற்சி இதை சுலபமாக அடைய உதவுகிறது.

ஒரு குறுஞ்செய்தியை அனுப்பிவிட்டு அந்த சாட் வின்டோவை மீண்டும் மீண்டும் பார்ப்பதை எவ்வாறு நிறுத்துவது?

சில விஷயங்களை நாம் மீண்டும், மீண்டும் மீண்டும் சரிபார்க்கிறோம். மனம் மற்ற விஷயங்களில் இருக்கும் போது நீங்கள் ஏதாவது செய்ய முற்படும் போது இந்த மாதிரி பதட்டம் ஏற்படுகிறது. ஒரு செய்தியை அனுப்பும் போது கவனமாக இருங்கள். கவனமாக நினைவோடு அனுப்புங்கள். இது தவறுகளைத் தவிர்க்க உதவும்.

அதிகமாகச் சிந்திப்பதற்கான ஒரு காரணம் அந்த செய்தி பதிலளிக்கப் படுமா அல்லது புறக்கணிக்கப் படுமா என்பதைத் தெரிந்து கொள்ளும் ஆவல். மற்றொரு காரணம் பதில் நேர்மறையாக இருக்குமா எதிர்மறையாக இருக்குமா என்ற கவலை. மேலும் இதனால் உறவு முறிந்து போகுமோ என்ற பயம். இவை அவர்கள் பதிலளிக்கும் வரை உங்களை பதட்டம் கொள்ளச் செய்கிறது. யதார்த்தம் என்னவென்றால் நேர்மறையோ எதிர்மறையோ பதில் எதுவாக இருந்தாலும் சிறிது நேரத்தில் அதை ஏற்றுக் கொள்கிறோம்.

அரட்டை அடிப்பது அவசியம் என்றால் அதைச் செய்யுங்கள். இல்லாவிட்டால், நீங்கள் எப்போதும் பேச வேண்டும் என்ற அவசியம் இல்லை. அந்த நேரத்தை பயனுள்ள முறையில் செலவிடுங்கள். உறவுகளை, ஒரு குழுமத்தை பராமரிக்கத் தேவையான அளவு தொடர்பில் இருந்தால் போதும். ஒரு செய்தியை அனுப்பிய பிறகு உங்களுக்கு மீண்டும் நேரம் கிடைக்கும் போது பதில் வந்திருக்கிறதா என்று பார்த்தால் போதும். அவசரமாக இருந்தால் மட்டும் பார்க்கவும். இது பதட்டத்தை தவிர்க்கும்.

நிறைய நேரம் கழித்து பதிலைப்பார்த்தீர்களாலானால், பலரிடமிருந்து பல செய்திகள் வந்திருக்கும். உங்கள் செய்தியும் அதற்கான எதிர்வினையும் அதற்குள் மறந்து போயிருக்கும். மறந்து போவதால் வரும் ஒரு நன்மை இது. எந்த ஒரு தற்கால பிரச்சினையும் சிறிது நேரமே. அதைவிட பெரிய பிரச்சினை வரும் போது உங்களது தற்போதைய பிரச்சினை மறந்திருக்கும். யாரும் உங்களைப் பற்றியோ உங்கள் பதில்களைப் பற்றியோ எப்போதும் சிந்திக்கப் போவதில்லை. எல்லாம் தற்காலிகமானதே.

இந்த உணர்தலின் மூலம், மனநிலையின் மூலம் நீங்கள் பிரச்சினையை எளிதாகத் தாண்டி வரலாம்.

நான் தொடர்ந்து என் ஃபோனை செக் செய்து கொண்டே இருப்பதை எப்படி நிறுத்துவது?

எல்லாமே ஃபோனில் இருப்பதால் மக்கள் ஃபோனையே பார்க்க வேண்டிய நிலைக்குத் தள்ளப் பட்டுள்ளனர். ஆனால் அது நம் மனதுக்கும், உடல்நலத்திற்கும் நல்லதல்ல. முதலில் அது ஏன் நல்லதல்ல என்று நீங்கள் புரிந்து கொள்ள வேண்டும்.

1. தொடர்ந்து அதைப் பார்ப்பது கண்களுக்கு நல்லதல்ல.
2. மொபைல் ஃபோன் நம்மை அசையாமல் ஒரு இடத்தில் இருக்கச் செய்கிறது. இது நம் உடல் ஆரோக்யத்திற்கு நல்லதல்ல.
3. அதில் வரும் விஷயங்கள் கவனத்தை சிதறடிக்கும். மேலும் சில நேரம் அது உண்மையாக்க் கூட இருக்காது. எது சரி எது தவறு என்று வீணாகக் குழம்புவீர்கள்.
4. மக்களைக் கவரவும், திசைதிருப்பவும் நிறைய கொச்சையான விஷயங்கள் வெளியிடப் படுகின்றன.
5. இது உங்களுக்குள் கவலையையும் எதிர்பார்ப்புகளையும் உருவாக்குகிறது. நீங்கள் குழுக்களிலோ, தனிப்பட்ட முறையிலோ செய்திகளை அனுப்பும் போது அதற்கு பதிலளிக்கப் படுமா எதிர்மறையாக பதில் வருமா என்று பல கவலைகளையும், எதிர்பார்ப்புகளையும் உருவாக்குகிறது.
6. நீங்கள் தேவையில்லாமல் நேரத்தை செலவழிக்க கட்டாயப் படுத்தப் படுகிறீர்கள். தேவையற்ற செய்திகளுக்கு பதிலளிப்பதன் மூலமோ, எதிர்வினையாற்றுவதன் மூலமோ நிறைய பொன்னான நேரத்தை வீணடிக்கிறீர்கள்.
7. செய்திகள் மூலமே உறவுகள் வளர்க்கப் படுவதால் உங்கள் உணர்ச்சிகள் சோதனைக்கு உள்ளாகிறது. இது உண்மையான உறவுகளுக்கு சரியான முறை அல்ல.
8. நீங்கள் தேவையற்ற கவர்ச்சியான வீடியோக்களை பார்க்கத் தள்ளப் படுகிறீர்கள். அவை உங்களைத் தேவையற்ற விஷயங்களுடன் இணைக்கிறது.
9. மனச்சோர்வு உண்டாக்குவதால் உண்மையில் நீங்கள் உறவுகளிடமிருந்து இணைப்பை இழக்கிறீர்கள்.
10. தேவையில்லாமல் மக்களை சந்தேகப்படத் தொடங்குகிறீர்கள்.
11. நீங்கள் சோம்பேறியாகி நிறைய எடை கூடும் வாய்ப்பாகிறது. உங்கள் உடல்நலம் பாதிக்கப் படும்.
12. அதிகமாகப் பயன்படுத்துவதால் மனச் சோர்வுக்கு வழிவகுக்கிறது.

உலகம் டிஜிட்டலாக இணைக்கப்பட்டுள்ளதால் ஃபோன் அவசியமான ஒன்று. அதைப் பயன்படுத்துவதை நாம் தவிர்க்க முடியாது. அதனால் எப்படி அதை அளவோடு உபயோகித்து வாழ்க்கையை அழகாக சமநிலைப் படுத்துவது?

1. அட்டவணை எழுதி உங்கள் நாளைத் திட்டமிடுங்கள்.
2. விளையாட்டு, தோட்டக்கலை, இசையைக் கேட்பது, ஓடுவது, நடைப்பயிற்சி, குழந்தைகளுடன் நேரம், இணையுடன் நேரம், பெற்றோர் மற்றும் உறவினர்களுடன் நேரம், கோவில்களுக்குச் செல்வது மற்றும் தொலைபேசியுடனான நேரம் ஆகியவற்றை உள்ளடக்கியதாக உங்கள் திட்டம் இருக்க வேண்டும். உங்களுக்குப் பொருந்தக் கூடிய, சௌகர்யமாக உள்ளதை நீங்கள் தேர்வு செய்து கொள்ளலாம். ஆனால் மேலே குறிப்பிட்டவிற்றில் 90% அதில் அடங்கும்படி பார்த்துக் கொள்ளுங்கள்.
3. பதில் அனுப்ப வேண்டிய செய்தியோ, அழைப்பை ஏற்க வேண்டிய அவசியமோ இருந்தால் தொலைபேசியைப் பயன்படுத்தவும். உதாரணமாக உங்கள் வேலையைச் செய்யத் தேவையான முக்கிய கடிதங்கள் அல்லது செய்திகள் அனுப்புவது போன்ற உபயோகங்கள்.
4. இல்லையெனில், நண்பர்களுடன் அரட்டை அடிப்பதற்கு, பேசுவதற்கு ஓரிரு மணி நேரங்களை வைத்துக் கொள்ளவும். இந்த நேரத்தில் நீங்கள் சில வேடிக்கை, கிசுகிசு விஷயங்களில் கூட ஈடுபடலாம்.
5. மீதமுள்ள நேரங்களில் மொபைலை அமைதியாக உங்களிடமிருந்து விலக்கி வைக்கவும்.
6. நீங்கள் இதைச் செய்தால் ஒரு புதிய அமைப்பு உருவாகி நீங்கள் அதற்குப் பழகி விடுவீர்கள். உண்மையில் புதிய அமைப்பில் நீங்கள் வசதியாக உணரத் தொடங்குவீர்கள்.
7. இது முழு கவனத்துடன் ஈடுபடுவது பற்றியது. தொலைபேசியிலேயே உழல்வதற்கு பதிலாக தேவையான, ஆரோக்கியமான செயல்களில் ஈடுபடுகிறீர்கள்.

நான் எப்போது படித்தாலும், 20 நிமிடங்களில் கவனத்தை இழந்து யூட்யூபை பார்க்க ஆரம்பிக்கிறேன். இதை நான் எப்படி தவிர்க்க முடியும்?

இது முழுவதும் மனம் பற்றியது. சில நாட்களுக்கு யூட்யூபை திறக்கக் கூடாது என்று மனதை கட்டுப்பாடாக வைத்து பழக்கப் படுத்தினால் (குறிப்பாக ஆன்லைன் வகுப்பு நடக்கும் போது) நீங்கள் அதற்குப் பழகிவிடுவீர்கள்.

பார்க்கப்படும் எண்ணிக்கையை வைத்து யூட்யூப் வீடியோக்கள் வணிகமயமாக்கப் படுவதால் பலர் அவர்களது வியாபாரத்திற்காக அதை பரபரப்பானதாக மாற்ற முயல்கின்றனர். வித்தியாசமான, பரபரப்பான மசாலா விஷயங்களை வைத்து பார்வையாளர்களைப் பார்க்கத் தூண்டுகிறார்கள். உபயோகமுள்ள விஷயங்கள், தேவையற்ற விஷயங்கள் இரண்டும் உள்ளன. எதைப் பார்க்க வேண்டும் எதைப் பார்க்கக் கூடாது என்ற கட்டுப்பாடு நம் கையில்தான்.

யூட்யூப் வீடியோக்கள் கவனத்தை சிதறடிப்பவை. நாம் நினைப்பது போல எப்போதும் பயனுள்ளவையாக இருப்பதில்லை. அவை தகவல் தரக் கூடியவை ஆனால் பல நேரங்களில் கவனத்தை சிதறடிப்பவை. அவற்றைக் காண ஒரு குறிப்பிட்ட நேரத்தை ஒதுக்கவும். படிப்பு சம்பந்தமானவை நீங்கள் முழுவதும் கவனம் செலுத்திப் பார்க்காவிட்டால் சுவாரஸ்யமாக இருக்காது. உங்களை ஈர்க்கும்படி பரபரப்பான மசாலா விஷயங்கள் அவர்களிடம் இருக்காது. ஆனால் கவனம் செலுத்துவதும், நல்ல மதிப்பெண்கள் எடுப்பதும் உங்கள் எதிர்காலத்திற்கு அடிப்படை. யூட்யூப் வீடியோக்கள் உங்களுக்கு நல்ல எதிர்காலத்தைத் தர முடியாது.

சமூக ஊடங்கள் கிட்டதட்ட அனைவராலும் பார்க்கப் படுகின்றன. அதைப் பார்க்கவில்லை என்ற குற்ற உணர்வு உங்களுக்கு இருக்க வேண்டியதில்லை. சில குறிப்பிட்ட நேரத்தை அதற்காக ஒதுக்கிக் கொள்ளவும். ஆன்லைன் வகுப்புகளின் போது பாரப்பதைத் தவிர்க்க இது உங்களை சமாதானம் செய்யும். ஆன்லைன் வகுப்புகளின் போது கண்டிப்பாக பார்க்க வேண்டாம். வலுக்கட்டாயமாக இதை பழக்கிக் கொண்டால் உங்கள் மனம் அதற்குப் பழகிவிடும்.

கவனம் செலுத்தவும், கவனச் சிதறல்களிலிருந்து விடுபடவும் தியானப் பயிற்சி செய்யுங்கள். இவற்றை எல்லாம் உணர்ந்தால் ஆன்லைன் வகுப்புகளின் போது தேவையற்ற விஷயங்களைப் பார்ப்பதை கண்டிப்பாகத் தவிர்ப்பது உங்களுக்கு சுலபமாக இருக்கும். நீங்கள் உணர்ந்து செய்யும் எதுவும் செயல்படுத்த எளிதாக இருக்கும்.

நான் சமூக ஊடகங்களில் எதையாவது பதிவிட்ட பிறகு அதிஉற்சாகமாகவோ பதட்டமாகவோ இருப்பதை எப்படி நிறுத்துவது? இந்த மெய்நிகர் கனவு உலகத்திலிருந்து நான் எவ்வாறு என்னைத் துண்டித்துக் கொள்வது?

சமூக ஊடகங்களுக்கு அடிமையாவதற்கும், கவலைகளுக்கும் முக்கிய காரணம் எதிர்பார்ப்புகளும், எதிர்வினைகளுமே. எடுத்துக் காட்டாக, இன்ஸ்டாக்ராம், ஃபேஸ்புக், வாட்சப், ட்விட்டர் போன்ற சமூக ஊடகங்கள், நீங்கள் ஃபோட்டோ அல்லது பதிவு போட்டபின் லைக்ஸ், அழகான கமண்ட்ஸ் மூலம் உங்களை உற்சாகப் படுத்துகிறது. இது முதலில் சிலகாலம் நேர்மறையாக நடக்கிறது. உங்களைப் பற்றிய ஒரு பிம்பம் ஒன்று சமூக ஊடகத்தில் உருவாகிறது. வழக்கமாக உங்கள் நெருங்கிய நண்பர்கள் உங்கள் பதிவுகளைப் பாராட்டுவார்கள். ஒரு நாள் உங்கள் பதிவுக்கு உங்கள் நெருங்கிய நண்பர் பதிலளிக்கவில்லை. திடீரென்று அவருக்கு அது பிடிக்கவில்லையோ என்று நீங்கள் நினைக்கத் தொடங்குவீர்கள். அவர் உங்கள் பதிவுக்கு முக்கியத்துவம் கொடுக்கவில்லை என்றும், உங்களை மறந்து விட்டார் என்றும் நீங்கள் நினைக்கலாம். இந்தக் கவலை சார்ந்த எண்ணங்கள் உங்கள் மனதில் ஓடுகின்றன. வேறு ஒரு காரணம் இருக்கலாம். மற்றொரு முக்கியமான வேலையால் இது ஏற்பட்டிருந்தாலும் அவர் பதிலளிக்கும் வரை நீங்கள் சங்கடமாகவும் பதட்டமாகவும் இருப்பீர்கள்.

மற்றொரு உதாரணம் - 99 முறை நீங்கள் நேர்மறையான கருத்துக்களை பெற்றிருக்கலாம். ஆனால் ஒரு முறை எதிர்மறையான கருத்து வருகிறது. நீங்கள் அந்த 99 நேர்மறையான கருத்துக்களை நினைக்காமல், இந்த ஒரு எதிர்மறையான கருத்தையே பற்றி நினைப்பீர்கள். அந்த 99 நேர்மறைக் கருத்துகளும் ஒன்றுமில்லாமல் ஆகிவிடுகிறது இப்போது.

மற்றொரு அனுபவம் என்னவென்றால் உங்களைப் பிடித்தவர்கள் அனைவரும் விருப்பம் தெரிவித்தார்களா, உங்களைப் படிக்காதவர்கள் ஏதேனும் எதிர்மறையாக கருத்தைப் போட்டிருக்கிறார்களா என்னும் பயமும் கவலையும் ஆகும். அவர்கள் தங்கள் கருத்துக்களை இடும் வரையில் நீங்கள் கவலைப் படுவீர்கள். உங்கள் மகிழ்ச்சி மற்றவர்களின் பதில்களைப் பொறுத்து அமைந்து விடுகிறது. வேறு ஒருவருடைய பதிவு உங்கள் பதிவை விட அதிகமாக விருப்பங்களைப் (லைக்குகள்) பெறும் போது உங்களுக்குப் பொறாமை உண்டாக்குகிறது. இந்த பதட்டம், பயம் மற்றும் எதிர்பார்ப்புகளில் நீங்கள் செலவிடும் நேரம் வேறு எதையும் பற்றி நீங்கள் சிந்திக்க முடியாமல் செய்து விடுகிறது.

இன்னுமொரு முக்கிய எதிர்மறை விஷயம் என்னவென்றால் சமூக ஊடகங்களில் கிடைக்கும் இணைப்புகளால் பலருடன் தொடர்ந்து நட்பு பாராட்ட நேரமில்லாமல் போய்விடுகிறது. நேரில் நட்புகளைத் தொடர

விடாமல் சோம்பேறியாக்கி விடுகிறது. உடற்பயிற்சி இல்லாமல் உங்கள் உடம்பு செயலற்றுப் போகிறது. உடலளவில் பாதிப்பு ஏற்படும் போது உங்கள் மனதும் பாதிக்கப்பட வாய்ப்பு அதிகமாகிறது.

இந்த விளைவுகள் அனைத்தையும் மனதில் கொண்டு ஆய்வு செய்து மொபைல் ஃபோன் மற்றும் சமூக ஊடகங்களைப் பயன்படுத்துவதால் ஏற்படும் தீமைகளை ஆழமாக உணர வேண்டும். உணர்ந்து விட்டீர்களானால் இதிலான அடிமைத் தனத்திலிருந்து எளிதாக வெளியே வரலாம்.

அடிமைத் தனத்தைக் குறைக்க நீங்கள் பயன்படுத்தக் கூடிய சில தீர்வுகள் இதோ:

- சமூக ஊடகங்களில் பதிவிட, பதிலளிக்க காலையில் ஓரிரு மணி நேரம், தேவைப்பட்டால் மாலையிலும் ஓரிரு மணி நேரம் நிர்ணயித்து ஒதுக்கிக் கொள்ளவும்.
- உங்கள் நெருங்கிய நண்பர்களுக்கும், உறவினர்களுக்கும் நீங்கள் குறிப்பிட்ட நேரம் மட்டுமே சமூக ஊடகத்தில் இருப்பீர்கள் என்று செய்தி அனுப்பவும். மற்ற நேரங்களில் ஏதேனும் அவசரம் என்றால் அவர்கள் உங்களை நேரடியாக அழைக்கலாம் என்பதை அவர்களுக்குத் தெரியப் படுத்துங்கள். நீங்கள் அந்த நேரத்தை சரியாக முறையாக கடைப்பிடிக்கும்படி பார்த்துக் கொள்ளுங்கள். கொஞ்ச நாட்களுக்குப் பிறகு இது ஒழுங்காகவும் ஒரு அமைப்பாகவும் மாறிவிடும்.
- கட்டுப்பாடாக மொபைல் ஃபோனை சில மணி நேரங்களுக்கு உங்களிடமிருந்து விலக்கி வைக்கவும். அவசரத் தேவைக்கு மற்றவர்களிடம் லேண்ட்லைன் நம்பரைக் கொடுக்கலாம்.
- புத்தகங்கள் பத்திரிகைகளை வாசிக்கத் தொடங்குங்கள். இது உங்கள் கவனச்செறிவை மேம்படுத்தி சுலபமாக உங்களைத் தூக்கத்திற்கும் அழைத்துச் செல்லும். புத்துணர்ச்சி பெற நல்ல இசையைக் கேளுங்கள். தோட்டத்தில் சிறிது நேரம் செலவிடுங்கள். நண்பர்கள் உறவினர்களை நேரில் சந்திக்க திட்டமிட்டு சந்தியுங்கள்.
- நேர மேலாண்மை திட்டத்தைக் கொண்டு வந்து ஒவ்வொரு நாளும் ஒரு விளையாட்டை கட்டாயம் விளையாடுங்கள்.
- உங்கள் குடும்பத்துடன், குழந்தைகளுடன் தரமான நேரத்தை ஒதுக்கி செலவிடுங்கள். சிறிது நாட்களுக்குப் பிறகு இந்த மொபைல் ஃபோன் பயன்படுத்துவது, சமூக ஊடகத்தில் ஊடாடுவது அந்த குறிப்பிட்ட நேரத்துக்குள் கட்டுப்பாட்டில் வந்துவிடும். அது உங்கள் அமைப்பின் ஒரு பகுதியாகி மாறி, இந்த சிக்கலை சமாளிப்பதில் நீங்கள் வெற்றி பெறுவீர்கள்.

நான் ஏதாவது தெரிந்து கொள்ள விரும்பினால், உடனே தெரிந்து கொள்ள நினைக்கிறேன். பொறுமையின்றி மீண்டும் மீண்டும் அதை சரிபார்த்துக் கொள்கிறேன். இதற்கு என்ன செய்வது?

இது விஷயங்களைத் தக்கவைத்துக் கொள்ள வேண்டுமே என்ற கவலையாலும், ஏதாவது இழக்க நேரிடுமோ என்ற பயத்தாலும் வரும் பதட்டம் சம்பந்தமானது. உதாரணமாக நீங்கள் ஒருவருடன் நெருக்கமாக இருந்தால், சில சமயங்களில் அந்த நெருக்கம் பற்றிய சந்தேகம் எழுந்து, உடனே நீங்கள் அதே போல விரும்பப் படுகிறீர்களா என்று அந்த நபரிடம் உறுதி செய்து கொள்கிறீர்கள். அந்த நபர் பதிலளிக்கத் தாமதமானால் பொறுமை இழக்கிறீர்கள். அவரிடமிருந்து நேர்மறையான பதில் வரும் வரை அவரை எரிச்சலூட்டும்படி வலுக் கட்டாயமாக ஒரு நேர்மறை பதிலைப் பெற்றுக் கொள்கிறீர்கள். பதில் கிடைக்கும் வரை பதட்டமாகவும், சங்கடமாகவும் இருப்பீர்கள். ஒருவேளை அந்த நபர் மோசமான மனநிலையில் இருந்து பதில் எதிர்மறையாக வந்தால் நீங்கள் முழுவதும் தொலைந்து விட்டதாக உணர்வீர்கள். இது பாதுகாப்பின்மை, உடைமையாக்கிக் கொள்ளல் மற்றும் அகங்காரத்தால் நிகழ்கிறது.

வாழ்க்கையில் பிரச்சனைகளை எதிர்கொள்ளும் போது கூட சிலருக்கு இந்த இயல்பு தோன்றி அவர்கள் மகிழ்ச்சியைக் கெடுத்துவிடும். உதாரணமாக நீங்கள் ஒரு பிரச்சனையை சந்திக்கிறீர்கள் அல்லது உங்களை ஒருவர் விமர்சிக்கிறார் என்று வைத்துக் கொள்வோம். அதைத் தீர்க்கும் வரை நீங்கள் அதைப் பற்றியே சிந்திக்கிறீர்கள். நேர்மறையான விஷயங்கள் உங்களைச் சுற்றி நடந்தாலும் அவற்றை கண்டுகொள்ளாமலிருக்க நினைக்கிறீர்கள். மனதில் உழலும் இந்தப் பிரச்சனைக்குத் தீர்வு கண்ட பிறகுதான் மகிழ்ச்சியாக இருக்க முடியும் என்று நினைக்கிறீர்கள். அது தீரும் வரை தொடர்ந்து சரிபார்த்துக் கொள்கிறீர்கள். இதில் நீங்கள் நிறைய பொன்னான நேரத்தை இழக்கிறீர்கள்.

இதைத் தாண்டிவர, முடிவைச் சரிபார்த்துக் கொண்டே இருக்க வேண்டாம். உடனே தெரிந்துவிட்டால் பரவாயில்லை. இல்லையெனில், அதை மறந்துவிட்டு முக்கியமான விஷயங்களில் கவனம் செலுத்தத் தொடங்குங்கள். அதில் மூழ்கி விடுங்கள். இவ்வாறு கவனம் செலுத்துவதும், மற்றொன்றில் மூழ்குவதும் நீங்கள் தெரிந்து கொள்ள விரும்பிய விஷயத்தை மறக்க வைத்துவிடும்.

உங்களுக்கும் பிரச்சனைகள் இருக்கும் போதும், அவற்றை தீர்க்க முயற்சி செய்யுங்கள். நேரமாகும் பட்சத்தில் முயற்சிகளை இயந்திரத் தனமாக செய்து பலனை கடவுளிடம் விட்டு விடுங்கள். மகிழ்ச்சியான

சந்தர்ப்பம் வந்தால் அதில் கவனம் செலுத்தி அதை அனுபவியுங்கள். இருக்கும் பிரச்சனைகள் தீர்ந்தால்தான் மகிழ்ச்சியாக இருக்க முடியும் என்று நினைக்காதீர்கள். ஏற்கனவே உள்ள பிரச்சனை தொடர்பான எண்ணங்கள் வந்தால் அதை வளர்க்க வேண்டாம். அவற்றை கண்டுகொள்ளாமல் மனதை சுதந்திரமாக விடுங்கள். ஒரு நேரத்தில் அந்த எண்ணங்கள் உங்கள் மனதிலிருந்து மறைந்து விடும்.

எதுவுமே எனக்கு எளிதானது, என்னால் எதையும் செய்ய முடியும் என உணர்கிறேன். ஆனால் செய்வதைப் பற்றி எண்ணும் வரைதான் எளிதாக இருக்கிறது. நான் இந்த தவறான உணர்வைத் தொலைத்துவிட வேண்டும் என நினைக்கிறேன். நான் என்ன செய்ய வேண்டும்?

ஒரு இலக்கை சுலபமாக அடைவதால் ஊற்படும் உற்சாகத்தை நீங்கள் உங்கள் கற்பனையில் அனுபவிப்பதால், அதை செயல்படுத்தும் போது அதில் ஆர்வமும் ஈடுபாடும் குறைந்து போகிறது. செயல்படுத்தும் போது முதல் கட்டத்தைக் கூட தாண்டுவது கடினமாக இருக்கலாம். இது முடியாத காரியம் என உணரத் தொடங்குவீர்கள். இதை அடைய ஏன் இத்தனை கஷ்டங்களை அனுபவிக்க வேண்டும் என்று யோசிக்கத் தொடங்குவீர்கள். இது நடக்கப் போகிறது, நடக்கிறது என்று மிக அதிகமான கற்பனையும் காட்சிப் படுத்துதலும் இந்த மனநிலையில் கொண்டுவிடும்.

"100 நாட்களில் கோடீஸ்வரர் ஆவது எப்படி?" என்று காட்டும் புத்தகங்கள், பத்திரிகைகளை நிறைய பேர் பார்க்கிறார்கள். அவர்கள் இலகுவாக கோடீஸ்வரர்களாக மாறுவதைக் காட்சிப் படுத்துகிறார்கள். குறிப்பாக நிறைய அனுபவமில்லாத இளைஞர்கள் இதைப் பார்க்கிறார்கள். ஆனால் அவர்கள் அதைக் கண்டறியத் தொடங்கும் போது அதில் பல படிகள் உள்ளன. முதல் படியை கடக்கும் போதே நிறைய தடைகளை சந்தித்து சோர்வடைந்து விடுகிறார்கள். காட்சியில் பார்க்கும் போது இலக்கை அடையும் உற்சாகத்தை சுலபமாக அனுபவித்து மகிழ்ந்திருப்பதால், செயல்படுத்தும் போது அனுபவிக்கும் தடைகள் மேலும் முன்னேறிச் செல்வதை வேதனையாக்குகிறது.

நிறைய வணிக நிறுவனங்கள் தங்கள் விற்பனையை அதிகரிக்க இதைச் செய்கின்றன. மக்கள் உடனுக்குடன் முடிவுகளை எதிர்பார்ப்பதால் எதையுமே கவர்ச்சிகரமானதாக வைத்தால் மக்கள் அதில் ஈர்க்கப் படுகின்றனர். ஆனால் அதை அடைய நிறைய நேரம் எடுக்குமென்பதால் நடைமுறையில் அது சாத்தியமில்லை. சில சமயம் நிறைய நேரமானாலும் விரும்பிய முடிவுகள் கிடைக்காது.

எனவே இந்தச் சிக்கலை எவ்வாறு சமாளிப்பது?

1. சரியான முயற்சிக்குப் பின் எதையும் சாதிக்க முடியும் என்பதை உணர்ந்து கொள்ளுங்கள்.
2. எதையும் சாதிக்க பல படிகள் இருக்கும். ஒவ்வொரு படியிலும் கவனம் செலுத்தி அதைக் கடக்க வேண்டும்.
3. திட்டமிடல் முக்கியமானது. இலக்கின் வெவ்வேறு நிலைகளை எழுதி வைத்து, ஒவ்வொரு நிலையிலும் கவனம் செலுத்தத்

அ.தி.ராஜ்குமார்

தொடங்குங்கள். நிதானமாக நிலையாகச் செல்பவர் எப்போதும் பந்தயத்தில் வெற்றி பெறுவர்.

4. பொறுமை மிக முக்கியம். நீங்கள் இலக்கை அடைந்தவுடன், மேலே உயர்ந்த நிலைக்குச் செல்வது உங்களுக்கு எளிதாக இருக்கும். பணக்காரர்களுக்கு, மிகப் பணக்காரர்களாவது மிக எளிது. ஆனால் முதலில் பணக்காரர் ஆவது கடினமானது. அதற்கு பொறுமையும், திட்டமிடலும் தேவை.

5. மிக முக்கியமாக அதிக கற்பனையில் ஈடுபடாதீர்கள். அடைய வேண்டிய விஷயங்களைக் காட்சிப் படுத்தாதீர்கள். நேர்மறையான விளைவுக்கு 5 முதல் 10 நிமிடம் வரை காட்சிப் படுத்தலாம். அதில் அதிகமாக உழலக் கூடாது.

என்னை நானே மதிப்பிட்டுக் கொள்வதை எப்படி நிறுத்துவது? கடினமாக உழைத்திருந்தாலும் ஒரு மோசமான நாளை வைத்து, நீட் தேர்வுக்கான எனது முழு தயார்ப் படுத்துதலையும் மதிப்பிடுகிறேன்.

பலரும் ஒரு மோசமான நாளை எப்போதும் நினைத்து மன உளைச்சலுக்கு ஆளாகின்றனர். அந்த தினம் ஏற்படுத்திய விளைவுகள் பயம், பதட்டம் போன்றவற்றை அவர்களுள் உருவாக்கி மொத்தமாகத் தன்னம்பிக்கை இழக்கச் செய்கிறது. சிலசமயம் வேறுபட்ட சூழ்நிலைகள், ஒரு வேறு மாதிரியான திடீர் முன்னேற்றங்கள், வெவ்வேறு நிகழ்வுகள் அதை சிலகாலம் மறக்க வைக்கிறது. அவர்கள் மனம் இப்போது மற்ற வேலைகளால் ஆக்கிரமிக்கப்பட்டு இருப்பதால் அவர்கள் அதை மறந்து விடுகிறார்கள். ஆனால் மனம் சும்மா இருக்கும் போது அந்த குறிப்பிட்ட கெட்ட நாள் மனதில் வந்து ஒரு பயத்தை உருவாக்குகிறது.

நிஜம் என்னவெனில் இன்பமாக இருந்தாலும் சரி, துன்பமாக இருந்தாலும் சரி, பெரும்பாலான நிகழ்வுகள் தற்காலிகமானவையே. உங்களுக்கு சிரமம் அல்லது மகிழ்ச்சியைக் கொடுப்பவர்களும் தற்காலிகமானவர்களே. உங்களை வெறுக்கும் ஒருவர் எப்போதும் உங்களை வெறுப்பார் என எண்ணாதீர்கள். அதே போல உங்களை மகிழ்விக்கும் ஒருவர் எப்போதும் உங்களை மகிழ்வித்துக் கொண்டே இருக்க மாட்டார்.

மனம் ஒரு அழகான படைப்பு. அதைக் கட்டுப் படுத்தி, நிலைப் படுத்தினால் சோகமான நிகழ்வை அழகானதாகவும், அழகான நிகழ்வை மேலும் அழகாகவும் மாற்றும். மனம் எப்பொழுதும் நடுநிலையானதாக இருக்க வேண்டும் இதனால் ஒரு நேர்மறையான நிகழ்வின் போது அதிஉற்சாகம் அடையாமல் அமைதியாக இருக்க முடியும். இந்த மனநிலையை உருவாக்கிக் கொண்டால், எதிர்மறையான நிகழ்வுகளின் போதும் நீங்கள் அமைதியாக இருக்க முடியும்.

இவை எல்லாவற்றையும் உணருங்கள். ஒரு நாளில் நடக்கும் அனைத்து மோசமான சூழ்நிலைகளும் நிகழ்வுகளும் முற்றிலும் தற்காலிகமானவை என்று உணருங்கள். அந்த நாள் மீண்டும் நிகழும் என்று எப்போதும் நினைக்காதீர். அந்த எண்ணம் தோன்றினாலும் அதை வளர்க்காதீர்கள்.

ஏற்றுக் கொள்வது அமைதியான மனதைத் தரும். நமக்கு ஏன் இது நடக்கிறது என்று நாம் எண்ணுகிறோம். 100 நல்ல நாட்களைப் பற்றி நாம் ஒருபோதும் நினைப்பதில்லை. ஒரு கெட்ட நாளைப் பற்றியே

நினைப்போம். முடிந்தால் அதிலிருந்து கற்றுக் கொண்டு உங்களை மேம்படுத்திக் கொள்ளுங்கள். அடுத்த நாள் உங்களுக்கு அழகான நாளாக இருக்கும் என்று எண்ணுங்கள்.

இந்தப் பிரச்சனையை மட்டும் அல்ல. எந்தப் பிரச்சனையையும் தீர்க்கக் கூடிய இரண்டு விஷயங்களை நினைவில் கொள்ள வேண்டும். அவை:

1. இந்தத் தருணத்தில் முக்கியமான செயல்களில் கவனம் செலுத்துங்கள்.
2. தேவையற்ற எதிர்மறை எண்ணங்களில் இருந்து விடுபட கற்றுக் கொள்ளுங்கள்.

தியானம் இந்த நுட்பத்தை எளிதாக அடைய உதவுகிறது. தியானப் பயிற்சி என்பது ஒரு மந்திரத்தில் கவனம் செலுத்துவதும், தேவையற்ற எண்ணங்களில் இருந்து விடுபடுவதும் ஆகும். இந்தப் பயிற்சியை தொடர்ந்து செய்வது தேவையற்ற எண்ணங்களிலிருந்து விலகி எதிலும் எளிதாக கவனம் செலுத்த உதவுகிறது.

தேவையற்ற எண்ணங்களை வெறுமையாக்கும் உத்தி தேவையற்ற எதிர்மறை எண்ணங்களை நீக்கப் பயன்படும். அந்த எண்ணங்களை வளர்ப்பது போலவோ தீர்க்க வேண்டும் என்றோ தோன்றினால் அதைச் செய்ய வேண்டாம். இந்த எண்ணங்கள் உங்கள் மனதில் வரும் போதெல்லாம் அவற்றை வெறுமையாக்குங்கள். அவை வரும் போதெல்லாம் அவற்றைத் தொடர்ந்து வெறுமையாக்குவது அந்த எண்ணங்கள் முழுவதுமாக உங்கள் மனதிலிருந்து மறைந்துவிடும் கால கட்டத்திற்கு வழிவகுக்கும்.

நான் எல்லாவற்றையும் சந்தேகப்படுகிறேன். எதைப் பற்றியும் எனக்கு உறுதியாகத் தெரிவதில்லை. நான் எப்போதும் சரிபார்த்து, மீண்டும் மீண்டும் சரிபார்க்கிறேன். இது என்னை மனதளவில் பாதித்து சோர்வடையச் செய்கிறது. இதை நான் எப்படி சரிசெய்வது?

எதையாவது அல்லது யாரையாவது இழக்க நேரிடும் என்ற பயம், எதிர்மறையாக ஏதாவது நடக்கலாம் என்ற பயம், பாதுகாப்பின்மை உணர்வு ஆகியவை இந்த மனநிலைக்கு கொண்டு செல்கிறது. இதற்கு உதாரணம், வீட்டைப் பூட்டும் போது அது நன்றாகப் பூட்டியிருக்கிறதா என்று இழுத்துப் பார்க்கிறோம். திடீரென்று ஒரு எண்ணம் உங்கள் மனதில் தோன்றலாம். அதை இழுக்கும் போது திறந்திருக்குமோ என்று மீண்டும் சரிபார்த்து இழுத்து, மீண்டும் சரிபார்த்து அதை உறுதிப் படுத்திக் கொள்ளும் முயற்சியில் பைத்தியமாகிறீர்கள்.

இதை எப்படி சரிசெய்வது?

1. இந்த சரிபார்த்து மீண்டும் சரிபார்க்க முயலும் போது நீங்கள் அதை சரியாகச் செய்துவிட்டீர்கள் என்று ஒரு எண்ணம் வரும். அதை மறுபரிசீலனை செய்ய மற்றொரு எண்ணம் வரும். இரண்டாவது எண்ணம் வருமுன் என்ன மோசமாக நடந்துவிட முடியும் என்று யோசித்து அதை ஏற்றுக் கொள்ளுங்கள். சாதாரணமாக மோசமான விஷயங்களுக்கு பயந்து, அவை நடக்கும் போது சுலபமாக எடுத்துக்கொண்டு விடுவோம். அதே முறையில் இதைக் கையாளலாம். மோசமான பயத்தை எண்ணி முடித்ததும் மனம் தளர்ந்து கூலாக ஆகும். நாம் எதைச் செய்தாலும் நம்பிக்கை ஏற்படும்.
2. நீங்கள் எதைச் செய்தாலும் அதில் முழு கவனத்துடன் உணர்ந்து செய்ய வேண்டும். பலரும் ஒரு வேலையைச் செய்யும் போது வேறு எதையாவது யோசிப்பார்கள். அதில் நீங்கள் கவனம் செலுத்த வேண்டும். அந்த வேலையை மட்டும் உணர்ந்து தற்போதைய தருணத்தில் இருக்க வேண்டும். நீங்கள் இந்த மனநிலையை வளர்த்துக் கொண்டால் பாதுகாப்பற்ற, உறுதியற்ற எண்ணங்களை நீங்கள் எளிதாகக் மீண்டு வந்துவிடலாம். அந்த நேரத்தில் கவனம் செலுத்தும் திறனை அடைய தியானம் உதவுகிறது.

எனக்கு குறைந்த சுயமரியாதையும், தாழ்வு மனப்பான்மையும் உள்ளது. ஒரு சாதாரண நிராகரிப்பு என்னைப் பற்றி ஆழமாக சந்தேகிக்க வைக்கும். இதைக் கையாள ஏதேனும் வழி உள்ளதா?

எல்லா மனிதரும் சமம் என்பதை ஆழமாக நம்புங்கள். இது 200 சதவீதம் உண்மை. இந்த உலகத்தில் ஒவ்வொருக்கும் ஒரு பாத்திரமும் செய்ய வேண்டிய பொறுப்புகளும் கொடுக்கப் பட்டுள்ளன. ஒரு நாட்டின் பிரதமரும், மேடையில் இருக்கும் மனிதனும் எல்லாம் வல்ல இறைவனின் பார்வையில் ஒன்றே.

எல்லாம் வல்ல இறைவனை நம்பத் தொடங்குங்கள். சர்வ வல்லமையுள்ள அவருக்கு ஒரு நிரூபிக்கப் பட்ட உருவம் இல்லாவிட்டாலும் நெறிமுறையான கர்மவினையில் அவரைக் காணலாம். அதை நம்புங்கள். சில கெட்டவர்கள் நன்றாக வாழ்வது போல் தோன்றலாம். சில நல்ல மனிதர்கள் மோசமான வாழ்க்கை வாழ்வது போலத் தோன்றலாம். ஆனால் அவையெல்லாம் மாயை. நீங்கள் அதை எப்படிப் பார்க்கிறீர்கள் என்பதைப் பொறுத்தது.

தியானம், க்ரியா போன்ற ஆன்மீகப் பயிற்சிகள் மூலம் மனதை அமைதியாக வைத்திருக்க முடிந்தால், நீங்கள் இதை உணர முடியும். நீங்கள் நெறிமுறையுடன் வாழத் தொடங்குவீர்கள். கர்மா கோட்பாட்டுடன் சுலபமாக இணைய முடியும். பணம், அழகு, அதிகாரம் போன்றவற்றில் உங்களுக்கு குறை இருக்கலாம் ஆனால் நிம்மதியாக வாழ்வீர்கள். அமைதியான மனதை போஷித்து வளர்ப்பதின் மூலம் நீங்கள் இந்த மனநிலையை உருவாக்க முடியும். சில கெட்ட மனிதர்கள் பணம் அல்லது அதிகாரத்தின் அடிப்படையில் செழித்தோங்குவது போல தோன்றினாலும், அவர்கள் குற்ற உணர்வை சுமந்து கொண்டு திருப்தியற்ற வாழ்க்கையை நடத்தலாம்.

சூழ்நிலைகளும், சந்தர்ப்பங்களும் மட்டுமே மக்களை பணம், புகழ், அதிகாரம் இவற்றை அடையச் செய்கிறது. இல்லையெனில் அனைத்தும் 100 சதவீதம் சமம். ஒவ்வொருவரும் கடவுளால் இவ்வுலகில் இயங்குவதற்கு ஒரு பாத்திரம் அளிக்கப் பட்டிருக்கின்றனர். அதன்படி அவர்கள் தங்கள் கர்மங்களை எதிர்கொள்வார்கள். இதை உறுதியாக நம்பினால் உங்கள் வாழ்க்கையில் எல்லாம் எளிதாகத் தோன்றும். நீங்கள் இந்தத் தாழ்வு மனப்பான்மையிலிருந்து வெளியேறுவீர்கள். உங்கள் சுய மரியாதை குறை சரியாகிவிடும்.

இதற்கான மற்றொரு வழி இந்த தாழ்ந்த, குறைந்த சுய மரியாதை பற்றிய எண்ணங்களை வெறுமையாக்குவது. இந்த தேவையற்ற எண்ணங்களை வெறுமையாக்குவது அவை உங்கள் மனிதிலிருந்து விலகிச் செல்லும் ஒரு கட்டத்திற்கு வழிவகுக்கும்.

பிறர் எவ்வளவு வேலை செய்கிறார்கள், என்னை விட எவ்வளவு முன்னேறி இருக்கிறார்கள் என்று என்னுடன் ஒப்பிட்டுப் பார்ப்பதை எப்படி நிறுத்துவது?

இதன் மூல காரணத்திற்குச் செல்வோம். உங்களுடைய பாதுகாப்பின்மை உணர்வால் இது நிகழ்கிறது. யாராவது உங்களை விட முன்னேறி இருந்தால், உங்களுடைய முக்கியத்துவம், வேலையில் கிடைக்கும் புகழ், மற்றவர்களுக்கு உங்கள் மீதான பாசம் இவை அனைத்தும் பாதிக்கப் படும் என்று நீங்கள் நினைக்கிறீர்கள். மற்றவர்கள் என்ன செய்கிறார்கள் என்பதைப் பற்றி நீங்கள் கவலைப் படுவதற்கு இதுவே காரணம். இவ்வாறு கவலைப் படும் போது பயமும், பதட்டமும் தோன்றி வேலையில் உங்கள் செயல்திறனைக் குறைக்கும்.

கீழ்க்கண்ட உணர்தல்களை அடையுங்கள்:
1. ஒவ்வொருவரின் இயல்பும் (உடல் மற்றும் மன), சூழ்நிலைகளும் சந்தர்ப்பங்களும் முழுவதும் வெவ்வேறானவை. ஒப்பிடுவது முழு முட்டாள்தனம்.
2. ஒவ்வொரு செயலும், ஒருவருக்கு சாதகமாகவும், மற்றொருவருக்கு சாதகமில்லாமலும் இருக்கும். ஒரு ஓட்டப் பந்தயத்தில் விசில் அடித்தவுடன் ஓட ஆரம்பித்த ஒருவருடன் பத்து நொடிகள் பின்னால் தொடங்கிய ஒருவருடன் ஒப்பிடுவது போன்றது.
3. ஒரு விஷயத்தில் அதீத திறமை கொண்டவர் வேறு சில விஷயங்களில் சிறந்து விளங்க முடியாது.
4. நீங்கள் பிரபலமாகவும், பணக்காரராகவும், சக்திவாய்ந்தவராகவும், அழகாகவும் இருந்துவிட்டால் நீங்கள் மிகவும் வெற்றிகரமானவர் என்று அர்த்தமல்ல. பிரபலமானவர்களையும், பணக்காரர்களையும் விட உதவிக் குணங்களுடன் சாதாரண, நெறிமுறையான வாழ்க்கையை வாழும் ஒருவர் இறைவனால் உயர்ந்தவராக மதிப்பிடப்படுவார்.
5. கடவுளைப் பொறுத்தவரை நாம் அனைவரும் சமமானவர், நம் அனைவருக்கும் இவ்வுலகில் இயங்கவும், சோதிக்கப் படவும் ஒரு பாத்திரம் கொடுக்கப்பட்டிருக்கிறது. இந்த உணர்தல்களை அடைந்து பாதுகாப்பின்மை உணர்விலிருந்து வெளியே வாருங்கள். உங்கள் வாழ்க்கையை உங்கள் சொந்த வழியில் வாழுங்கள். உங்களுடன் மட்டுமே போட்டியை வைத்துக் கொள்ளுங்கள். அடுத்தவரின் சாதனைகளையும் வெற்றிக் கணக்குகளையும் ஒப்பிட வேண்டாம். உங்களுக்கு பாதுகாப்பின்மை உணர்வு இல்லையென்றால் மற்றவர்களின் நற்சாதனைகளை புரிதலுடன் எப்போதும் நீங்கள் பார்க்க முடியும்.

சிறுவயதிலிருந்தே, பணக்காரர்களைக் காட்டிலும் குறைவான கல்வியும், வேலைத்தரமும் தான் எனக்குக் கிடைக்கும் என்று என்னிடம் கூறப்பட்டது. பணக்காரர்களைப் பார்க்கும் போது நான் தாழ்வாகவும், மகிழ்ச்சியற்றவனாகவும் உணர்கிறேன். இந்த உணர்வை எப்படி ஒழிப்பது?

படித்தவர்களை விட அதிக அறிவு கொண்ட படிக்காதவர்களும் இருக்கிறார்கள். இயல்பு அறிவும் நடைமுறை அறிவுமே புதுவாக மேலோங்கி நிற்கும். வாழ்க்கை முழுவதும் கற்கும் கல்வியோடு ஒப்பிடும்போது கல்வியானால் வரும் அறிவு மிகச் சிறிது. உண்மையில் பலரும் வாழ்க்கையில் தங்களது உண்மையான பலத்தை உணர்ந்த பிறகு பிற்காலத்தில் வேறு ஒரு துறையில் தன் தொழிலை அமைத்துக் கொள்கின்றனர்.

பள்ளியில் பின்வரிசையில் அமர்ந்து சாதாரணமாகப் படிக்கும் மாணவர்களே எப்போதும் உயர்ந்த நிலைக்குச் செல்வதாக புள்ளி விவரங்கள் காட்டுகின்றன. ஏனெனில் அவர்களுக்கு வெற்றி பெற வேண்டும் என்ற அழுத்தம் இருப்பதில்லை. முதல் வரிசையில் வரும் மாணவர்கள், முதல் ராங்க் வாங்குபவர்கள் எப்போதும் தங்கள் இருப்பை நிலைநிறுத்திக் கொள்ள வேண்டிய கட்டாயத்தில் உள்ளனர். இந்த அழுத்தம் ஏற்பட்டு விட்டால் பின் மேலே போக முடியாது. அதே சமயம் பின்வரிசைக் காரர்களுக்கு இழப்பதற்கு ஒன்றும் இல்லை. அவர்கள் நடைமுறை பொது அறிவை வைத்துக் கொண்டு பெரிய துணிச்சலான காரியத்தில் இறங்கி அவர்களில் பலர் உயர்ந்த நிலையை அடைகிறார்கள். நிச்சயமாக கடைசி வரிசைக் காரர்கள் தரமான கல்வி அவர்களுக்கு கிடைத்த போதும் அவற்றைப் பெற்று இருக்க மாட்டார்கள். ஆனால் புத்தக அறிவு இல்லாமல் அவர்கள் உயர்ந்த நிலைகளை அடைகிறார்கள். அவர்கள் மிக எளிதாக தொழில் முனைவோராக மாறுகிறார்கள். முன்வரிசையில் படித்தவர்கள் அவர்களிடம் ஊழியர்களாக ஆகிறார்கள்.

உங்களுக்குத் தவறான தகவல் சொல்லப் பட்டிருக்கிறது. பொதுவாக குழந்தைப் பருவத்தில் சொல்லப்பட்ட அல்லது தெரிவிக்கப்படும் எதுவும், அரிதாகவே பகிரப்பட்டு ஆராயப் படுவதால், நம் மனதில் ஆழமாகப் பதிந்து உறைகிறது. பலருக்கு ஒரு அறிவுரை என்னவென்றால், குழந்தைகளுக்கு ஒரு போதும் தவறான செய்திகளைத் தெரிவிக்க வேண்டாம். சில சமயங்களில் பொய்யாக இருந்தாலும் குழந்தைகள் அதை உறுதியாக நம்புகிறார்கள்.

பொது அறிவு, நடைமுறை அறிவு, கவனம், திட்டமிடல் ஆகியவையே உங்களை வெற்றி பெற வைக்கிறது. இப்போதே உங்கள் மனத்திலிருந்து அந்த எண்ணத்தை அகற்றிவிட்டு உங்கள் பலத்தில்

கவனம் செலுத்தத் தொடங்குங்கள். உங்கள் மனதிலிருந்து அந்த எண்ணத்தை நீக்க விரும்பினால், அதை அகற்ற பின்வரும் பயிற்சியை பயன்படுத்தவும்.

தேவையற்ற எண்ணங்களை வெறுமையாக்குங்கள். தேவையற்ற எண்ணங்களை வெறுமையாக்கும் உத்தி தேவையற்ற எதிர்மறை எண்ணங்களை நீக்கப் பயன்படும். அந்த எண்ணங்களை வளர்ப்பது போலவோ தீர்க்க வேண்டும் என்றோ தோன்றினால் அதைச் செய்ய வேண்டாம். இந்த எண்ணங்கள் உங்கள் மனதில் வரும் போதெல்லாம் அவற்றை வெறுமையாக்குங்கள். அவை வரும் போதெல்லாம் அவற்றைத் தொடர்ந்து வெறுமையாக்குவது அந்த எண்ணங்கள் முழுவதுமாக உங்கள் மனதிலிருந்து மறைந்துவிடும் கால கட்டத்திற்கு வழிவகுக்கும்.

தியானம் இந்த நுட்பத்தை எளிதாக அடைய உதவுகிறது. தியானப் பயிற்சி என்பது ஒரு மந்திரத்தில் கவனம் செலுத்துவதும், தேவையற்ற எண்ணங்களில் இருந்து விடுபடுவதும் ஆகும். இந்தப் பயிற்சியை தொடர்ந்து செய்வது இந்த நுட்பத்தை எளிதில் அடைய உதவுகிறது.

சலிப்புக்கான அறிவியல் காரணங்கள் விளக்கங்கள் என்ன?

தேவைக்கதிகமாக நீங்கள் நேரம் செலவழிக்கும் எதுவும் சலிப்பைத் தரும். உங்கள் மிக சுவாரஸ்யமான காதலர், நண்பர், உங்களுக்குப் பிடித்த பாடல், பிடித்த விளையாட்டு வீரர், விருப்பமான உணவு, பிடித்த அரசியல் ஆளுமை எதுவானாலும், தொடர்ந்து கேட்டாலோ, பார்த்தாலோ, கூட இருந்தாலோ சலிப்பாகத்தான் தோன்றும். மனதிற்குப் புதிய, புத்துணர்ச்சியான, சுவாரஸ்யமான விஷயங்கள் தேவை. தமிழில் ஒரு அழகான பழமொழி உண்டு. "அளவுக்கு மீறினால் அமிர்தமும் நஞ்சாகும்." அதாவது எது அதிகமானாலும் அது விஷமே.

எந்த ஒரு விஷயத்திலும் அதிக நேரம் செலவிட வேண்டாம். ஒவ்வோரு வேலையிலும், மனிதரிடமும் உங்களது நேரத்தை செலவிடுவதை சரிசமன் செய்து கொள்ளுங்கள். உங்களுக்கே அதன் வரம்பு புரியும். உங்கள் மனதிற்கு ஒரு இடத்தில், செயலில் இருப்பது அதிகம் எனத் தோன்றியவுடன் வேறு செயலுக்குச் சென்று கணிசமான இடைவெளிக்குப் பிறகு மீண்டும் இதற்கு வரவும். இது அவற்றை சுவாரஸ்யமாக ஆக்கும்.

சலிப்பை போக்க சிறந்த வழிகள் யாவை?

மற்றவர்களுக்கு சிரமம் தராமல் ஒழுங்காக, ஒழுக்கமாக வாழும் வாழ்க்கையே இயல்பான வாழ்க்கை. உங்கள் வேலையைச் செய்து, உங்கள் சுற்றுப் புறங்களை சீராக வைத்திருப்பது உங்கள் நேரத்தையும், ஆற்றலையும் செலவு செய்து சலிப்பு ஏற்பாடமல் தவிர்க்கிறது.

பொறுப்புகளை ஏற்றுக் கொள்ளுங்கள். உங்கள் வீட்டை சுத்தமாக வைத்திருப்பதும், தோட்டத்திற்கு தண்ணீர் ஊற்றுவதும் கூட பொறுப்புகளே. வேலைக்குச் செல்வது, பணம் சம்பாதிப்பது, லட்சியத்தை அடைவது, சமூக சேவை இவை எல்லாம் பொறுப்புகள் என்று மக்கள் நினைக்கிறார்கள். அப்படி எதுவும் இல்லை. உங்கள் குடும்பத்திற்கு அதிக இடையூறு இல்லாமல் நெறிமுறை வாழ்க்கை வாழ்வதும் ஒரு பொறுப்பே ஆகும்.

குளிப்பது, படுக்கை அமைப்பது, நேரத்தோடு தூங்குவது, நேரத்துக்குச் சாப்பிடுவது போன்ற ஒழுங்குகளை பின்பற்றுவது உங்கள் பொறுப்புகள். இப்போதெல்லாம் இவற்றைச் செய்வது இளைஞர்கள், குழந்தைகளுக்கு பெரிய விஷயமாகி விட்டது. நிறைய பேர் இதைச் செய்வதும் இல்லை.

இதையெல்லாம் செய்யுங்கள் - உங்கள் அறையை தொடர்ந்து சுத்தம் செய்யுங்கள், செடிகளுக்குத் தண்ணீர் ஊற்றுங்கள், நல்ல இசையைக் கேளுங்கள், யோகா அல்லது வெளி விளையாட்டுகளில் ஈடுபடுவதன் மூலம் உடல் ஆற்றலைச் செலவிடுங்கள், உங்கள் மொபைல் ஃபோனைப் பார்க்காமல் உங்கள் குடும்பத்தினருடன் தரமான நேரத்தை செலவிடுங்கள், கோயில்களுக்குச் செல்லுங்கள், நண்பர்களோடு பேசுங்கள், நேரத்திற்கு குளித்து தூங்குங்கள், புத்தகம் படியுங்கள். இவை அனைத்தும் ஒரு சாதாரண நாளின் வேலைகளின் பகுதி. இவற்றை நேர அட்டவணை வைத்து திட்டமிடுங்கள். இவற்றில் சிலவற்றைச் செய்வது கூட நிறைய நேரத்தை செலவழிக்கிறது.

இவை அனைத்திற்கும் மேலாக, மற்றவர்களுக்கு உதவுதல், சமூக சேவை செய்தல், சில லட்சிய வேலைகளைத் தேர்ந்தெடுப்பது போன்ற சில பொறுப்புகளை எடுத்துக் கொள்ளுங்கள். இந்தப் பொறுப்புகள் உங்களை மிகவும் பிசியாக ஆக்கி, நீங்கள் சலிப்பிலிருந்து முற்றிலுமாக விடுபடுவீர்கள்.

உங்கள் நாளைத் திட்டமிடுங்கள். உங்கள் மனதில் தோன்றும் அன்றைக்கான அலுவலக வேலை, தனிப்பட்ட வேலைகளை எழுதுங்கள். அதை முக்கிய தாளாக வைத்துக் கொண்டு, அதில் முன்னால் செய்ய வேண்டிய பணிகளைத் தேர்ந்தெடுத்து அவற்றை முடியுங்கள். நீங்கள் இதை செய்தீர்கள் என்றால் முற்றிலும் ஆக்கிரமிக்கப்பட்டு சலிப்படையவே மாட்டீர்கள்.

அ.தி.ராஜ்குமார்

ஒரு நபருடன் வாழ்நாள் முழுவதும் சலிப்படையாமல் இருக்க முடியுமா?

எந்த ஒரு சாதாரண மனிதனுக்கும் சலிப்படையாமல் இருப்பது சாத்தியம் இல்லை. நம்மில் பெரும்பாலானோர் வாழ்க்கையில், 15 வயதிலிருந்து 30 வயதுக்குள் ஒருவர் மீது காதல் வயப்பட்டு அல்லது ஈர்க்கப்பட்டு இருப்பதே நமக்கு மிக உற்சாகமான தருணம். இது பரஸ்பரம் நடந்தால் உங்கள் வாழ்ககையின் அழகான, அற்புதமான கணங்களை கடப்பீர்கள். முழு உலகமே உங்கள் காதலர்தான் எனத் தோன்றும். ஆரம்பத்தில் இது மிக சுவாரஸ்யமாக இருக்கும். போகப்போக கொஞ்சம் ஆர்வம் குறையும். நீங்கள் பெற்றோரின் விருப்பத்துக்கு மாறாகவோ, குறைந்த வாய்ப்புகளுடனோ சந்திக்கும் போது இது கிளுகிளுப்பாக இருக்கும். திருமணம் முடிந்த பிறகு, உங்கள் காதலர் எப்போதும் கூட இருப்பதால் எளிதான சந்திப்பு, எண்ணங்களில் மோதல் போன்றவை சிறிது சலிப்பை ஏற்படுத்துகின்றன.

புதிய கார் வாங்கும் போது முதலில் மிகுந்த மகிழ்ச்சி இருக்கும். ஆனால் அது தரும் இன்பத்திற்கும், தோற்றத்திற்கும் பழகிய பின் அது சலிப்பை ஏற்படுத்துகிறது. உங்கள் மனம் அடுத்த அற்புதமான புதிய அனுபவத்தைத் தேடுகிறது. புதிதாக ஒன்றைப் பெறும் போது நீங்கள் உங்கள் உற்சாகத்தையும், எதிர்பார்ப்புகளையும் உச்சத்திற்குக் கொண்டு செல்வதால் இது நிகழ்கிறது.

உங்கள் மனதை அமைதியாகவும், குறைந்த கிளர்ச்சியுடனும் வைத்திருப்பது உங்கள் வாழ்க்கையை சலிப்பு இல்லாமல் சீராக வைக்கும். பெற்றோர், மனைவி, குழந்தைகள், காதலர், நெருங்கிய நண்பர்கள் போன்ற உங்களுக்குப் பிடித்தமானவர்கள் எவருடனும் அதிகமாக நேரத்தை செலவிடுவது சலிப்பை ஏற்படுத்துகிறது. நேரம் வரம்பற்றதாக இருக்கும் போது இது ஏற்படுகிறது. அவர்களுடன் சிறிது நேரம் செலவழித்த பிறகு, உங்கள் வேலையைச் செய்வது, இசை கேட்பது, தோட்ட வேலை செய்வது, விளையாட்டுகளை விளையாடுவது போன்ற வேறு செயல்களில் ஈடுபடவும். சிறிது நேரம் கழித்து அவர்களைப் பார்க்கும் போது அது சுவாரஸ்யமாக இருக்கும். அவர்களையும் இதைச் செய்யச் சொல்லுங்கள்.

மனதையும், நேரத்தையும் எந்த ஒரு விஷயத்திலும் தொடர்ந்து செலவிடக் கூடாது. இடைவெளி கொடுத்து முக்கியமான, ஆர்வமூட்டும் விஷயங்களில் ஈடுபட வேண்டும். இந்த மனநிலையை நீங்கள் வளர்த்துக் கொண்டால் வாழ்க்கை உங்களுக்கு சுவாரஸ்யமாக இருக்கும். மற்றவர்களுக்கும் உங்களோடு இருப்பது சுவாரஸ்யமாக இருக்கும்.

என் மனைவி நான் சலிப்பளிப்பதாக நினைக்கிறாள். நானும் அவளைப் பற்றி அவ்வாறே நினைக்கிறேன். நாங்கள் என்ன செய்ய வேண்டும்?

ரஜினிகாந்த், ச்ச்சின் டென்டுல்கர், நடால், மடோன்னா என்று பிரபலங்கள் மீது மக்கள் பைத்தியமாக இருக்கின்றனர். அவர்களைக் கடவுள் போல பாவிக்கும் அளவுக்கு பைத்தியம் ஆகிறார்கள். ஆனால் அவர்களோடு அடிக்கடி இருக்க முடிந்தால், பார்க்க முடிந்தால் அவ்வளவு கிளர்ச்சி ஏற்படாமல் போகலாம். அவர்கள் மனைவி, குழந்தைகள் அல்லது குடும்ப உறுப்பினர்களிடம் கேட்டால் அவர்கள் இந்தப் பிரபலங்களோடு இருக்க அவ்வளவு கிளர்ச்சியோடு இருப்பதாகத் தெரியாது. நெருக்கத்தில் இருக்கும் போது நிறைய உணர்ச்சிகள், செயல்கள், எளிதில் பார்க்க, பழக முடிதல் ஆகியவை பிரபலங்களை நெருங்கியவர்களுக்கு கிளர்ச்சி ஏற்படுத்துவதில்லை. தொலைவில் இருக்கும் அவர்கள் அரிதானதாகவும், நல்லதாகவும் இருக்கிறார்கள். அருகில் வந்தவுடன் அவர்களே சலிப்பூட்டுபவர்களாகவும், எரிச்சலூட்டுபவர்காளகவும் மாறுகிறார்கள்.

இவ்வுலகின் மிக அழகான பெண்ணின் கணவருக்கு அவளைப் பிடிக்காமல் இருக்கலாம். அவளிடம் காதல் செய்வது அவருக்குப் பிடிக்காமல் இருக்கலாம். அந்த வீட்டில் வேலை செய்பவரை அவர் காதலிக்கலாம். இதுதான் யதார்த்தம். சிறிது காலம் கழித்து அவளிடமும் எரிச்சல் அடையலாம். ஒரு பொருள் உங்களுக்குக் கிடைக்காத வரை அதை மிகப் பெரிது போலவும், அடையத் தக்க பொக்கிஷம் போலவும் தோன்றும். அதைப் பெற்றவுடன் அது சலிப்பளிப்பதாகத் தோன்றும். உங்கள் மனது அடுத்த சுவாரஸ்யமான விஷயத்தைத் தேட ஆரம்பிக்கிறது.

இதை உணர்ந்து தற்போது கையில் உள்ளவற்றத் தக்கவைத்துக் கொண்டு திருப்தி அடைய முயற்சிக்கவும். இதனால்தான் பல விவாகரத்துகள் நடக்கின்றன. இந்த உண்மைகளை உணர்ந்து ஒன்றுக்கு இரண்டு முறை சிந்தித்து செயல்படுங்கள். நிறைய முடிவுகளை உணர்ச்சிவசப்பட்டு எடுக்கிறோம். உங்கள் காதலர் உங்களுக்கு இப்போது கிளர்ச்சி அளிப்பவராக இருக்கலாம். ஆனால் திருமணம் செய்து கொண்டு 24 x 7 நேரமும் ஒருவருக்கு ஒருவர் கிடைத்தால் சலிப்பாகத் தோன்றும். இந்த நடைமுறை யதார்த்தங்களை உணர்ந்து சரியான முடிவை எடுத்து அதிலிருங்கள். உணர்ந்து புரிந்து செயல்படுங்கள்.

அ.தி.ராஜ்குமார்

பொய் சொல்லும் எனது கெட்ட பழக்கத்தலிருந்து எப்படி விடுபடுவது?

பின்வரும் பயங்கள் / அச்சங்கள் காரணமாக நாம் பொய் சொல்கிறோம்.

1. பின்விளைகள் அல்லது எதிர்விளைகளை உடனடியாக எதிர்கொள்ள பயப்படுகிறோம்.
2. குற்றம் சாட்டப் படுவோம் என்று பயப்படுகிறோம்.
3. மற்றவர் முன் தாழ்ந்து போய்விடுவோம் என்று பயப்படுகிறோம்.
4. நம்மீது இருக்கும் நம்பிக்கை, நம்பகத் தன்மையை இழந்து விடுவோம் என்று பயப்படுகிறோம்.

நீண்ட ஆனால் மெதுவாகத்தான் கிடைக்கும் பலன்களை காத்திருந்து அனுபவிக்கப் பலருக்கும் பொறுமை இல்லை. உடனடியாக இன்பத்தைப் பெற நினைப்பவர்கள் அதிகமாகப் பொய் பேசுவார்கள். உண்மை என்னவென்றால், நீங்கள் உண்மையைச் சொன்னவுடன் கடுமையான எதிர்விளைகளை சந்தித்தால் முதலில் அது கடினமாகவும், கசப்பாகவும், கடுமையாகவும் இருக்கும். ஆனால் சிறிது நேரம் கழித்து அது தளர்ந்து கரைந்து நீங்கள் அதற்குப் பழகி விடுவீர்கள். அந்த சூழ்நிலைக்குப் பழகிவிட்டால் பின்னர் சரியாகிவிடும்.

உண்மையைச் சொல்வதால் விளையும் நன்மைகள்:

1. உங்களுக்குக் குற்ற உணர்வு இருக்காது. குற்ற உணர்வு மக்களை பயமுள்ளவராகவும், மனச்சோர்வடையும்படியும் ஆக்குகிறது.
2. உண்மையை மட்டுமே பேசப் பழகிக் கொள்வீர்கள்.
3. மற்றவர் பார்வையில் உங்கள் நம்பகத் தன்மை கூடும்.
4. முதலில் உண்மையை ஏற்றுக் கொள்ள முடியாவிட்டாலும், பின்னர் நீங்கள் நல்லவர் என உணர்ந்து, நீங்கள் நம்பகத் தன்மை மிக்கவராக மாறுவீர்கள்.
5. நீங்கள் நல்ல கர்மாவை உருவாக்கி இருப்பதால், கர்மவினைத் தத்துவத்தின் படி உங்களுக்கு வெகுமதி கிடைக்கும்.
6. நீங்கள் மிகவும் வெளிப்படையாக இருப்பதால், எதைச் சொல்ல வேண்டும் எதைச் சொல்லக் கூடாது என்ற மன அழுத்தம் உங்களுக்குத் தேவையில்லை.

மேற்கூறிய அனைத்தையும் உணர்ந்து பொய் சொல்வதை நிறுத்துங்கள்.

நீங்கள் திடீரென்று எந்த ஒரு புதிய பழக்கத்தையும் வளர்த்துக் கொள்ள முடியாது. படிப்படியாக மட்டுமே நீங்கள் அதை உருவாக்க முடியும். மனப்பூர்வமாக பொய் பேசுவதைக் குறைப்பேன் என்று உறுதிமொழி

எடுங்கள். அதை அடிக்கடி செய்வதை முதலில் நிறுத்தவும். உதாரணமாக வாரம் முழுதும் நீங்கள் ஐந்தாறு பொய்கள் சொல்வீர்களானால், அதை ஒன்றிரண்டாக்க் குறையுங்கள். அடுத்த மாதம் அது வாரத்திற்கு ஒன்றாகக் குறையுங்கள். அதற்குப் பின் நீங்கள் உண்மையைச் சொல்ல பழகி விடுவதால் பொய் சொல்வதை முற்றிலுமாக நிறுத்த முடியும்.

சில சமயங்களில் பலர் தங்கள் சுயநினைவு இல்லாமலேயே பொய் சொல்கிறார்கள். இதைத் தவிர்க்க எப்போதும் விழிப்புணர்வுடன் இருக்க வேண்டும். உங்கள் மனதை ஒருமுகப் படுத்துங்கள். பலபணிகளை ஒரே சமயத்தில் செய்ய வேண்டாம். இது நீங்கள் சுயநினைவோடு இருக்க உதவும். எதையும் நீங்கள் சொல்வதற்கு முன் பொய்யா உண்மையா என்ற விழிப்புணர்வுடன் இருக்க முடியும்.

வாழ்க்கையை அனுபவிக்க நான் ஒரு லட்சாதிபதியாகவோ, கோடீஸ்வரராகவோ தான் இருக்க வேண்டும் என்ற எண்ணத்தை எப்படி மாற்றுவது?

நாங்கள் தொடர்ந்து டென்னிஸ் விளையாடும் நண்பர்கள் குழு ஒன்று வைத்திருக்கிறோம். அதில் சிலர் விளையாட்டை ரசிக்காமல் வெற்றிபெற மட்டுமே விளையாடுகிறார்கள். வெற்றி பெறுவது மட்டுமே டென்னிஸ் விளையாட்டின் சாராம்சம் என்று அவர்கள் நினைக்கிறார்கள். ஆட்டத்தில் வெல்வதற்காக எதிராளி பிழைகளையும், எதிர்பாராத தவறுகளையும் செய்ய வேண்டும் என்று விரும்புகிறார்கள். அவர்கள் டென்னிஸ் விளையாட்டின் உண்மைச் சந்தோஷமான கச்சிதமாக, ஸ்டைலாகப் பந்தை அடிப்பதை விட்டுவிட்டு, வெற்றி பெற்று மகிழ்ச்சியாக இருக்கவே விரும்புகிறார்கள். இதை மிகத் தாமதமாகவே உணர்ந்து, கடைசியில் அவர்களுக்குத் திருப்தியும் ஏற்படுவதில்லை. அவர்கள் உணரும் போது அவர்கள் டென்னிஸ் விளையாட்டில் வாழ்வின் முக்கிய பகுதியை இழந்து விட்டிருக்கிறீர்கள். இதில் பரிதாபம் என்னவென்றால் தொடர்ச்சியாக தவறாக சிந்திப்பதால் அவர்களால் அதிலிருந்து வெளியே வர முடியவில்லை. உங்கள் விளையாட்டைத் திறமையாக விளையாடி வெற்றியாளர்களை வெல்ல வேண்டும். சிலசமயம் சரிவராமல் இதில் ஆட்டத்தை வெல்ல முடியாமல் போகும். ரசிப்பதிலும், அடிப்பதிலும் கவனமாக அனுபவித்து விளையாடும் போது வெற்றி தராமல் போகலாம். நீங்கள் பலமுறை தோற்றாலும், விளையாட்டை ரசித்த திருப்தி உங்களுக்குக் கிடைக்கிறது. இந்த மன நிலையுடன் நீங்கள் பயிற்சி அடைந்து வெற்றி பெறுவீர்கள். அதைப் பெறுவதற்கு நீங்கள் பொறுமையாகக் காத்திருக்க வேண்டும்.

மேலே தரப்பட்ட இந்த உதாரணம் பணம் இருந்தால் மட்டுமே வாழ்க்கையை அனுபவிக்க முடியும் என்ற நமது நம்பிக்கையைப் போன்றது. தவறான நம்பிக்கையை வைத்துக் கொண்டு அதற்கு அடிமையாகி விடுகிறோம். நிச்சயமாக பணம் மகிழ்ச்சியைத் தருகிறது. ஆனால் மகிழ்ச்சியில் அதன் பங்கு மிகக் குறைந்ததே. தவறான நம்பிக்கையும், தொடர்ந்து அவ்வாறு நினைப்பதும் வெளிவர முடியாத ஒரு அடிமைத்தனமாகி விடுகிறது.

மனதிற்கு எது இல்லையோ, அது கிடைப்பதில்லை. பலரும் பண விஷயத்தில் ஏழைகளாக இருக்கிறார்கள். அவர்கள் மனம் பணத்தை அடைய விரும்புகிறது. அவர்களுக்கு கிடைக்காததை அவர்கள் விரும்புகிறார்கள். இந்த மனிதர்கள் பணம் படைத்தவர்களைப் பார்த்து பொறாமைப் படுகிறார்கள். செல்வந்தர்கள் தங்கள் செல்வத்திற்காக தாங்கள் மதிக்கப் படுவதைக் கண்டு மகிழ்ச்சி அடைகிறார்கள். இதை

எப்போதும் தக்கவைத்துக் கொள்ள விரும்பி அதிலேயே வாழ்க்கையை தொலைக்கிறார்கள். பணம் என்பது வெற்றியின் தவறான விளக்கம். அது வெற்றியின் சிறு பகுதி மட்டுமே.

பணம் சம்பாதிக்க முயற்சி செய்யுங்கள். நீங்கள் அதைக் குறைவாகவே பெற்றாலும் அதில் திருப்தி அடையுங்கள். அதற்குள் வாழ முயற்சி செய்யுங்கள். அடுத்தவருக்கு உதவுவது, நெறிமுறையாக வாழ்வது, யாரையும் தொந்தரவு செய்யாமல் இருப்பது, உங்கள் குடும்பத்துடன் நேரம் செலவிடுவது அவை எல்லாமே வாழ்க்கையில் வெற்றியாகும். இவை எல்லாம் இல்லாமல் பணம் மட்டும் இருந்தால், உங்கள் வாழ்க்கையில் நீங்கள் தனிமையாகவும், திருப்தியில்லாதவராகவும் உணரலாம்.

படுக்கைக்கு வந்ததும் உடனடியாகத் தூங்குவதற்கு என் உடம்பை எப்படி பழக்கப் படுத்துவது?

மிக ஆழமாக ஒரு விஷயத்தில் கவனம் செலுத்தினால் தூக்கம் வரும். செய்துத்தாள் அல்லது புத்தகத்தை எடுத்து படிக்கத் தொடங்குங்கள். அதில் எவ்வளவு கவனம் கொள்கிறீர்களோ அல்லது மூழ்குகிறீர்களோ அவ்வளவு ஆழமாகத் தூங்கத் தொடங்குவீர்கள். சிலசமயம் சில மெல்லிசைப் பாடல்களைக் கேட்கும் போது அதில் மூழ்கித் தூங்கத் தொடங்குவீர்கள். கண்களை மூடிக் கொண்டு ஓம் போன்ற ஏதோ ஒரு மந்திரத்தைப் பற்றி சிந்திக்கத் தொடங்கினாலும் கூட நீங்கள் தூங்கத் தொடங்குவீர்கள். ஆனால் இதை தூங்கப் போகும் சமயம் உடல் அசதியாக இருக்கும் போது செய்ய வேண்டும். குறிப்பிட்ட அளவு தூக்க நேரத்திற்கு பழகிக் கொள்ளுங்கள். பொதுவாக மதியம் அல்லது இரவு உணவிற்குப் பிறகு இது முயற்சி செய்தால் சட்டென்று தூக்கம் வரும்.

வேறு ஒருவராலும், பல வெளியிலிருந்து ஏற்பட்ட அழுத்தங்களாலும் என்னுடைய வாழ்க்கையின் முக்கிய பகுதியை வீண்டித்து விட்டதாக உணர்கிறேன். என் வாழ்க்கையை என் கட்டுப் பாட்டுக்குள் கொண்டு வர என்ன செய்வது?

அந்த ஆண்டுகளுக்கு நாம் திரும்ப முடியாது. இது நம் கடந்த காலத்திற்குள் சென்று நீண்ட நேரம் அந்த நினைவுகளால் இருப்பது நம் தற்போதைய தருணத்தையும் கெடுக்கிறது.

நானே எனக்கு இப்போது இருக்கும் மனநிலையை என் இருபதுகளிலேயே வளர்த்துக் கொண்டிருந்தால் இன்னும் நிறைய சாதித்து மகிழ்ச்சியாக இருந்திருக்கலாம் என பல வருடங்கள் நினைத்திருக்கிறேன். ஆனால் அதைப் பற்றி இப்போது யோசிப்பதில் எந்தப் பயனும் இல்லை. எது நடந்தாலும் பாதிக்கப் படாமலும், அமைதியாகவும் இருக்கும் மனதை நான் உணர்வு பூர்வமாக வளர்த்துக் கொண்டிருக்கிறேன்.

எனக்கு இது போன்ற எண்ணங்கள் வரும் போதெல்லாம், அவற்றை வெறுமையாக்கிவிட்டு வேறு வழியில் சிந்திப்பேன். எனக்கு அழகான மனதை அருளியதற்காக எல்லாம் வல்ல இறைவனைக்கு நன்றி சொல்ல ஆரம்பித்தேன். வெகு சிலரே இதைப் பெறுகிறார்கள்.

தேவையற்ற எண்ணங்களைத் தவிர்ப்பதை அவை வரும் போதெல்லாம் அவற்றை வெறுமையாக்குவதன் மூலம் செய்யலாம். அந்த எண்ணங்களை வளர்ப்பது போலவோ தீர்க்க வேண்டும் என்றோ தோன்றினால் அதைச் செய்ய வேண்டாம். இந்த எண்ணங்கள் உங்கள் மனதில் வரும் போதெல்லாம் அவற்றை வெறுமையாக்குங்கள். அவை வரும் போதெல்லாம் அவற்றைத் தொடர்ந்து வெறுமையாக்குவது அந்த எண்ணங்கள் முழுவதுமாக உங்கள் மனதிலிருந்து மறைந்துவிடும் கால கட்டத்திற்கு வழிவகுக்கும்.

தியானம் இந்த நுட்பத்தை எளிதாக அடைய உதவுகிறது. தியானப் பயிற்சி என்பது ஒரு மந்திரத்தில் கவனம் செலுத்துவதும், தேவையற்ற எண்ணங்களில் இருந்து விடுபடுவதும் ஆகும். இந்தப் பயிற்சியை தொடர்ந்து செய்வது இந்த நுட்பத்தை எளிதில் அடைய உதவுகிறது.

தற்போதைய நிகழ்வுகள், போக்குகள் பற்றித் தெரிந்து கொள்வதில் எனக்கு ஆர்வம் இல்லை. சிலர் என்னை ஒன்றும் அறியாதவர் என்கிறார்கள். என்னை எப்படி மேம்படுத்திக் கொள்வது?

நீங்கள் செய்வது நல்லது. தேவையில்லாத விஷயங்களை அறியாமல் இருப்பதில் தவறு இல்லை. இப்போதெல்லாம் சமூக ஊடகங்கள், மீடியாக்கள் நிறைய விஷயங்களை பலருக்கு பயங்கரமாக்குகின்றன. மக்கள் தேவையற்ற விஷயங்களைப் பார்க்க ஆர்வப் படுத்தப் படுகிறார்கள். ஊடகங்கள் தங்கள் சொந்த வசதிக்காகவும், வணிக நலன்களுக்காகவும், மக்களின் அன்றாட வாழ்க்கையை சீரழிக்கின்றன.

நீங்கள் எதிலாவது கவனம் செலுத்தினால் அதைத் தொடருங்கள். ஆனால் நீங்கள் கண்டிப்பாகத் தெரிந்து கொள்ள வேண்டிய குறிப்பிட்ட விஷயங்கள் இருக்கும். நீங்கள் அந்த விஷயங்களைக் கண்டறிந்து அவற்றைப் பற்றித் தெரிந்து கொள்ள வேண்டும். நீங்கள் சில விஷயங்களை தற்செயலாக சந்திப்பதன் மூலம் தெரிந்து கொள்வீர்கள்.

திட்டமிடலும் நேர மேலாண்மையும் உங்களுக்கு நேரம் கிடைக்கச் செய்யும். கிடைக்கும் நேரத்தில் இந்த விஷயங்களில் உங்கள் சக்தியை செலவிடத் திட்டமிடுங்கள். உங்கள் வாழ்க்கையை வெற்றிகரமாக ஆக்குவதற்கு அத்தியாவசியமான முக்கிய விஷயங்களில் மட்டும் கவனம் கொள்ளுங்கள். சிறிது திட்டமிடல், நேர மேலாண்மை இவற்றின் மூலம் நீங்கள் இவற்றை கவனித்து சரிசெய்து வெற்றிகரமாக வெளிவரலாம்.

என்னிடம் ஏற்கனவே இருப்பதை விட அதிகம் வேண்டும் என்று எப்போதும் விரும்புவதால் எனக்கு நிறைய பிரச்சனைகள் இருக்கின்றன. என்னிடமிருந்து குறைத்து எதிர்பார்த்து சந்தோஷமாக இருப்பது எப்படி?

எதுவுமே இல்லாமலோ, அல்லது குறைவாக வைத்திருந்தோ கூட நீங்கள் நிறைய வைத்திருப்பவரை விட சந்தோஷமாக இருக்க முடியும். இவை எல்லாம் மனதில் இருக்கிறது.

நிறைய பொருள் சேர்த்தவர்கள் சிறிது காலத்திற்குப் பிறகு அதில் சலிப்படைகிறார்கள். மனித மனமானது எதிலுமே சிறிது காலத்திற்குப் பிறகு சலிப்படைகிறது. புதிய விஷயங்கள் புதிய சாதனைகள் மூலம் எப்போதும் வெளிச்சத்தில் இருக்க வேண்டும் என அது விரும்புகிறது. பொருள் சார்ந்த சாதனை மூலமாகவோ, ஏதாவது பதவி அடைந்ததன் மூலமாகவோ நீங்கள் ஒரு பெரிய பிம்பத்தை உருவாக்கி இருக்கலாம். நீங்கள் எப்போதும் அதை தக்கவைத்துக் கொள்வதற்காகவோ, யாராவது அந்தப் பதவியை எடுத்துக்கொண்டு விடுவார்களோ என்றோ பயப்படுகிறீர்கள். ஒரு சாதனைக்குப் பிறகு நீங்கள் மகிழ்ச்சியாக இருக்க வேண்டும். மாறாக, பல நேரம் நீங்கள் அதை இழப்பதைப் பற்றிக் கவலைப் படுகிறீர்கள்.

எல்லாவற்றிற்கும் அமைதியாக இருங்கள். நீங்கள் மகிழ்ச்சியாகவோ, எதையோ சாதித்து விட்டாலோ, அமைதியாக ஆர்ப்பரிப்பு இல்லாமல் வெற்றியை எல்லாம் வல்ல இறைவனுக்கு அர்ப்பணிக்கவும். இறைவன் நம்மை சோதிப்பதற்காகவே இவற்றைத் தருகின்றான். வெற்றியின் போது நீங்கள் அமைதியாக இருந்தால், தோல்வியின் போதும், எதிர்மறையான சூழ்நிலையின் போதும் அமைதியாக இருக்க முடியும்.

இது மகிழ்ச்சியையும், துன்பத்தையும் சமநிலைப் படுத்துதல் ஆகும்.

உங்கள் கடமைகளை எதிர்பார்ப்பு இல்லாமல் செய்யுங்கள். எதிர்பார்ப்புகள் எப்போதும் கவலையை ஏற்படுத்துகின்றன. எதிர்பார்ப்பு இல்லாமல் உங்கள் கடமையைச் செய்ததற்காக உங்களுக்கு வெகுமதி கிடைக்கும். கிரியாக்கள், தியானப் பயிற்சிகள் செய்வதன் மூலம் எதிர்பார்ப்புகள் இல்லாமல் இருக்கவும், உணரவும் முடிகிறது. அடுத்தவருக்கு உதவி செய்யுங்கள். வெளியே சென்று இயற்கைக் காட்சிகளை ரசிக்கவும். அகங்காரம் இல்லாமல் நண்பர்களையும், உறவினர்களையும் சந்திக்கத் தொடங்குங்கள். மேற்கூறிய அனைத்தையும் செய்யத் தொடங்கினால் உங்கள் வாழ்க்கை மகிழ்ச்சி நிறைந்ததாக இருக்கும்.

என் சொந்த விருப்பங்களுக்கு மாறாக சரியானதைச் செய்ய வேண்டி இருக்கும் போது ஏற்படும் மனப்போராட்டத்தை எப்படி நிறுத்துவது?

எப்பொழுதும் நம் கடமைகளை நெறிமுறையுடன் செய்வது முக்கியம். சரியானதைச் செய்வது முக்கியம். சரியனதைச் செய்வதற்கான நெறிமுறைக்கு எதிராக நமக்கு ஒரு ஆசை வளர்கிறது எனில் அது நீண்ட நாட்களுக்குத் தாங்காது. நெறிமுறைகளுக்கு எதிரான ஆசைகளைப் பின்பற்றும் போது சிலருக்கு குற்ற உணர்வு ஏற்படுகிறது. குற்ற உணர்வு ஏற்படாதவர்கள் உடனடியாக இல்லாவிட்டாலும் ஒரு கட்டத்தில் கர்மவினையால் பாதிக்கப் படுவார்கள். எனவே நெறிமுறையான, சரியான விஷயங்களைச் செய்யத் தொடங்குங்கள். நல்ல கர்மாவைச் சேருங்கள். அது உங்களது உண்மையான ஆசைகளைப் பின்பற்ற இடம் கொடுக்கும்.

நம்மை வலிமையாக்கக் கூடிய ஏற்றுக் கொள்வதற்கு கடினமான உண்மை எது?

1000 கோடிகளில் வியாபாரம் செய்யும் ஒருவரை எனக்குத் தெரியும். அவருடைய வியாபாரம் பல வருடங்களாகத் தழைத்து வந்தது. திடீரென்று சந்தர்ப்ப சூழ்நிலைகளால் அவரது வியாபாரம் வீழ்ச்சியடைந்தது. கடும் போட்டி காரணமாக அவரது வியாபார சொத்து மதிப்பு 500 கோடியாகக் குறைந்தது. இதனால் அவர் கடும் மன உளைச்சலுக்கு ஆளானார். மனச் சோர்வாலும், செயல்திறனை இழந்ததாலும் அவர் இன்னும் அதிகமாக இழக்கத் தொடங்கினார். அவர் தொடர்ந்து அவர் இழந்த 500 கோடியைப் பற்றியே எண்ணிக் கொண்டிருந்தார். அவரது இழப்புகள் கடனாக மாறும் வரை இது தொடர்ந்தது.

சூழ்நிலையை ஏற்றுக்கொண்டு அதைத் தொடர்ந்து பராமரிக்க முற்பட்டிருந்தால் அவரது சொத்து மதிப்பு 500 கோடிக்கு மேல் குறையாமல் இருந்திருக்கும். அவர் அந்தச் சவாலையும், போட்டியையும் ஏற்றுக்கொண்டு மன உளைச்சலுக்கு ஆளாகாமல் இருந்திருந்தால் அது மேலும் சரிந்திருக்காது. ஆனால் பெரும்பாலான மக்கள் இழந்ததை நினைத்தே கவலைப்பட்டு அதை ஏற்றுக் கொள்ளத் தவறிவிடுகிறார்கள். அவர்கள் இழந்த நிலையிலே ஒட்டிக் கொண்டிருக்கையில் அவர்களது கர்வமும், ஏற்றுக் கொள்ள மறுக்கும் மன நிலையும் நிலமையை மேலும் மோசமாக்குகிறது.

நாம் கற்றுக் கொள்ள வேண்டிய கடினமான உண்மை வீழ்ச்சியை எதிர்கொள்ளும் போது ஏற்றுக் கொள்வது. ஒவ்வொருவரும் இதை எதிர்கொள்ளவேண்டும் என்பதை நாம் புரிந்து கொள்ளத்தவறுகிறோம். இதை நாம் மட்டுமே எதிர்கொள்கிறோம் என்று நினைக்கிறோம். இதை அறிவதும் ஏற்றுக் கொள்வதும் கடினமாக இருக்கலாம். ஆனால் வலிமையாவதற்கும், அமைதியான உணரப்பட்ட வாழ்க்கை வாழ்வதற்கும் மிகவும் தேவையானது.

கடந்த காலத்தில் நான் செய்த தவறுகளிலிருந்து கற்றுக் கொள்கிறேன். ஆனால் நிகழ்காலத்தில் அதைப் பயன்படுத்த முடியவில்லை. ஏன் இது குழப்பமாக இருக்கிறது?

யாராவது உங்களைத் திட்டினாலோ விமர்சித்தாலோ, அதற்கு எதிர்வினையாற்றியோ, பதில் கொடுத்தோ உங்கள் ஈகோ திருப்தி அடைகிறது. சில நேரங்களில் அவர்களுக்கு உண்மையைப் புரிய வைக்க நீங்கள் பதிலளிக்க வேண்டும். ஆனால் பெரும்பாலான நேரங்களில், இதைப் போல யாராவது சொல்லும் போது தேவையில்லாமல் அவரைப் போலவே வெடுக்கென்று அல்லது அவரை விட இன்னும் காட்டமாக பதில் சொல்லி எதிர்வினையாற்றுவோம். இது தேவையில்லை என்று உணர்ந்தாலும், தொடர்ந்து அதை செய்து வருவோம். மௌனம் காப்பதன் மூலமும் அதே நோக்கத்தை அடைந்திருக்க முடியும் என்ற புரிதல் ஆழமாக இருக்க வேண்டும். உணர்தல் ஆழமாக இல்லாத போது அந்த சூழல் எப்போது உருவானாலும் நாம் உடனடியாக எதிர்வினையாற்றுகிறோம்.

புகைபிடித்தல் கெடுதியானது என்று நமக்குத் தெரியும். ஆனால் அதைக் கடக்க முடிவதில்லை. உணர்தல் அவ்வளவு ஆழமாக இல்லாததே இதற்குக் காரணம். நல்லது கெட்டது எது என்று நமக்குத் தெரிந்தாலும் இதை செயல்படுத்த முடியவில்லை. அந்த தருணத்தில் அதைத் தவறு என உணர்கிறோம். உணருதல் வேகத்தின் அடிப்படையில் இருக்கக் கூடாது. அது சீராக்க் கடைப்பிடிக்கப்பட வேண்டும்.

ஆறு ஆண்டுகளுக்கு முன் எனது ஆன்மீகப் பயிற்சிகளுக்காக அசைவ உணவுகளைத் தவிர்க்க விரும்பினேன். என் புலன் இன்பங்களை என்னால் கட்டுப் படுத்த முடியவில்லை. எப்போதாவது சாப்பிட்டுக் கொண்டுதான் இருந்தேன். அசைவ உணவை ஏன் சாப்பிடக் கூடாது என்று ஒருவர் எனக்கு விளக்கினார். ஒரு ஜீவனைக் கொன்று வலியால் உருவாக்கப்படும் எந்த உணவையும் சாப்பிடக் கூடாது - அது கோழியோ, மீனோ, ஆடோ எதுவாக இருந்தாலும். கொல்லப் படும் போது அது வலியை அனுபவிக்கிறது. இது எனக்குப் புரிந்தது. என்னால் ஆழமாக உணர முடிந்தது. அதன் பிறகு அசைவ உணவுகளை சாப்பிடுவதை முற்றிலும் நிறுத்தி விட்டேன். ஆரம்பத்தில் கஷ்டமாக இருந்தாலும் இந்த ஒழுங்குக்குப் பழகிய பிறகு அதை மறக்க ஆரம்பித்தேன். ஒரு தவறை நிறுத்தும் அளவுக்கு நம்மை நிர்பந்திக்கும் ஒரு பெரிய உணர்தலை நாம் அடைய வேண்டும். ஒரு காலகட்டத்திற்குப் பிறகு நம் அமைப்பு அதற்குப் பழகிக் கொண்டு அந்தத் தவறை மீண்டும் செய்வதை எளிதாக நிறைத்த முடியும்.

"தொழில்முனைதல் என்பது எல்லாவற்றையும் விட ஒரு மனநிலை" என்ற கூற்றில் உங்கள் கருத்து என்ன?

இது ஒரு பெரிய உண்மைதான். நல்ல விஷயங்களுக்குக் கூட கட்டுப்பட விரும்பாதவர்கள், அடுத்தவர் கீழ் பணி புரிய விரும்பாதவர்கள், ஓரளவு அகங்காரம் உள்ளவர்கள் தொழில் முனைவோராக மாற முயல்வார்கள். இந்தக் காரணிகள் தொழில் முனைவோராக விரும்புவதற்கு எதிர்மறையான காரணிகள். இந்தக் காரணிகளை மட்டும் கொண்டு ஒருவர் தொழில்முனைய ஆரம்பித்தால் வெற்றிக்கான வாய்ப்பு குறைவே. இந்தக் காரணிகளுடன் ஒருவர் எதையாவது சாதிக்க விரும்பினால், லட்சியத்தோடு இருந்தால், எண்ணங்களில் மற்றும் எதையும் செய்வதற்கான சுதந்திரம் இவற்றைப் பெற்றிருந்தால் தொழில் முனைவோர் ஆன பிறகு வெற்றியை எட்டும் வாய்ப்பு அதிகம்.

ஆனால் சிலர் திருப்தியாக இருப்பார்கள், சுதந்திரத்தைப் பற்றி அதிகம் கவலைப் படாமல், அகங்காரம் இல்லாமல், பணிவோடு, மிகவும் இயல்பான வாழ்க்கை வாழ விரும்புவார்கள். அவர்கள் தொழில்முனைவோராக மாற விரும்புவதில்லை. இந்தக் காரணிகள் அவர்கள் தொழில் முனைவோராக மாறாமல் இருப்பதற்கு நேர்மறையான காரணிகள். பாதுகாப்பை முக்கியமாக நினைப்பவர்கள், அதாவது துணிச்சலான முயற்சிகளை எடுக்க விரும்பாதவர்கள், முடிவெடுக்கத் தடுமாறுபவர்கள், அதிகமாகச் சிந்திப்பவர்கள் - இவர்கள் தொழில்முனைய லட்சியம் கொண்டவர்களாக இருப்பதில்லை.

மேலே குறிப்பிட்ட அனைத்தும் தொழில்முனைவது என்பது ஒரு மனநிலை என்பதைத் தெளிவாகக் காட்டுகிறது.

அ.தி.ராஜ்குமார்

உங்களைப் பொறுத்தவரை வெற்றி என்பது என்ன?

இரு நண்பர்கள் ஒரே நேரத்தில் தங்களுக்கென அடுக்குமாடிக் குடியிருப்புகளை வாங்கினார்கள். முதல் நபர் ஒரு பெரிய ஒப்பந்த வேலை கிடைத்து நிறைய பணம் சம்பாதித்தார். அவர் வீட்டை அலங்கரிக்க ஆரம்பித்தார். அலங்காரம் செய்ய ஆடம்பரமாக செலவு செய்தார். இவரைப் போலவே வியாபாரியாக இருந்த இரண்டாவது நபருக்கு வீடு வாங்கிய பிறகு அதிக வருமானம் இல்லை. மாதாந்திர செலவுகளைப் பராமரிக்கப் போதுமான ஒரு நிலையான வருமானத்தைப் பெற்றுக் கொண்டிருந்தார். அவரால் பெரிய அளவில் அலங்காரம் எல்லாம் செய்ய முடியவில்லை. எளிய பொருட்களை வைத்து வீட்டை நேர்த்தியாக வைத்திருந்தார்.

வருடங்கள் ஓடின. வீட்டை வெகுவாக அலங்கரித்தவர் அதைப் பராமரிக்க நிறைய பணம் செலவழிக்க வேண்டி இருந்தது. திடீரென்று மற்றொரு ஒப்பந்த வேலையில் பெரிய இழப்பு நேர்ந்தது. அவர் கடன் வாங்க வேண்டி இருந்தது. கடன் மற்றும் செலவுகளால் வீட்டை அழகாகப் பராமரிக்க முடியவில்லை. இழப்பை ஈடு கட்ட முடியாமல் எதையும் செய்ய முடியாமல் மனம் தளர்ந்து போனார். வீடு இப்போது அழகின்றித் தோன்றியது. நிலையான வருமானம் இருந்தவரால் தொடர்ந்து அவர் வீட்டை எளிமையாக, நேர்த்தியாகப் பராமரிக்க முடிந்தது.

இந்த உதாரணத்திலிருந்து வெற்றி என்பது நிறைய பணம், புகழ் இவற்றைச் சம்பாதிப்பது அல்ல என்பதை நாம் எளிதாகப் புரிந்து கொள்ளலாம். பணம் சம்பாதிக்கக் கூடாது என்று சொல்லவில்லை. பணம், புகழ் போன்றவற்றை சம்பாதிக்கலாம். ஆனால் அது வெற்றியல்ல. இந்த வெற்றிகரமான மக்கள் என்று சொல்லப் படுபவர்களில் பலரும் இழப்புகளைச் சந்திக்கும் போது மனச் சோர்வு அடைவதற்கான வாய்ப்பு அதிகம். ஏனென்றால அவர்களால் எதிர்மறையான விஷயங்களை ஏற்றுக் கொள்ள முடியாததால் எளிதில் மனமுடைந்து மனச்சோர்வு அடைய வாய்ப்புகள் அதிகம். வலுவான மனம் இல்லையென்றால், இந்த உணர்வுகளை வெல்வது கடினம்.

ஆனால் எளிய வாழ்க்கை மேற்கொண்டு எளிய விஷயங்களைப் பராமரிப்பதும் ஒரு விதத்தில் வெற்றிகரமான வாழ்க்கை என்று சொல்லப் படுகிறது. ஏனெனில் அதைப் பராமரிக்க நீங்கள் முயற்சி செய்ய வேண்டும். இதன்பின் உழைப்பு இருப்பதால் தற்போதைய நிலையை தக்கவைத்துப் பராமரிப்பதும் ஒரு பெரும்பணியாகும். நீங்க எந்த மாற்றத்தையும் காணாததால் மக்கள் நீங்கள் வளரவில்லை என்று நினைக்கிறார்கள். அது தவறான பார்வை. சரியான கடமைகள், முயற்சிகள் செய்து அதைத் தக்கவைத்துக் கொண்டு நெறிமுறையான, எளிமையான வாழ்க்கை வாழ்வதும் வெற்றிகரமான வாழ்க்கையே.

தோல்விக்கும் வெற்றிக்கும் முரண்பாடு என்ன?

தோல்வி என்பது எதிர்பார்ப்புகளின் தோல்வி. ஒரு குறிப்பிட்ட விஷயத்தில் நீங்கள் நிறைய எதிர்பார்ப்புகளை உருவாக்கிக் கொள்ளும் போது, எப்பாடு பட்டாவது வெல்ல வேண்டும் என்ற பதட்டத்தை அதை உருவாக்குகிறது. பதட்டம் வரும் போது பயமும் செய்து முடிப்பதற்கான அழுத்தமும் வருகிறது. பயத்துடனும், அழுத்தத்துடனும் வெற்றி பெறுவது மிகக் கடினம். பல தோல்விகளுக்கு இதுவே காரணம்.

எல்லாம் உங்கள் வழியில் நடக்க வேண்டும் என்று நீங்கள் விரும்பினால் அதை அடைவதற்கான வழியை திட்டமிட்டு எழுதிக் கொள்ளவும். அதை ஒரு இயந்திரத் தனமாகவும், ஒழுக்கமாகவும், முக்கியமாக எந்த ஒரு எதிர்பார்ப்புமின்றி செயல்படுத்தத் துவங்குங்கள். இந்த குளிர்ச்சியான மனநிலையில் பெரும்பாலான சமயங்களில் வேலை நடந்துவிடும். நடக்கவில்லை என்றால் ஏற்றுக் கொள்ளுங்கள். இந்த மனநிலையை வளர்த்துக் கொண்டால் பெரும்பாலும் நீங்கள் வெற்றி பெறுவீர்கள். வெற்றி பெறாவிட்டாலும் நீங்கள் அதை ஏற்றுக் கொள்ளத் தொடங்குவீர்கள். ஏற்றுக் கொள்வதும் ஒரு வெற்றி மனப்பான்மை தான். நீங்கள் இப்போது 100 சதவீதம் வெற்றி பெற்றவர் ஆகிவிட்டீர்கள்.

ஒவ்வொரு சந்தர்ப்பத்தையும், சூழ்நிலையையும், லட்சியத்தையும், இலக்கையும் சாதாரண நிகழ்வாகக் கொள்ளுங்கள். அதற்கு முக்கியத்துவம் கொடுக்காதீர்கள். வெற்றியை சாதாரண நிகழ்வாக கருதுங்கள். பிறகு தோல்வி என்பது உங்களுக்கு சாதாரண விஷயமாகிவிடும். வெற்றி என்பது நிறைய பணம் சம்பாதிப்பது, புகழ் பெறுவது, பெரிய அதிகாரத்தை வைத்திருப்பது என்பவை அல்ல. அது நெறிமுறையாக வாழ்வது, மனதார முயற்சி செய்வது, மற்றவர்களுக்கு உதவுவது என்பன பற்றியது. வெற்றி தோல்வி என்ற முரண்பாடு இன்றி எல்லாவற்றையும் சாதாரணமாக நடத்துவதுதான் சிறந்தது.

நேர்மறையாக இருக்கும் எல்லாம் ஒரு முடிவுக்கு வரும் என்பதையும், நாம் அடைய பாடுபடும் எதுவும் நிலையானது அல்ல என்ற உண்மையையும் நான் எவ்வாறு ஏற்றுக் கொள்வது?

நீங்கள் எதையாவது சாதிக்கும் போது அது கொஞ்சகாலம் பேசப்பட்டு பாராட்டப்படும். அதன் பிறகு அது குறையத் தொடங்கும். சலிப்பாக ஆகும். மக்கள் மற்றொரு சுவாரஸ்யமான சாதனையை எதிர்பார்க்கிறார்கள். மற்றொருவர் சாதனையும் சிலகாலம் பேசப்பட்டு, பாராட்டப்பட்டு பின்னர் மறக்கப் படும். இது மனித மனத்தின் இயல்பு.

இதனால்தான் ஊடகங்கள் பரபரப்பான செய்திகளை வெளியிடுகின்றன. அவர்களை வெளிச்சத்தில் வைத்திருப்பதற்காக. ஒரு செய்தி பிரபலமாகி சிறிது நேரத்தில் சலிப்பை ஏற்படுத்துகிறது. பின்னர் அவர்களை வெளிச்சத்தில் வைத்திருக்க வேறொரு பெரிய செய்தியைத் தேடுகிறார்கள்.

தங்களின் நேர்மறையான சாதனைகள் சிலகாலத்திற்குப் பிறகு கொஞ்சமாகவே புகழப்படுகிறது என்ற உண்மையில் மக்கள் ஊக்கமிழக்கிறார்கள். வேறு ஒருவர் பற்றி பேச்சு எழும் போது, அது பொறாமையைத் தூண்டுகிறது.

இதனைப் போக்க மனதை சமநிலையில் வைத்திருக்க வேண்டும். சாதனையின் போது உற்சாகத்தில் துள்ளாமல் அமைதியாகவும், ஆர்ப்பரிப்பு இல்லாமலும் இருங்கள். ஒரு சாதனை அல்லது வெற்றியின் போது அமைதியாக இருக்க முடிந்தால் தோல்வி அல்லது எதிர்மறையானவை நடக்கும் போதும் அமைதியாக இருக்க முடியும். இது இன்பத்தையும் துன்பத்தையும் சமநிலைப் படுத்துதல் ஆகும்.

எந்தத் தவறும் செய்யாத போது மன்னிப்புக் கேட்க வேண்டும் என்றால் எப்படி இருக்கும்?

நாம் தவறு செய்யவில்லை என்று உணரும் போது மன்னிப்பு கேட்பது அல்லது வருந்துவது கடினம். ஆனால் அது ஒரு நல்ல சூழ்நிலையைக் கொண்டு வருவதாக இருந்தால், அல்லது சமாதானப் படுத்துவது போல இருந்தால அதைச் செய்வதில் தவறே இல்லை. உண்மையில் இது உங்கள் பெருந்தனமையை மற்றவர்களுக்கு குறிப்பாக இறைவனுக்குக் காட்டுகிறது. இந்த நல்ல கர்மாவிற்கு வெகுமதி கிடைக்கும்.

ஆனால் மன்னிக்கவும் என்று சொல்வதற்கு முன் அவர்களிடம் உண்மையைச் சொல்ல முயற்சிக்கவும். சமாதானப் படுத்தவே நீங்கள் இதைச் செய்கிறீர்கள் என்பதையும் சொல்லவும். குறைந்த பட்சம் உங்கள் தன்மானம் நியாயப் படுத்தப்படும். ஏனெனில் இது உங்களை நீண்ட நாள் கஷ்டப் படுத்தலாம். நீங்கள் மன்னிக்கவும் என்று சொன்ன பிறகும் மக்கள் இதைப் பற்றி வாதிட்டால் விலகிச் செல்லுங்கள்.

இதை மறக்க இறைவனுக்கும் உங்களுக்கும் ஒரு தொடர்பை ஏற்படுத்திக் கொள்ளுங்கள். அவர் இவற்றை எல்லாம் பார்ப்பது போலவும், அவர் உண்மையை அறிவார் போலவும். இது உங்கள் அவமானத்தைக் குறைத்து உங்களை மறக்கச் செய்யும். நூற்றுக் கணக்கான மக்கள் உங்களுக்கு எதிராக இருந்தாலும் கடவுள் உங்கள் பக்கம் இருக்கும் போது நீங்கள் எப்போதும் நன்றாக இருப்பீர்கள்.

ரகசியங்களை சுமப்பது நமது மன அமைதியைக் குலைக்கிறதா?

உங்களிடம் ரகசியமாகச் சொல்லப்பட்ட விஷயம் யாரையாவது பாதிக்கும் என்றால் அதை எப்போதும் ரகசியமாக வைத்திருங்கள். நீங்கள் எவ்வளவு அதிகமாக நினைக்கிறீர்களோ அவ்வளவு உங்கள் மனதை சங்கடப் படுத்தும்.

"தேவையற்ற எண்ணங்களை வெறுமையாக்கும்" முறையைப் பயன்படுத்துங்கள். அந்த எண்ணங்கள் வரும் போதெல்லாம் வெறுமையாக்கிக் கொண்டே இருங்கள். அந்த எண்ணங்களை வளர்ப்பது போலவோ தீர்க்க வேண்டும் என்றோ தோன்றினால் அதைச் செய்ய வேண்டாம். இந்த எண்ணங்கள் உங்கள் மனதில் வரும் போதெல்லாம் அவற்றை வெறுமையாக்குங்கள். அவை வரும் போதெல்லாம் அவற்றைத் தொடர்ந்து வெறுமையாக்குவது அந்த எண்ணங்கள் முழுவதுமாக உங்கள் மனதிலிருந்து மறைந்துவிடும் கால கட்டத்திற்கு வழிவகுக்கும். அந்த ரகசியத்தால் யாருக்கும் எந்தப் பயனும் இல்லை என்றால் அது யாரையும் பாதித்தாலும், பாதிக்காவிட்டாலும் நம்பிக்கையைக் காக்கும் பொருட்டு அதை ரகசியமாக வைத்திருங்கள்.

நீங்கள் எவ்வாறு உணர்கிறீர்கள் என்பதைப் பாதிப்பதாகவோ, நெறிமுறையற்றதாகவோ இருந்தால், அதை ரகசியமாக வைத்திருப்பது நல்லதல்ல. அதை சொல்லும்படி கூறியவரிடம் சொல்ல வேண்டும். நீங்கள் சொல்ல வேண்டாம். ஆனால் அவர் அதைச் சொல்லவில்லை என்றால் நீங்கள் அதை நன்மை கருதி வெளிப்படுத்தப் போவதாகச் சொல்லலாம். அதன்பிறகு நீங்கள் அதைச் சொல்லி அதிலிருந்து விடுபடலாம்.

எல்லாவற்றையும் பற்றி கேலி செய்வதை நான் எப்படி நிறுத்துவது? இது எனது உறவுகளையும் மனநலத்தையும் பாதிக்கிறது.

கேலி செய்வதால் உங்களை யாரும் விரும்ப மாட்டார்கள். எல்லாவற்றையும் நகைச் சுவையாக மாற்றுவது மற்றவர்கள் உங்களை விரும்ப வைக்காது. எல்லாம் சீரான விகிதத்தில் இருக்க வேண்டும். முழுக்க முழுக்க நகைச்சுவைப் படங்களையே பார்த்தால் அலுத்துவிடும். உணர்ச்சிகரமான, கருத்துள்ள படங்களையும் பார்க்க விரும்புகிறோம். நீங்கள் முழுவதும் நகைச் சுவையாகவே இருந்தாலும் அதுவும் சலிப்பாக இருக்கும். எனவே சமநிலையுடன் இருப்பது முக்கியம்.

மற்றவர்கள் சீரியசாகப் பேசும் போது நீங்களும் சீரியசாகப் பேச வேண்டும். எப்போது அவர்கள் ஆழ்ந்து உரையாடுகிறார்கள் எப்போது நகைச்சுவையை விரும்புவார்கள் என்பதைக் கண்டறியுங்கள். எப்போதும் ஜோக் அடித்துக் கொண்டிருந்தால் மக்கள் எரிச்சலடைவார்கள். மேலும் சில சமயங்களில் கிண்டல் செய்வதால் உறவுகள் பாதிக்கப் படும். அந்த நேரத்திற்கான மனநிலையை அறியவும். மற்றவர் சீரியசாகப் பேசினால் சீரியசாகப் பேசுங்கள். அவர்கள் உங்களை விரும்புவார்கள். அவர்களிடம் ஆர்வம் காட்டிப் பேசுங்கள். அவர்கள் உங்களை நேசிக்கத் தொடங்குவார்கள். அவர்கள் ஜாலியாக இருந்தால் நகைச்சுவையாகப் பேசுங்கள். கேலி செய்வதே முழுவதுமாக இருந்தால் அது மற்றவரைப் பற்றி முதுகுக்குப் பின்னால் பேசுவது, கிசுகிசுக்கள் போன்றவற்றை கொண்டிருக்கும். இதுவும் ஒரு கர்மா. இது கிண்டல் செய்வதை உள்ளடக்கியதால் நீங்களும் அதைப் பெறத் தயாராக இருக்க வேண்டும்.

இந்த உணர்தல்களைப் பெறுங்கள். எல்லாவற்றையும் நகைச் சுவையாக மாற்றுவதை நிறுத்துவீர்கள்.

அ.தி.ராஜ்குமார்

"செயல்படாமல் இருப்பதும் ஒன்றின் மீது நடவடிக்கை எடுப்பதற்குச் சமம்." என்ற கூற்றைப் பற்றிய உங்கள் சிந்தனைகள் என்ன?

சில நேரங்களில் இது உண்மைதான். ஆனால் எல்லா நேரங்களிலும் அல்ல. நீங்கள் அமைதியாக இருக்க வேண்டிய சூழ்நிலைகள் உண்டு. விஷயங்கள் தானாகவே நடந்து முடிந்துவிடும். நம் முன்னாள் பிரதம மந்திரி நரசிம்மராவ் ஆட்சியின் சில பகுதிகளில் இந்தக் கொள்கையைப் பின்பற்றினார். ஆனால் ஏதாவது ஒன்றைச் செய்யக் கூடாது என்ற முடிவுக்கு நாம் வர வேண்டும். நாம் ஆய்வு செய்து உணர வேண்டும். செயல்படாமல் இருப்பதின் அழகு என்னவென்றால் எதுவாக இருந்தாலும் பொருட்படுத்தாமல் மக்கள் ஏற்றுக் கொள்வார்கள். நேர்மறையாக இருப்பவர்கள் நல்லதே நடந்ததைப் போல எடுத்துக் கொள்கிறார்கள்.

ஆனால் நீங்கள் கண்டிப்பாக செயல்பட வேண்டிய சில சூழ்நிலைகள் உள்ளன. அமைதியான மனம் இருந்தால் அது செயல்படலாமா வேண்டாமா என்பதை ஆராய்ந்து இறுதி செய்யும். சில சூழ்நிலைகளில் செயல்படாமல் தவற விடுவது வாழ்நாள் முழுவதும் குற்ற உணர்வைத் தந்துவிடும். எனவே அமைதியான மனதுடன் செயல்படலாமா வேண்டாமா என்ற முடிவுக்கு வாருங்கள். செய்யாமல் இருப்பது நல்லது என்று நீங்கள் நினைத்தால் அதைச் செய்யாதீர்கள்.

அதே போல சில விஷயங்களை மற்றவர்களுக்கு பரிந்துரைக்கும் போது ஓரிரு முறை சொல்லி விட்டுவிட வேண்டும். சொல்லிக் கொண்டே போனால் கட்டாயப் படுத்துவது போல உணர்வார்கள். உங்கள் கடமையைச் செய்து அமைதியாக இருங்கள். ஒவ்வொருவருக்கும் ஒரு குறிப்பிட்ட வயதில் நல்லது எது கெட்டது எது என்று தெரிகிறது. அவர்களிடம் சொல்லிக் கொண்டே இருந்தால் கட்டாயப் படுத்துவதாக எண்ணி நேருக்கு மாறாக நடந்து கொள்கிறார்கள். இது குறிப்பாக பெற்றோர் குழந்தை உறவில் நிகழ்கிறது.

என்னுடைய பல எண்ணங்களை எழுதி வைத்து என் மருத்துவரிடம் சொல்ல விரும்பி அதே நேரத்தில் அதைச் செய்யும் மனநிலையில் இல்லாமல் இருப்பது சாதாரணமானதா?

இது சாதாரணமானது. எண்ணங்களை வெளிப்படுத்திய பிறகு அதன் பின் விளைவுகளைப் பற்றி பலரும் நினைக்கிறார்கள். உறவில் விரிசல் ஏற்பட்டு விடுமோ என்று அவர்கள் பயப்படுகிறார்கள். ஆனால் அது ஆத்மார்த்தமாக இருந்து சொல்லப்பட்டால் மக்கள் அதை ஏற்றுக்கொண்டு, ஒத்துக் கொண்டு, பாராட்டவும் கூட செய்கிறார்கள்.

இதை சமாளிக்க இரண்டு வழிகள் உள்ளன.

பலரும் உள்முக சிந்தனையாளர் உட்பட, அவர்களை பாதிக்கும் சில முக்கியமான விஷயங்களில், தங்கள் பார்வையை, எண்ணங்களை சொல்வதில் சங்கடமாக உணர்கிறார்கள். ஆனால் அவர்கள் பார்வை, எண்ணங்களை எழுதத் தொடங்கியவுடன் அவர்கள் மன அழுத்தம் குறைந்து சௌகர்யமாக உணர்கிறார்கள். இதற்குப் பின்னால் இருக்கும் உளவியல் காரணம், எழுதுவது யாரோ ஒருவருடன் பகிர்ந்து கொள்வது போன்ற உணர்வைத் தருவதே. ஒரு முறை எழுதப் பட்டாலோ, பகிரப் பட்டாலோ, உடலிலிருந்தும் மனத்திலிருந்தும் அந்தச் சுமை வெளியேறியதாக ஒருவர் உணர்கிறார்.

இதற்குப் பிறகு இது சிக்கலின் தீவிரத்தைப் பொறுத்தது. சிலர் தீவிரம் குறைவான விஷயம் என்றால் அதை சுலபமாக எடுத்துக் கொண்டு வெளியே சொல்ல வேண்டாம் என்று முடிவு செய்கிறார்கள். தீவரமான விஷயமாக இருந்து சொல்லியாக வேண்டும் எனும் போது அதை ஒரு செய்தியாக சேமித்து வைத்து ஒருவருக்கு அனுப்பலாம். எழுதப்பட்டவுடன் உளவியல் ரீதியாக நீங்கள் வலிமையானவராக உணர்ந்து சம்பந்தப் பட்டவரிடம் சொல்ல தைரியம் வருகிறது.

என் உள்ளப் பிரச்சனைகளைப் பற்றி என் சொந்தப் பெற்றோரிடமோ, என்னிடமோ, என் கிருஷ்ணாவிடமோ கூட என்னால் பேசவோ, பகிரவோ முடிவதில்லை. நான் ஏன் யாரிடமும் இதைப் பற்றிப் பேச முடிவதில்லை?

நாம் அதைப் பற்றி பேசாமல் இருக்க முக்கிய காரணம் - "என்னைப் பற்றி மற்றவர்கள் என்ன நினைப்பார்கள்?" அதை அவர்கள் புரிந்து கொள்வார்களா என்ற சந்தேகம் நமக்கு. மற்றவர்கள் இதைப் பற்றி எப்படி நினைப்பார்கள், அது மற்றவர்களின் மனதில் நமது நம்பகத் தன்மையை பாதிக்குமா என்று எப்போதும் நினைக்கிறோம். சொல்லலாமா வேண்டாமா என்ற எண்ணங்களின் மோதல்களும் மேற்கொண்டு நம்மை இந்தச் செயலைத் தள்ளிப் போட வைக்கிறது. அதை சொல்வதை நாம் எவ்வளவு தாமதிக்கிறோமோ அவ்வளவு கடினமாக அதை சொல்வதும் இருக்கும். தாங்கள் எதிர்கொள்ளும் எந்தவொரு பிரச்சனையும் தனித்துவமானது, அரிதானது என்று பலரும் நினைக்கின்றனர். எனவே அதை வெளிப்படுத்துவதில் ஒரு கூச்சமும், பயமும் உண்டாகிறது. நமக்குள் இருக்கும் பிரச்சனைகள் பற்றி எதிர்மறையாக சிந்திக்கிறோம். அவற்றை ஒரு போதும் தீர்க்கவே முடியாது என்று எண்ணுகிறோம். இதை ஏன் மற்றவருக்குத் தெரியப் படுத்த வேண்டும் என்ற கேள்வி எழுகிறது.

அதைப் பகிர்வதால் மக்கள் நம்மைப் பற்றித் தாழ்வாக நினைக்கத் தொடங்குவார்கள் என்று நினைக்கிறோம். இந்த வகையான எண்ணங்கள் அசாதாரணமானவை, இவை நம்மிடம் மட்டுமே உள்ளது என்ற பயம் நமக்கு. மக்கள் நம்மிடமிருந்து விலகி விடுவார்களோ என்ற அச்சம் வேறு. நம் எண்ணங்கள் அசிங்கமானவை, அசாதாரணமானவை என்ற பயமும் கூட. உண்மை என்னவென்றால் நம்மைப் பற்றி யாரும் தவறாக நினைக்க மாட்டார்கள் என்பதே. உண்மையில் அவர்கள் அதற்குப் பழகிக் கொள்கிறார்கள். மக்கள் எப்போதும் நம்மைப் பற்றி நினைக்கிறார்கள் என்ற பயம் நம்மை சொல்ல விடாமல் செய்கிறது. இதைப் பற்றி யாரும் எப்போதுமே சிந்திக்கப் போவதில்லை. எல்லோரும் தங்கள் சொந்த வேலை, வியாபாரத்தில் கவனமாக இருக்கிறார்கள். யாரும், நம்மைப் பற்றியும் நம் பிரச்சனைகள் பற்றியும் எப்பொதும் சிந்திக்கப் மோவதில்லை.

முதல் முறை அதைச் செய்ய எப்போதுமே ஒரு பயம் இருக்கும். ஒரு செய்தி அனுப்புங்கள். அல்லது நீங்கள் அவர்களிடம் பேச விரும்புவதாக சொல்லுங்கள். இப்போதெல்லாம், வாட்சப், மெசேஜஸ் போன்றவற்றின் நல்ல அனுகூலம் நமக்கு உள்ளது. சிலர் மற்றவரிடம் நேரில் சொல்லத் தயங்குவார்கள். ஒரு செய்தியின் மூலம் உங்கள் எண்ணங்களைப் பகிர்ந்து கொண்டால் அவரை நேரில் சந்திப்பதைத்

தவிர்க்கலாம். உங்கள் எண்ணங்களை எழுதுவதும் ஒருவருடன் பகிர்ந்து கொள்வது போன்றது. பிரச்சனைகளை எழுதுவது அவை 50 சதவீதம் தீர்ந்து விட்டது போலாகும். இது நமது சுமையை இறக்குவது போன்றது. வாய்வழியாகவோ, செய்திகள் மூலமாகவோ பகிரப் பழகினால் அடுத்தடுத்த முறைகளில் பகிர்வது மிகவும் சுலபமாக இருக்கும்.

நீங்கள் இப்போது அதைப் பற்றிப் பேச முடிந்தால், நீங்கள் அதைச் சொல்ல நினைக்கும் நபரை அழைக்கவும். எதுவும் நீங்கள் நினைப்பது போல பயங்கரமானது அல்ல. நீங்கள் அதை சொன்னதும் கேட்பவர் அதைக் கேட்கவும், சுலபமாக எடுத்துக் கொள்ளவும் தயாராகிறார். நீங்கள் சொல்ல ஆரம்பித்தவுடன் அது உங்களுக்கு மிகவும் எளிதாக வழுக்கிக் கொண்டு செல்லும். கேட்பவரும் பழகிவிடுவார். அவர் இதை மிக எளிதாக எடுத்துக் கொண்டிருப்பார். மேலும் இதைத் தீர்க்கும் சுமையையும் ஏற்றுக் கொண்டிருப்பார். இதற்கு அளிக்கும் முக்கியத்துவத்தால், அவர் இந்த பொறுப்பை ஏற்றுத் தீர்வு காண்பதை உங்களுடன் பகிர்ந்து கொள்ள விழையும்போது அது உங்களுக்கு சாதகமாக இருக்கும்.

எழுத்து மூலமாகவோ, பேசுவதன் மூலமாகவோ உங்கள் கவலைகள் அனைத்தும் நீங்கும் போது பிரச்சனை தீர்க்கப்படா விட்டாலும் 80 சதவீதம் தீர்ந்தது போலத்தான். பிறரிடம் சொல்லும் போது பல பிரச்சனைகள் தீர்ந்து ஒன்றுமில்லாமல் ஆகிவிடும்.

எந்த ஒரு செயலும் செய்த பிறகு, மக்கள் அதற்குப் பழகி விடுகிறார்கள். பிரச்சனை தீர்க்கப் படுகிறதோ இல்லையோ, அதைப் பொருட்படுத்தாமல் மறக்கப்படும். உண்மையில் நம்மிடம் இப்போது உள்ள பொதுவான பிரச்சனைகள் அனைத்தும் ஒரு காலத்தில் அரிதாக இருந்து வெளிப்படுத்தப்பட்ட பின் சாதாரணமாகி விட்டன. மீதமுள்ள 20 சதவீத பிரச்சனைகளை முயற்சிகள் மூலமாகவோ, அல்லது இதை ஏற்றுக் கொள்வதன் மூலமாகவோ தீர்த்து விடலாம். எதையும் நன்மைக்கே நடந்தது என ஏற்றுக் கொள்வது தீர்க்கப் படாத பிரச்சனைகளுக்குப் பெரிய தீர்வாகும்.

ஒவ்வொரு முறையும் நான் ஏதாவது செய்ய நினைக்கும் போது அது ஏன் நடப்பதில்லை? ஆனால் நான் எதிர்மாறாக நினைக்கும் போது நடக்கிறது. நான் விஷயங்களைச் செய்ய விரும்பும்போது அது என் சிந்தனையை எதிர்மறையாக ஆக்குகிறது.

நீங்கள் ஏதாவது நடக்க வேண்டும் என நினைக்கும் போதெல்லாம், அல்லது குறிப்பிட்ட விஷயங்கள் நடக்க கூடாது என்று நினைக்கும் போதெல்லாம் எதிர்மறை எண்ணங்கள் வரும். எப்போதெல்லாம் நீங்கள் ஒன்றைச் செய்ய விரும்புகிறீர்களோ அப்போது நீங்கள் அது கண்டிப்பாக நடக்க வேண்டும் என விரும்புகிறீர்கள். நீங்கள் ஒரு செயலைச் செய்ய முடிவு செய்ததும், அது நடக்க வேண்டும் என்று விரும்பும்போது அது நடக்காமல் போவது போன்ற நிறைய எதிர்மறை எண்ணங்கள் உங்கள் மனதில் தோன்றும். இது உங்கள் மனதில் சந்தேகத்தை உருவாக்கி பயமுறுத்துகிறது. நீங்கள் எவ்வளவு அதிகமாக யோசிக்கிறீர்களோ அவ்வளவு நடக்காது.

அதே போல சில விஷயங்கள் நடக்கக் கூடாது என்று நினைக்கும் போது மனதில் ஒரு பயத்தை உண்டாக்குகிறது. அது நடந்தால் உங்களால் தாங்க முடியாது. நீங்கள் விரும்பாவிட்டாலும் உங்கள் ஆழ்மனதில் அவ்வாறு நடப்பதைப் பற்றி அதிகம் நினைக்கிறீர்கள். அது நடக்குமோ என்ற பயம் நடக்கச் செய்கிறது.

இரண்டும் ஈர்ப்பு விதியுடன் தொடர்புடையவை. ஒன்றைப் பற்றி அதிகமாக யோசிக்கையில் அது நடக்க அதற்கானவைகளை உருவாக்குகிறது. நீங்கள் எப்போது எதையாவது செய்ய நினைக்கிறீர்களோ அப்போது அதற்கான திட்டத்தை உடனடியாக எழுதி வைத்து உடனே செயல்பட ஆரம்பியுங்கள். ஏதேனும் எதிர்மறை எண்ணங்கள் வந்தால் அவற்றை வளர்க்காமல் வெறுமையாக்கி நிகழ்காலத்தில் கவனம் கொள்ளுங்கள்.

மனிதர்களுடன் உறவுகளை சரிசெய்தல் / மேம்படுத்துதல்

நம் ஏன் விஷயங்களை நமக்குத் தனிப்பட்டதாக எடுத்துக் கொள்கிறோம்? இதை எப்படி நிறுத்துவது?

நாம் நம்மைத்தான் மிகவும் விரும்புகிறோம். எல்லாமே நம்மைச் சுற்றி இருக்கிறது. நம்முடன் நல்ல இணைப்பு இருப்பதால் நமக்கு நெருங்கிய நண்பர்களும், உறவினர்களும் உள்ளனர். அவர்கள் பரஸ்பரம் நம் உணர்வுத் தேவை, பணத் தேவைகளுக்கு ஈடு கொடுக்கும் படி உள்ளனர். அவர்கள் எல்லாவற்றிலும் நம்மைத் திருப்திப் படுத்துகின்றனர். அதனால் அவர்கள் நமக்கு நெருக்கமாகின்றனர். அதில் சிறிது குறைவு உண்டானாலும் நமக்கு எரிச்சல் வருகிறது. அது தொடர்ந்தால் நம்மைத் திருப்திப் படுத்தும் மற்றொருவருடன் நாம் நெருக்கமாகி விடுவோம். மற்றவர்கள் நம்மை சமமாக நேசிப்பதால், நாம் அவர்களை நேசிக்கிறோம் என்பது தெளிவாகிறது. மற்றவர்கள் நேசிக்காத போதும் அவர்களை நேசிப்பது வெகு அரிதாகவே இருக்கிறது. இந்த மாதிரி சமயங்களில் கூட சிறிது காலம் பார்த்துவிட்டு, காதல் திரும்பக் கிடைக்காமல் போனால் விலகிப் போய் விடுவார்கள். எல்லாமே நமது நன்மை சார்ந்தது என்பது இதிலிருந்து தெரிகிறது.

நாம் நம்மை மிகவும் நேசிக்கிறோம். நமக்கு எதிராக நடக்கும் எந்த சிறிய எதிர்மறையான விஷயங்களும், நேரடியாகவோ, மறைமுகமாகவோ நம்மை தனிப்பட்ட முறையில் பாதிக்கின்றன. நமக்கு எதிரான நேரடியான கருத்துக்களையோ, அல்லது நம் மனவிருப்பக் கோட்பாடுகளுக்கு, விருப்பங்களுக்கு எதிரான கருத்துக்களையோ நாம் தனிப்பட்ட முறையில்தான் எடுத்துக் கொள்கிறோம். நம் விருப்பங்கள், சித்தாந்தங்கள், மாடல்கள், ஹீரோக்களை யாராவது விமர்சித்தால் நாம் அதையும் தனிப்பட்ட முறையில்தான் எடுத்துக் கொள்கிறோம். இது அந்த ஹீரோக்களோ, சித்தாந்தங்களோ விமர்சிக்கப் படுவதால் அல்ல. நம் சித்தாந்தம், நமக்குப் பிடித்த ஹீரோ அல்லது நம் விருப்பு விமர்சிக்கப் படுவதால். அனைத்தும் தனிப்பட்ட முறையிலேயே எடுத்துக் கொள்ளப் படுகின்றன.

தனிப்பட்ட முறையில் யாரும் உங்களுக்கு எதிரானவர் இல்லை என்பதை உணருங்கள். அவர்களின் சூழ்நிலை சந்தர்ப்பங்கள் அவர்களை அதைச் சொல்லவோ, செய்யவோ வைக்கின்றன என்ற உண்மையைப் புரிந்து கொள்ளுங்கள். அது அவரது சுயநலம் மற்றும் ஆதாயங்களைப் பொறுத்தது. உங்கள் செயல்கள் அவர்களை பாதிக்காத வரை நீங்கள் நல்லவர் என்று அழைக்கப் படுவீர்கள். அவர்களை பாதிக்கத் தொடங்கும் போது விமர்சிக்கப் படுவீர்கள். எனவே யாருமே நிரந்தர நண்பனோ, எதிரியோ கிடையாது. சூழ்நிலைகளும், சந்தர்ப்பங்களுமே அவர்களை உங்களுக்கு சாதகமாக அல்லது பாதகமாக ஆக்குகிறது. இந்த உணர்வை முழுமையாகப் பெற்றால் நீங்கள் தனிப்பட்டதாக விஷயங்களை எடுத்துக் கொள்வதை நிறுத்துவீர்கள்.

நாம் ஏன் மனிதகுலத்தை விட கடவுளை நேசிக்கிறோம்?

மனிதர்கள் தங்கள் கருத்துகளை அழுத்தமாக வெளிப்படுத்தும் ஒரு போக்கை உடையவர்கள். ஒரு வழியில் பேச விரும்புகிறார்கள் ஆனால் மறுபுறம் கேட்க விரும்புவதில்லை. சாதாரண சமயங்களில் கூட நாம் பேசுவதில் மட்டுமே ஆர்வம் காட்டுகிறோம். மற்றவர் பேசும் நேரம் வரும் போது பெயருக்காக மட்டுமே கேட்கிறோம். எனவே பெரும்பாலான நேரங்களில் பெரும்பாலான சிக்கல்களைக் கையாளும் போது நாம் ஒரு வழியில் மட்டுமே பார்க்கிறோம். இதுவே இறைவனிடம் நம் கவலைகளையும் கருத்துகளையும் தெரிவிப்பதை நாம் வசதியாக நினைக்கக் காரணம். வாய்வழியாகவோ, எழுத்து மூலமாகவோ அவரிடமிருந்து எந்த விதமான மறுப்போ, நிராகரிப்போ இல்லாததால், அவர் அதை உண்மையாக்க் கேட்கிறார் என்று நினைக்கிறோம். நம்முடைய பிரச்சனைகளைத் தீர்க்கும்படி அவரிடம் வேண்டும் போது நிராகரிப்பதோ, கேட்க மறுப்பதோ இல்லை. அதே சமயம், இதை சக மனிதர்களிடம் சொல்லும் போது, சிலர் நமக்கு சாதகமாகப் பேசுவார்கள் சிலர் மாட்டார்கள்.

எனவே, நமது நம்பிக்கையும், நம்புதலும் கடவுளிடம் வலுப் பெறுகின்றன. பலமுறை இந்த நம்பிக்கை வளங்களையும், வாய்ப்புகளையும் நமக்குக் காட்டி நம்மை சாதிக்கச் செய்கின்றன. வல்லமை பொருந்திய இறைவன் கேட்க மட்டும் செய்வதாலும், பதில் சொல்லாமல் இருப்பதாலும் நீங்கள் கடவுளை நேசிக்கிறீர்கள். கோவில்களில் கூட ஒவ்வொருவரும் நேர்மறை எண்ணத்துடன் மட்டுமே செல்வதால் அங்கே நமக்கு நேர்மறை அதிர்வுகளும், மன அமைதியும் கிடைக்கிறது.

இன்றைய சமூகப் பிரச்சனைகளுக்கு அடிப்படைக் காரணம் என்ன?

ஒவ்வொருவரும் தங்கள் சொந்த முக்கியத்துவத்தைப் பற்றியே கவலைப் படுகிறார்கள். அவர்கள் மதிக்கப்படாமல் போவதைப் பற்றிக் கவலைப் படுகிறார்கள். பாதுகாப்பு உணர்வின்றி, மற்றவர்கள் முன் கேலிக்கு உரியவர்களாவோமோ என்று கவலைப் படுகிறார்கள். பிரபலமாக, சக்தி வாய்ந்தவராக, முக்கியப் புள்ளியாக ஆக விரும்புபவர்கள், குறைந்த முக்கியத்துவம், பாதுகாப்பின்மை, மோசமாக நடத்தப்படும் வாய்ப்பு இவற்றைப் பற்றியதான பயத்திலிருந்து வெளி வர வேண்டும். நமது முழு குணமும், மனப்பாங்கும் இதை அடிப்படையாக வைத்தே உருவாகிறது. இதைக் கடந்து வருவதற்காக மக்கள் பெரிதாக, அகங்காரத்துடனும், ஆதிக்கம் செலுத்தியும், திமிர் பிடித்தும், பாராட்டுகளை எதிர்பார்த்தும், கோபப் பட்டும், பயத்துடனும், பதட்டத்துடனும் செயல் படுகிறார்கள். இதனால் போதைப் பழக்கமும், வன்முறையும் சமூகத்தில் இயல்பாகவே நடக்கின்றன.

சிலர் பதவி, அதிகாரம், நட்சத்திர அந்தஸ்து, பணபலம், புகழ் இவற்றையெல்லாம் அடைந்து தற்காலிகமாக இந்தப் பிரச்சனைகளைக் கடந்துவிடுகிறார்கள். ஆனால் அவை குறையத் தொடங்கும் போது பயங்கரமான பிரச்சனைகளை சந்திக்கிறார்கள். சிலருக்கு இவை கிடைக்காமல் பயம், பதட்டம், மனச்சோர்வு, நிலையில்லாத மகிழ்ச்சி போன்றவற்றிற்கு உள்ளாகிறார்கள். சிறுவயதிலேயே இந்தப் புரிதலை அனைவருக்கும் கற்பித்தால், பெரும்பாலான மனித இனம் எந்தப் பிரச்சனையும் இல்லாமல் மகிழ்ச்சியாக வாழத் தொடங்கும்.

நமக்கு முக்கியத்துவம் குறைந்து விடுமோ, மற்றவருடன் ஒப்பிட்டு தாழ்வாகநடத்தப்படுவோமோபோன்றபயங்கள், அடுத்தவர்கருத்துக்கு பயம், பாதுகாப்பின்மை இவை எல்லாம் பின் குறிப்பிட்டுள்ளவற்றை உணர்ந்து கொள்வதன் மூலம் கடந்து விடலாம்:

1. சமத்துவத்தில் அசைக்க முடியாத நம்பிக்கை - எல்லாம் வல்ல இறைவனின் முன் அனைவரும் சமம் என்ற நம்பிக்கை.
2. வெற்றி என்பது அதிகாரம், புகழ், நிறைய பணம் சம்பாதிப்பது இவை அல்ல. வெற்றி என்பது நெறிமுறையாக வாழ்வது, உங்கள் கடமைகளைச் செய்வது, எதிர்பார்ப்பு இல்லாமல் உங்கள் முயற்சிகளை முழுவதுமாகச் செய்வது.
3. சமூகத்தில் முக்கியத்துவம் அடைய சூழ்நிலைகளும், வாய்ப்புகளும் இறைவனால் மக்களுக்கு வழங்கப் படுகின்றன. அவர்களுடைய குணத்தை சோதிக்க இவை வழங்கப் படுகின்றன.

4. தேவையற்ற விஷயங்களுக்கு எதிர்வினையாற்றாமல் இருக்கும் மனப்பான்மையை வளர்ப்பது. இறைவன் அனைத்தையும் பார்த்துக் கொண்டிருக்கிறார், நாம் அவருக்கு மட்டுமே பதில் சொல்ல வேண்டும் எனும்படி கடவுளுக்கும், உங்களுக்கும் இடையே ஒரு இணைப்பை ஏற்படுத்துவது.

5. நீங்கள் இந்த உலகத்தில் ஒரு சிறிய துகள் என்பதை நினைவில் வைத்துக் கொள்வது. உங்கள் இருவரின் நன்மைக்காகவும் தற்காலிகமாக உங்களுக்குத் தேவைப்படும் வரை யாரும் உங்களைத் தொந்தரவு செய்ய மாட்டார்கள்.

நான் இருக்க விரும்பாத ஒரு சூழ்நிலையை எப்படிக் கடந்து வருவது?

மக்கள் தாங்கள் சங்கடமாக உணரும் சில சூழ்நிலைகளை எதிர்கொள்ள பயப்படுகிறார்கள். ஆனால் அதை எதிர்கொண்ட பிறகு அது அவர்களுக்கு ஒன்றுமில்லை என்று தோன்றுகிறது. எந்த ஒரு சூழ்நிலையையும் சந்திக்கும் போது அவர்கள் கவனிக்கப் படுகிறார்களா, தம்மீது கருத்துக்கள் வருகின்றனவா என்று எப்போதும் கவலைப்பட்டபடி இருக்கின்றனர். அதைப் பற்றி எல்லாம் சிந்திக்க வேண்டாம்.

எந்த ஒரு சூழ்நிலையையும் வரும் போது மட்டும் சந்தித்தால் போதும். பத்து நாட்களுக்குப் பிறகு ஏதாவது நடக்கப் போகிறது என்றால் உங்கள் மனது முன்கூட்டியே அதைப் பற்றி நினைத்து அதை எதிர்கொள்ளும் வரை கஷ்டப்படுகிறது. அந்த நேரம் வரும் வரை மற்ற விஷயங்களில் கவனம் செலுத்துங்கள். அமைதியான மனத்துடன் நிகழ்காலத்தில் முழுவதுமாக இருக்கவும். சூழலில் சில விஷயங்கள் செய்தாக வேண்டும் என்றால் திட்டமிட்டு, எழுதி வைத்து, முயற்சிகளை செயல்படுத்துங்கள். இது இயந்திரத்தனமாக செய்யப்பட வேண்டும். இப்போது அந்த குறிப்பிட்ட நாளில் அந்த சூழ்நிலையை எதிர்கொள்ளுங்கள். அவ்வாறு சூழ்நிலை வரும்போது நீங்கள் அதை சுலபமாக எதிர்கொள்வீர்கள். அது ஒன்றுமில்லை என்று உங்களுக்குத் நோன்றிவிடும்.

சூழ்நிலைக்கு வருவதற்குள்ளாக நீங்கள் பயத்துடனும், பதட்டத்துடனும் சிரமப் பட்டிருந்தால், இப்படி பொன்னான நேரத்தை வீண்டித்து விட்டோமே என்று மனது பின்னர் கவலைப் படுகிறது. நேர்மறை, எதிர்மறை விளைவுகளைப் பொருட் படுத்தாமல் நீங்கள் அதை ஏற்றுக் கொள்ளும் பட்சத்தில், ஏன் வழிநெடுக கஷ்டப்பட வேண்டும்?

சூழ்நிலையை எதிர்கொள்ளும் போது அதற்குத் தேவையான பல படிகளை திட்டமிட்டு சிந்திப்பதே இதற்கு தீர்வு. தியானத்திற்குப் பிறகோ, ஆழ்ந்த இரவுத் தூக்கத்திற்குப் பிறகோ மனம் அமைதியாக இருக்கும் போது இதை முடிவு செய்யலாம். நிகழ்காலத்தில் கவனம் செலுத்தத் தொடங்கி, அந்த சூழ்நிலை சம்பந்தமான எண்ணங்கள் வரும் போதெல்லாம், அது தேவையற்ற கவலையைத் தரும் என்பதால், அவற்றை வெறுமையாக்கிக் கொண்டே இருங்கள். இந்த முறையில் அந்த சூழ்நிலை ஏற்படும் நாள் வரும் போது அதை சுலபமாக எதிர்கொள்வீர்கள். அது முடிந்தவுடன் அந்த நிலமை நீங்கள் நினைத்தது போல இருக்காது.

குடும்பப் பிரச்சனைகள் என்று வரும்போது உணர்ச்சிகளைக் கட்டுப் படுத்துவது கஷ்டமாக இருப்பது ஏன்?

குடும்பம் என்பது ஒருவருக்கு இருக்கக் கூடிய மிக நெருக்கமான மக்கள், உறவினர்களால் ஆனது. ஒவ்வொரு மனிதருக்கும் நம்புவதற்கு ஒரு மனிதர் தேவை. பாசம், கோபம், எதிர்பார்ப்புகள், உணர்ச்சிகளைக் காட்ட நெருக்கமான, நம்பகமான மக்கள் இல்லாமல் பெரும்பாலான மக்களால் மனதளவில் வாழ முடியாது. நண்பர்கள்தான் முக்கியமானவர்கள் என்று குழந்தைகள் சொல்லலாம். ஆனால் ஒரு கால கட்டத்திற்குப் பிறகு, 20 களின் மத்திக்கு வரும் போது குடும்பம்தான் முக்கியம் என்று தோன்றும். பெற்றோர்கள், சகோதரர்கள், சகோதரிகள், மனைவி, குழந்தைகள் இல்லாதவர்கள் விஷயத்தில் அவர்கள் தொடர்ந்து தொடர்பில் இருக்கும் அடுத்த நெருங்கிய உறவை நம்பியிருக்கிறார்கள். அது நண்பர்களாகவோ வேறு யாராவதாகவோ இருக்கலாம். கடைசியில் நம்மைப் பற்றிய அனைத்தையும் காட்ட ஒருவர் தேவை. உடல்நலக் குறைவு, எதிர்மறை உணர்ச்சிகள், எதிர்பார்ப்புகளில் ஏமாற்றம், இவை உங்களையோ, அவரையோ பாதித்து உறவு முறியும் ஆபத்து வரும் போது உணர்ச்சிகளைக் கட்டுப் படுத்துவது கடினம். இது கவலைகள், மன அழுத்தம் போன்றவற்றிற்கு வழி வகுக்கிறது.

இவற்றை உணருங்கள் :

1. எல்லாமே தற்காலிகமானது.
2. எல்லாம் நன்றாக நடக்கும் வரை நீங்கள் திருப்தியாகவும், மகிழ்ச்சியாகவும் இருக்க வேண்டும்.
3. ஏதேனும் உங்கள் கைமீறிப் போகும் போது உறவில் முறிவு ஏற்பட்டால் அதை ஏற்றுக் கொள்ள வேண்டும். வாழ்க்கையைத் தொடர வேண்டும்.
4. எதிர்பார்ப்புகளைக் குறைப்பது எப்போதும் நல்லது.

மேலே உள்ள அனைத்தும் உணர்ச்சிகளைக் கட்டுப்படுத்துவதன் மூலம் சாத்தியமாகும். சுவாசம் சார்ந்த கிரியாக்கள், தியானங்களைப் பயிற்சி செய்வதன் மூலம் உணர்ச்சிகளைக் கட்டுப் படுத்தலாம்.

காலம் முழுவதும் ஒரு உறவை எப்படி நன்கு பராமாரிப்பது?

ராமுக்கும், ராகுலுக்கும் இடையே அழகான நட்பு இருந்தது. அவர்கள் ஒருவருக்கொருவர் நல்ல புரிதல், பரஸ்பர மரியாதை, சீரான இடைவெளியில் ஒருவருக்கொருவர் தொடர்பு ஆகியவற்றைக் கொண்டிருந்தனர். அவர்களின் சமமான பண வசதி அவர்களை மேலும் நெருக்கமாக்கியது. அவர்கள் இருவரும் மிக நெருங்கிய நண்பர்கள் என்று அவர்கள் நண்பர்கள் வட்டத்தில் முத்திரை குத்தப் பட்டனர். திடீரென்று ராகுல் தனது தொழிலில் பெரும் நஷடத்தை அடைந்து, இயல்பு நிலைக்குத் திரும்பவே கடன் வாங்கும்படி ஆகிவிட்டது. எரிகிற கொள்ளியில் எண்ணெய் போல அவரது வியாபாரம் கடுமையான போட்டியையும் எதிர்கொள்ள வேண்டியிருந்தது. அவரது வருவாய் முன்னர் போல் இல்லாமல் குறைந்து போனது. கடன் மீதான வட்டியாலும், குறைந்த வருவாயாலும், தொழிலைத் தொடர்ந்து நடத்துவதே கடினமாகி கடன் அளவுக்கு மீறிப் போனது. அவர் தன் தொழிலை மூடும்படி ஆனது.

நண்பர் கஷ்டப்படுவதைக் கண்டு ராம் உதவிக்கு வந்து அவரது கடன்களை அடைத்தார். ஆறு மாதத்தில் ராகுல் மீண்டு விடுவார் என்று எண்ணி குடும்பத்தை நடத்தவும் சில மாதங்களுக்கான பணத்தைக் கொடுத்தார். ஆனால் ஆறு மாதமாகியும் அவரால் எதுவும் சம்பாதிக்க முடியவில்லை. ராகுல் முன்னர் ஒழுக்கமானவராக, கடினமான உழைப்பாளியாக, புத்திசாலியாக இருந்தார். இந்த குணங்களில் இருவரும் இணைந்தனர். ஆனால் இப்போது ராகுல் அந்த மனப்பான்மையையும், குணங்களையும் இழந்து விட்டார். சம்பாதித்ததை திரும்பப் பெற ராகுல் அதிக முயற்சி எடுக்கவில்லை என்று ராம் உணர்ந்தார். அவர் தனது நண்பரின் மனப் பான்மையில் மகிழ்ச்சியில்லாமல் விமர்சிக்கத் தொடங்கினார். அவர் பணம் தருவதை நிறுத்திவிட வேண்டும் என்று நினைக்கத் தொடங்கினார்.

இங்கே நெருங்கிய உறவு என்று நீங்கள் எதை நினைக்கிறீர்கள்? உறவுகள் பரஸ்பரம் உதவுதல், கட்டாயங்களுடன் தான் உள்ளன என்பதை நன்றாக உணரலாம். இருவருக்கும் ஒரே மாதிரியான புரிதல், குணம், அணுகுமுறை போன்றவை இருந்ததால் முதலில் நன்றாக இருந்தது. ஆனால் ஒருவரின் அணுகுமுறையில் சிறிய மாற்றம் ஏற்பட்ட போது உறவில் விரிசல் ஏற்பட்டது. இது உண்மையா?

ராகுலுடனான நட்பு விரிசலடைவதை எண்ணி ராம் வருத்தப் பட்டார். உணர்வு பூர்வமாக வருந்தினார். அவர் என்னை சந்தித்து இந்த உணர்ச்சியிலிருந்து வெளிவர விரும்பினார். ராம் தனது நண்பருக்கு

உதவ விரும்பினார். ஆனால் நண்பரது மனப்பான்மையில் ஏற்பட்ட மாற்றத்தால் அவர் கடினமாக உழைக்கத் தயாராக இல்லை என்று தோன்றுவதால் உதவி செய்யத் தயங்கினார். அவர் குழப்பமடைந்தார்.

நான் அவருக்கு இந்த விளக்கத்தை அளித்தேன். எல்லாம் நன்றாக இருக்கும்வரை அவரது அணுகுமுறை, குணம், ஒழுக்கம் எல்லாம் நன்றாக இருந்தது. ஆனால் எதிர்மறையான விளைவுகள் காரணமாக மன அழுத்தம் ஏற்பட்டு அது அவரது அனைத்து குணங்களையும் துடைத்து விட்டது. ராம் இதை கருத்தில் கொள்ள வேண்டும். அதை முறியடிக்கும் மனோபலம் ராகுலுக்கு இல்லை. உண்மையான நட்பு இப்போது தேவைப்படுகிறது. ராகுலின் சூழ்நிலையையும், சந்தர்ப்பத்தையும் நினைத்து பரிதாபப் படச் சொன்னேன். எப்படி சந்தர்ப்பங்களும், சூழ்நிலைகளும் ஒருவரை மாற்றி விடுகிறது என்பதையும், அவர்களை இயல்பு நிலைக்குக் கொண்டுவர அவர்கள் மீது அனுதாபம் கொள்வதின் முக்கியத்துவத்தையும் விளக்கினேன்.

ராம் என் அறிவுரையைக் கேட்டு தன் நண்பனைப் பற்றிய நினைப்பை மாற்றிக் கொண்டான். அவர் ராகுலுக்கு அனுதாபப் பட்டு தொடர்ந்து உதவி செய்து வந்தார். அவர் மீது எரிச்சல் அடையவில்லை. நெருக்கடியான காலகட்டத்திலும் ராமின் உண்மையான நட்பை உணர்ந்து ராகுல் மகிழ்ச்சியடைந்தார். அது அவரை ஊக்கப் படுத்தி அவர் நன்றாக முயற்சி செய்யத் தொடங்கினார். ஒரு கட்டத்தில் அவரது வியாபாரம் மீண்டும் தலை தூக்கியது. ராகுல் மீண்டும் சரியான பாதையில் திரும்பினார். அவர்கள் தங்கள, பழைய நட்பை தக்கவைத்துக் கொண்டனர். ராம் அதில் ஆனந்தமாக இருந்தார்.

எல்லாவற்றிலும் பரஸ்பரம் இருக்கும் வரை உறவுகள் நன்றாக இருக்கும். ஆனால் உடையும் நிலை வரும்போது, குறிப்பாக பரஸ்பரமாக இல்லாதபோது, மற்றவருடன் அனுதாபம் கொள்வது உறவைப் பேண உதவும்.

என் சொந்த உணர்வுகளுக்கு நானே பொறுப்பேற்றுக் கொண்டு, மற்றவர் மீது அவற்றைத் திணிப்பதை எப்படி நிறுத்துவது?

மனம் பலவீனமாக இருக்கும் போது எதிர்மறை விஷயங்கள் நடக்கும் போது எரிச்சல் அடைகிறோம். மனிதர்கள் தாங்கள் புத்திசாலிகள் என்று நினைக்கிறார்கள். தவறான விஷயங்களைப் பெரிதும் நியாயப் படுத்த முயற்சிக்கிறார்கள். இந்த பலவீனமான மனநிலையுடன் நாம் மற்றவர்கள் மீது பழியைப் போட முயற்சிக்கிறோம். அந்த நேரத்தில் நமக்கு யார் அகப் படுகிறார்களோ அவர்கள் இலக்காகிறார்கள்.

மனதால் வலிமையாக இருப்பது நமது உணர்வுகளுக்கு, குறிப்பாக எதிர்மறை உணர்வுகளுக்குப் பொறுப்பேற்றுக் கொள்வதற்கான தீர்வாகும். ஒரு வலிமையான மனம் சுற்றி இருப்பவர்கள் மீது அனுதாபம் கொண்டு பிரச்சனைகளின் மூல காரணத்துக்கு ஆழமாகச் செல்லும். ஒரு வலிமையான மனது பாதுகாத்துக் கொள்ள சண்டையிடாது, இன்னும் விஷயங்கள் மோசமாகப் போனாலும் எல்லாம் நம் நன்மைக்கே நடக்கிறது என்று ஏற்றுக் கொள்ளும். வலிமையான மனம் பிறரைக் குறை கூறாமல் பொறுப்பேற்கும். நாம் மற்றவரைக் குறை கூறாமல் இருந்தால் தோல்விக்குக் காரணமானவர்கள் அதை விரைவில் உணர்ந்து பொறுப்பேற்கத் தொடங்குவார்கள்.

எண்ணங்கள்தான் உணர்வை உருவாக்கி பிறர் மீது காட்டத் தொடங்குகின்றன. எதிர்மறையான உணர்வுகளைப் பெற்றால் அதை இன்னொருவர் மீது காட்ட நினைத்தால் அந்த உணர்வை உருவாக்குவதற்குக் காரணமான எண்ணங்களை நிறுத்துங்கள். அந்த எண்ணங்களைப் பற்றி சிந்திப்பதை, வளர்த்துக் கொள்வதை நிறுத்துங்கள்.

தியானம் தேவையற்ற எண்ணங்களை வழிப்படுத்தி ஒன்றில் கவனம் செலுத்த உதவுகிறது. தொடர்ந்து தியானப் பயிற்சி செய்து வந்தால் தேவையற்ற சிந்தனையிலிருந்து விலகலாம்.

எனது உறவைப் பற்றி யோசிப்பதன் மூலம் எனது மனநிலை பாதிக்கப் படுவதை எப்படி நிறுத்துவது?

அதிகமானசிந்தனையும்அதைத்தொடர்ந்துசெயல்களும்உங்களையும், மற்றவரையும், உறவையும் கலைக்கும் என்பதை உணர்ந்து கொள்வது நல்லது. மற்றவரைப் பற்றியும் அவருடனான உறவைப் பற்றியும் குறைந்த நேரம் சிந்தியுங்கள். உங்கள் துணைக்கு என்ன பிடிக்கும் என்று கண்டறிந்து அதில் மட்டும் கவனம் செலுத்துங்கள். இப்படி செய்யத் தொடங்கினால் நீங்கள் குறைந்த நேரத்தில் அவருடன் தரமான நேரத்தை செலவிட்டது போல உணரலாம். உறவைப் பற்றி சிந்திப்பது எப்போதும் மற்றவரை உங்களுடன் நெருங்கச் செய்யாது. எப்பொழுதும் மற்றவரைப் பற்றி நினைப்பது உங்கள் இருவருக்கும் உதவப் போவதில்லை. மற்றவரை உங்கள் நெருக்கத்திற்குக் கொண்டுவர இது உதவே உதவாது. எதிலும் அளவான சிந்தனை சமநிலையான, மகிழ்ச்சியான வாழ்க்கைக்கு உதவும்.

இது முழுவதுமாக எண்ணங்களைப் பற்றியது. அவை பல்வேறு விஷயங்களில் சமமாக பகுக்கப்பட வேண்டும். தேவைப் படும் போது நீங்கள் நிறைய எண்ணங்களை கொண்டு ஒன்றின் மீது கவனம் செலுத்தலாம். அவரை நம்புங்கள். அவரைப் பற்று சிந்திக்க, அவருடன் இருக்க தரமான நேரத்தை செலவிட முயற்சி செய்யுங்கள். நீங்கள் அவரைப் பற்றி எப்போதும் நினைத்துக் கவலைப்படத் தேவையில்லை.

பின்வருபவை மற்றவர்களின் செயல்களைப் பற்றி எப்போதும் சிந்திக்க வழிவகுக்கும் காரணங்கள்:

- வெற்றிகரமான உறவுகள் மீதான எதிர்பார்ப்பு உங்களுக்கு மட்டுமல்ல மற்றவர்களுக்குக் காட்டவும். இது உங்களை மன அழுத்தத்திற்கு ஆளாக்கும்.
- உங்களைப் பற்றிய பாதுகாப்பின்மை - உங்களுக்கு எவ்வளவு முக்கியத்துவம் கொடுக்கப் பட்டாலும் இல்லாவிட்டாலும்.
- உங்கள் துணை வேறு ஒருவர் மீது ஆசை கொண்டிருக்கிறாரா என்பது பற்றிய பாதுகாப்பின்மை.
- தன்னுடமையாக்குதல் மற்றும் மற்றவர் மீது அதிகப் பாசம்.
- உறவில் எதிர்பார்ப்புகள் வைத்துக் கொள்வது - மற்றவர் உங்கள் எதிர்பார்ப்பை பூர்த்தி செய்யவில்லை என்றால் அது உங்கள் மனநிலையைக் கெடுத்து விடும்.

- எனவே எதிர்பார்ப்புகள் மற்றும் அதிகப் படியான சிந்தனைகளைத் தவிர்த்து நிபந்தனையற்ற அன்பைக் கொள்வது நல்லது. மேலும் உங்கள் மகிழ்ச்சியை மற்றவர்கள் தீர்மானிக்க அனுமதிக்காத வலுவான மனதை வளர்ப்பது மிக முக்கியம். நீங்கள் மகிழ்ச்சியாக இருக்க விரும்பினாலும், மற்றவரைச் சார்ந்து இருக்கக் கூடாது என விரும்பினாலும் இது முக்கியம்.

மக்களின் எதிர்மறையான கருத்துகளுக்கு எதிர்வினையாற்றாமல் இருப்பது எப்படி?

உங்களைப் பற்றிய ஒரு கருத்து உண்மையானதாக இருந்தால் அதை ஏற்றுக் கொண்டு அதை மேம்படுத்தவும். அது உங்களை எரிச்சலூட்டுவதற்காக செய்யப்பட்டால் அது மற்றவரின் கெட்ட கர்மா. அதற்கான விளைவுகளை அவர்கள் சந்திக்க வேண்டும். அதனால் நீங்கள் எதிர்வினை இல்லாதவராக வேண்டும்.

உண்மையில் என்ன நடக்கிறது என்பதை இறைவன் அறிந்தவர் என்றும் அவர் அதையெல்லாம் பார்ப்பது போலவும் உங்களுக்கும் இறைவனுக்கும் இடையே ஒரு பிணைப்பை ஏற்படுத்திக்கொள்ளுங்கள். இது உண்மை என்று 100% நம்புங்கள். இந்த இணைப்பை உங்களால் உருவாக்க முடிந்தால் மற்றவர் என்ன சொல்கிறார்கள் என்பதைப் பற்றி நீங்கள் கவலைப்பட மாட்டீர்கள். எது சரி எது தவறு என்று உங்கள் மனசாட்சிக்குத் தெரியும். அதைக் கேட்டு சரியானதைச் செய்யுங்கள். இதை நீங்கள் செய்கிறீர்கள் என்றால் மற்றவரது எதிர்மறைக் கருத்துகளைப் பற்றி நீங்கள் கவலைப் பட வேண்டியது இல்லை. மற்றவர்களின் எதிர்மறையான கருத்துகளுக்கு நீங்கள் பதிலளிக்க வேண்டியதில்லை. இது அழுக்கு நீரில் கல்லை எறிவது போன்றது. எறிந்தால் அழுக்கு நீர் உங்கள் மேல் தெறிக்கும்.

இதைக் கட்டுப்படுத்த மற்றொரு வழி, யாராவது உங்களைப் பற்றி நேர்மறையான விஷயங்களைச் சொல்லும் போது, பாராட்டும் போது அமைதியாக பேசாமல் இருப்பது. நேர்மறையான பாராட்டின் போது நீங்கள் அமைதியாக இருக்க முடிந்தால் எதிர்மறையான கருத்தின் போதும் நீங்கள் அமைதியாக இருக்க முடியும்.

மற்றவர்கள் மீது எனக்கிருக்கும் எதிர்பார்ப்புகளை என்ன செய்வது?

நான் எதிர்பார்த்ததை அவர்கள் செய்யாத போது எனக்குப் பிடிக்கவில்லை. நான் என்னுடைய உடம்பும் மனமும் ஒரு குறிப்பிட்ட முறையில் நடந்து கொள்ள வேண்டும் என எதிர்பார்க்கலாம். நான் ஒழுங்குமுறையாக இருந்தால், நான் யாரையாவது விரும்பினால் இவையெல்லாம் எனக்கு சாத்தியமாகும் என்று எதிர்பார்க்கலாம். என் உடல் அல்லது மனத்தின் மீது எனக்கு கட்டுப்பாடு இருப்பதால் இது முடியும்.

ஆனால் நாம் விரும்பும் விதத்தில் மற்றவர்கள் நடந்து கொள்ள வேண்டும் என்று எதிர்பார்ப்பது எல்லா நேரத்திலும் சாத்தியமில்லை. மற்றொருவரின் எதிர்பார்ப்புகளையும் நாம் எப்போதும் நிறைவேற்ற முடியாது. இந்த உலகில் யாருடைய நடத்தையும், செயல்களும், மனநிலையும் நிரந்தரமானது அல்ல. குறிப்பிட்ட சில விதிமுறைகள், நிபந்தனைகளுக்குள் மக்கள் எதிர்பார்த்தபடி நடந்து கொள்கிறார்கள். உறவினால் கிடைக்கும் பலன்களும் மற்றவைகளும் பரஸ்பரம் இருக்கும் வரை மக்கள் எதிர்பார்க்கும் விதம் நடந்து கொள்வார்கள் என எதிர்பார்க்கலாம். பரஸ்பரம் இல்லாத போதுதான் சூழ்நிலைகள் மாறி சந்தர்ப்பங்கள் நிபந்தனைகளைத் தாண்டிப் போகும் போது நீங்கள் விரும்பியபடி மக்கள் நடந்து கொள்வார்கள் என்று எதிர் பார்க்க முடியாது.

எதிர்பார்ப்புகள் நிறைவேறும் வரை எப்போதும் கவலையையும் மன அழுத்தத்தையும் தரும். எதற்காக இந்த மன அழுத்தத்திற்கு ஆளாக வேண்டும்?

எதிர்பார்ப்பதில் தவறு இல்லை. ஏனென்றால் வாழ்க்கையில் முன்னேற வேண்டும், எதையாவது சாதிக்க வேண்டும் என்றால், சில விஷயங்கள் நடக்க வேண்டும் என்று எதிர்பார்க்கிறோம். திட்டமிட்டு உங்கள் முயற்சிகளில் ஈடுபடுங்கள். ஒருவரிடமிருந்து அன்பை எதிர்பார்க்கும் போதும் முதலில் உங்கள் அன்பைக் கொடுக்க வேண்டும். பெரும்பாலும் நீங்கள் அன்பைத் திரும்பப் பெறுவீர்கள். ஆனால் அது நடக்கவில்லை என்றால் நீங்கள் அதை ஏற்றுக் கொள்ள வேண்டும். எதிர்பார்ப்புகளினால் ஏற்படும் தோல்வி உங்களை பாதிக்காமல் பார்த்துக் கொள்ளுங்கள். எதிர்பார்ப்புகளின் தோல்விக்கு ஏற்றுக் கொள்வதே நல்ல தீர்வு.

மேற்கூறியவற்றை உணர்ந்து சில சமயங்களில் எதிர்பாராததை எதிர்பார்த்து எதிர்பார்ப்பு இல்லாமல் இருங்கள். உங்களிடம் இன்னும் எதிர்பார்ப்புகள் இருந்தால் உங்கள் கடமைகளைச் செய்து உங்கள்

வழியை எதிர்பாருங்கள். அது உங்கள் வழியில் நடக்கவில்லை என்றால் அது வரையறுக்கப்பட்ட வட்டத்திற்கு அப்பால் சென்று விட்டது என்பதை உணருங்கள். எதிர்பார்பபுகளை முறியடிப்பதற்கான மற்றொரு வழி அவற்றை முழுமையாக ஏற்றுக் கொள்வது. அது நன்மைக்கே நடப்பதாக ஏற்றுக் கொள்ளுங்கள். ஏற்றுக் கொள்வது எதிர்பார்ப்புகளின் தோல்வியிலிருந்து உடனடி நிவாரணம் தருகிறது.

அழகான மனிதனை விட அக்கறையுள்ள மனிதன் ஏன் சிறந்தவன்?

அழகானவர்கள் கூட எதிர்மறையான செயல்களைச் செய்து கோபம், எரிச்சலுடன் அக்கறையே இன்றி இருக்கும் போது கொடூரமாகத் தோன்றத் தொடங்குவார்கள். கோபம், எரிச்சல் மற்றும் எதிர்மறையான எந்த ஒரு நல்ல முகமும் அசிங்கமான தோற்றமுடையதாக மாறும். அதே சமயம் அழகான தோற்றமில்லாமல் அக்கறையுள்ள நபர் ஆரம்பத்தில் அழகற்றவராகத் தோன்றலாம். ஆனால் ஒரு குறிப்பிட்ட காலத்திற்குப் பிறகு கவர்ச்சியாகத் தோன்றத் தொடங்குவார்.

ஆரம்பத்தில் அழகானவர்கள் உணர்ச்சிகளால் ஏற்படும் மகிழச்சி காரணமாக கவர்ச்சியாகத் தோன்றலாம். ஆனால் அவர்கள் எளிதில் அருகில் இருக்கும் போது தோற்றக் கவர்ச்சி சலிப்பை ஏற்படுத்துகிறது. மிக அழகான விஷயங்கள் கூட பழகியவுடன் சலிப்படையத் தொடங்கும். ஆனால் அன்பும் அக்கறையும் சலிப்பின்றி என்றென்றும் அப்படியே இருக்கும். இந்த உண்மையின் அழகு என்னவென்றால் பார்வைக்கு அதிக அழகு இல்லாதவர்கள் உண்மையான அன்பும், அக்கறையும் நிறைந்தவர்களாக இருந்தால் சம்பந்தப்பட்ட நபருக்கு அழகாகத் தோன்றுவார்கள். கடைசியாக உணர்ச்சி நிரம்பிய மனிதர்களுக்கு அன்பும் அக்கறையும் மட்டுமே தேவை. அது ஒரு போதும் சலிப்பை ஏற்படுத்தாது. அதிக அன்பு இல்லாமல் இருக்கும் அழகான நபரை விட அக்கறையுள்ள நபர் எப்போதும் சிறந்தவராக இருக்கக் காரணம்.

மதம் என்பது தீமை நிறைந்தது ஆபத்தானது என்று ஏன் சிலர் நினைக்கிறார்கள்?

சிலருக்கு மதம் என்பது ஏதோ ஒரு வடிவத்தை தொழுவது, ஒரு நம்பிக்கை, ஒரு கலாசாரம் என்பது போன்று இல்லை. அகங்காரத்தின் வெறித்தனமாக இருக்கிறது. இது என் நம்பிக்கை, என் கலாச்சாரம், என் கடவுள் - யார் பெரியவர், எப்படி நீ அதைத் தாழ்வாகப் பேசலாம், கிண்டல் செய்யலாம். போன்ற அகங்கார மனப்பான்மை அதை தீங்கானதாகவும், ஆபத்தானதாகவும் ஆக்குகிறது.

நீங்கள் மற்றவர்களின் நம்பிக்கையை சமமாக மதித்து உங்கள் கடவுள் மீதும் நம்பிக்கை கொண்டால், மதம் நல்லது. வெவ்வேறு நம்பிக்கைகள் கொண்ட இருவருக்குள் கருத்து மோதல்கள் வரும் போது மனிதநேயம் அந்நம்பிக்கைகளை முந்த வேண்டும். அந்த மனிதாபிமானம் ஒருவர் மனத்திலிருந்தால், அந்த எண்ணத்தை அவர் மற்றவருக்குள் கொண்டுவர யார் பொறுப்பானவர்களோ அவர் உண்மையிலேயே மதவாதிதான். ஏறக்குறைய எல்லா மதங்களும் இதைச் சொல்கின்றன. ஆனால் மக்கள் தங்கள் அகங்காரத்தை உணர்ச்சிகளுடன் கலந்து, அதைத் தவறாக தீங்கு விளைவிக்கும், ஆபத்தானதாக மாற்றுகின்றனர்.

மற்றவர்களைப் பற்றிய ஏதாவது கெட்டது, வதந்திகள், கிசுகிசு, அவரின் தவனாற செயல்கள் இவற்றைக் கேட்கும் போது ஏன் நம் மனம் ஆர்வமாக இருக்கிறது? ஆனால் நம்மைப் பற்றிய விஷயத்தில் இல்லை?

நாம் நம்மை மிகவும் நேசிக்கிறோம். நாம் தவறு செய்யும் போதும் நம்மை நியாயப் படுத்திக் கொள்கிறோம். விதவிதமான உணர்ச்சிகள், மரபணு காரணிகள், சூழ்நிலைகள், சந்தர்ப்பங்கள், ஆறுதல் காரணங்கள் போன்றவற்றால் நம் மனதாலும், உடலாலும் உண்டாக்கப்படும் எண்ணங்களும், செயல்களும் நிகழ்கின்றன. இவ்வாறு நம்மிலிருந்து உருவாக்கப்படும் தயாரிப்பு இந்தக் காரணங்களால் உருவாக்கப்படுவதில் சிறந்த படைப்பாக இருக்கிறது. இதனாலேயே நாம் நம் செயல்களை பெருமளவு நியாயப் படுத்துகிறோம். வெளிவரும் தயாரிப்பு நமக்கு நல்லதாக இருக்கிறது. ஆனால் மற்றவருக்கு கெட்டது.

உங்களுக்கு கெட்ட எண்ணங்கள், எதிர்மறை எண்ணங்கள், மன அழுத்தம், பதட்டம், மோசமான சூழ்நிலை, மோசமான சுற்றுப்புறம், மனச்சோர்வு, ஒழுங்கின்மை இவை இருந்தால் நிச்சயமாக வெளிவரும் விஷயங்கள் மற்றவருக்குத் தீமையாக இருக்கும். இந்த பலவீனமான மனத்துடன் மற்றவரைப் பற்றி கிசுகிசுப்பதையும், உங்கள் செயல்களை நியாயப் படுத்துவதையும் நீங்கள் விரும்புவீர்கள். நல்ல எண்ணங்கள், அமைதியான மனம், நல்ல உணர்தல், நல்ல சுற்றுப் புறம், ஒழுக்கம், பச்சாதாப மனப் பான்மை இவை இருந்தால் வெளிப்படுவதும் நல்லதாக இருக்கும்.

உங்கள் செயல்கள் மற்றவர்களால் விரும்பப்பட்டு பாராட்டப்பட வேண்டும் என்றால், நல்ல எண்ணங்கள், ஒருமுகப்பட்ட மனம், ஒழுக்கம், அமைதியான மனம், பச்சாதாபம் இவை உள்ளவராக உங்களை மாற்றிக் கொள்ளுங்கள்.

ஒரு நபருக்கு ஒரு பிரச்சனை உள்ளது. அதற்கான தீர்வும் அவருக்குத் தெரியும். ஆனால் அவர் பிரச்சனையைத் தீர்க்க அதைப் பயன் படுத்தாமல் இருக்கிறார். அவருக்கு எப்படி உதவ முடியும்?

இது ஈகோவால் வரும் பிரச்சனையாக இருக்கலாம். அது ஒரு தீர்க்கப்பட வேண்டிய பிரச்சனையாக இருந்தால் அல்லது அடையப்பட வேண்டிய இலக்காக இருந்தால் தீர்வைப் பயன்படுத்தாமல் இருப்பதற்குத் தாமதம், சோம்பேறித்தனம் மற்றும் அதிகப் படியான சிந்தனை ஆகியவையே காரணம். பிரச்சனை உள்ள ஒவ்வொருவரும் எதிர்மறையாக சிந்திக்கத் தொடங்குகிறார்கள். வெற்றி கிடைக்குமா என சந்தேகப் படுகிறார்கள். மற்றவர்கள் அதற்கு எதிர்வினையாற்றுவதைப் பற்றி கவலைப் படுகிறார்கள். இவற்றை எல்லாம் நினைத்துப் பார்ப்பது அவர்களை முடிவெடுக்க முடியாதவரகளாகவும், தள்ளிப்போடுபவர்களாகவும், சோம்பேறிகளாகவும் ஆக்குகிறது.

நீங்கள் அமைதியான மனநிலையில் இருக்கும் போது அல்லது ஒரு நல்ல இரவுத் தூக்கத்திற்குப் பிறகு ஒரு காகிதத்தை எடுத்து சிக்கலைத் தீர்ப்பதற்கான படிகளை எழுதத் தொடங்குங்கள். இப்போது அதைப் பற்றி அதிகம் சிந்திக்காமல் அதை செயல்படுத்தத் தொடங்குங்கள். நீங்கள் ஓட ஆரம்பித்தவுடன் அது மிக எளிதாக இருக்கும்.

இரண்டு நபர்களுக்கிடையே உள்ள அகங்காரப் பிரச்சனையைத் தீர்க்க பேசுவதற்கான முன்முயற்சியை பற்றி ஒருவர் சிந்திக்கலாம். ஆனால் எதிர்தரப்பினர் மறுப்பார்களோ என்ற எண்ணம் வரலாம். அவர் நிராகரித்தால் நமது முக்கியத்துவம், அந்தஸ்து போன்றவற்றை பாதிக்கும் என்று நினைப்போம். இது முயற்சியில் மேற்கொண்டு முன்னேறுவதைத் தடுக்கிறது. முன்மயற்சி எடுப்பதில் தவறில்லை. பெரும்பாலும் அது நேர்மறையாக நடக்கும். எதிர்மறையாக மாறினாலும் உங்களை இழிவாகப் பார்க்க மாட்டார்கள். மற்றவர்களின் பார்வையில் உங்கள் மதிப்பு அதிகரிக்கும். நீங்கள் ஒருபோதும் வருத்தப்பட மாட்டீர்கள்.

வாழ்க்கையில் முன்னேற இந்த உணர்தல்களைப் பயன்படுத்தலாம்.

மக்கள் துரோகம் செய்யப்பட்டாலும் ஏன் மீண்டும் மற்றவர்களை நம்பிக் கொண்டிருக்கிறார்கள்?

எதிர்மறையான விளைவுகளைப் பொருட்படுத்தாமல் நம்புவது சில நேரங்களில் நல்லது. விளைவுகளை எண்ணாமல் இறைவனை முழுவதும் நம்பும் மனம் இருந்தால் நம்பிக்கை என்பது ஒரு நல்ல குணம். இது உங்கள் வாழ்க்கையில் அமைதியையும் மகிழ்ச்சியையும் தருகிறது.

பொதுவாக, நம்பிக்கையை மீறி யாராவது துரோகம் செய்தால் நல்ல வாய்ப்புகளைக்குப் பிறகு அதை மறுபரிசீலனை செய்வது நல்லது. அவர்களிடம் கோபப் பட வேண்டாம். அவர்கள் நிச்சயமாக அதைப் பின்னால் உணர்வார்கள். கண்டிப்பாக கர்மா அதன் போக்கில் செயல்படும். முதல் முறை அவர்கள் துரோகம் செய்தால் அதைப் பற்றி நீங்கள் அறிந்திருக்கிறீர்கள் என்பதை அவர்களுக்குத் தெரியப் படுத்துங்கள். அவர்கள் மாறலாம். அதைச் செய்யாமல் இருக்கலாம். அவர்கள் அதைத் தொடரந்து செய்தால் அவர்களுடனான உங்கள் நட்பை மறுபரிசீலனை செய்வது நல்லது.

துரோகம் செய்தாலும் மக்களை மீண்டும் மீண்டும் நம்ப வைப்பது உணர்ச்சிகள், பந்தம், நெருக்கம் போன்றவை. அவர்கள் மாற மாட்டார்கள் என்று உணர்ந்துவிட்டால் உங்கள் உணர்ச்சிகளை, அவர்களுடனான பற்றுதலைக் குறைக்கவும். அவர்களிடமிருந்து தூர விலகவும். கண்ணால் பார்க்காமல் இருப்பது மனதிலிருந்தும் விலக்கும். அதிக எதிர்பார்ப்புகளும், உணர்ச்சிகளும் இல்லாமல் நட்பை வளர்த்துக் கொள்ளுங்கள்.

பரஸ்பரம் இல்லாவிட்டால் அவர்களுடைய பலனுக்காகவும், சௌகர்யங்களுக்காகவும் மனிதர்கள் மாறிவிடுவார்கள் என்பதை நினைத்து அனுதாப்ப் படுங்கள். மற்றவர்களை நம்புவதில் பிடிவாதமாக இருக்காதீர்கள். இந்த உணர்தல் உங்களை மக்கள் மீது கோபப் படாமல் அவர்களை அப்படியே ஏற்றுக் கொள்ளச் செய்கிறது.

நான் மற்றவர்களால் எளிதில் பாதிக்கப் படுகிறேன். இதிலிருந்து எப்படி மீள்வது?

யாராவது உங்களைப் புகழ்ந்தால் அது உண்மையாக இருக்கலாம் அல்லது உங்கள் மூலம் காரியங்களைச் சாதித்துக் கொள்ள இருக்கலாம். அமைதியான மனம் எது உண்மை என்பதை அறிந்து பாதிப்பு அடையாது. சிலசமயம் உண்மையைப் பேசினால் உறவுகளை இழந்துவிடுவோமோ என்று பயப்படுகிறோம். ஆனால் உண்மையில் நீங்கள் உண்மையைப் பேசினால் மற்றவர்கள் ஆரம்பத்தில் கோபமாக இருந்தாலும் பின்னர் அதை உணர்ந்து ஏற்றுக் கொள்வார்கள். மக்கள் உணர்ந்து உங்களிடம் திரும்பி வருவதற்கான வாய்ப்பு அதிகம். எனவே வருத்தத்தைத் தவிர்க்க உண்மையைப் பேசுங்கள், நடைமுறையைப் பேசுங்கள். தேவைப்படும் போது மக்களிடம் இல்லை என்று சொல்லுவது இதவும். ஒரு மகிழ்ச்சியான சந்தர்ப்பத்திலோ, பாராட்டிலோ உங்கள் மனதை ஆர்ப்பரிப்பு இன்றி வைத்திருப்பது உங்களை பாதிப்பு இல்லாமல் வைக்கும். நேர்மறையான நிகழ்வுக்கு கொண்டாட்டம் இல்லாமல், கிளர்ச்சி அடையாமல் அமைதியாக இருங்கள்.

பாதிக்கப்படுவதற்கு உண்மையான காரணம் உணர்ச்சிகளே. சுவாச அடிப்படையிலான கிரியாக்கள் மற்றும் தியானம் உணர்ச்சிகளைக் கட்டுப்படுத்த உதவும். இரண்டும் தேவையில்லாமல் உணர்ச்சிகளுக்கு ஆளாகாமல் உடலையும் மனதையும் அமைதியாக வைத்திருக்க உதவும்.

அ.தி.ராஜ்குமார்

ஆக்க பூர்வமான விமர்சனத்தைப் பெறுவது எப்படி உணரப்படும்?

பொதுவாக எந்த விமர்சனத்தையும் உட்கொள்வது கடினம். மனித இயல்பு தன்னை முழுவதும் நியாயப்படுத்தவே முயற்சிக்கும். நல்லதோ கெட்டதோ பாகுபாடின்றி நமக்கென ஒரு பெரிய நியாயத்தை உருவாக்கிக் கொண்டால் எந்தச் செயலையும் செய்யலாம். அது ஒவ்வொருவரின் இயல்புக்கு ஏற்ப மாறுபடலாம். யாராவது நெறிமுறை கொண்டவராக இருந்தால் அவர்கள் அதன்படி செய்கிறார்கள். புலன் இன்பம் கொண்டவராக இருந்தால் அதில் ஆசைப்பட்டு அதற்கேற்ப செய்கிறார்கள். ஒருவருக்கு பணம், பதவி, புகழ் வேண்டுமென்றால் அவர்களும் அதற்கேற்ப காரியங்களைச் செய்கிறார்கள். அவர்கள் தங்களை மிகவும் நேசிப்பதால் அதை மையமாக அவர்கள் செயல்களை நியாயப் படுத்துகிறார்கள். இப்படியாக நியாயப் படுத்தும் குணம் நம்மிடம் இருக்கும் போது விமர்சனங்களை ஏற்றுக் கொள்வது மிகவும் கடினம்.

விமர்சனத்தை ஏற்றுக் கொள்வதற்கான மற்றொரு தடை அகங்காரம். அதை ஏற்றுக் கொள்வதன் மூலம் நாம் தாழ்த்தப் படுவோம், பாதுகாப்பற்றவராக உணருவோம் என்று நினைக்கிறோம். நம்மில் பெரும்பாலோர் விமர்சனம் என்பது நம்மைத் தாழ்த்துவதற்காக அல்லது பழிவாங்கும் செயலாக்க் கூட இருக்கலாம் என நினைக்கிறோம். யாரோ செய்த தவறை மறைக்க அவர்கள் நம்மை விமர்சிக்கிறார்கள் என்றும் நம் மீது பழியைப் போட முயற்சிக்கிறார்கள் என்றும் நம்புகிறோம்.

எல்லோரையும் சமமாக நினை. சுயநலமாக இருப்பதை நிறுத்துங்கள். உங்களுடையதைப் போல மற்றவர்களின் உணர்ச்சிகளையும் உணர்வுகளையும் மதிக்கத் தொடங்குங்கள். அடுத்தவருக்கு உதவி செய்யத் தொடங்குங்கள். நிறைய சமூக சேவை செய்ய ஆரம்பியுங்கள். நான் என்பதை நீக்கிவிட்டு நாம் என்று மாற்ற வேண்டும். எதிர்பார்ப்புகள் வைத்துக் கொள்வதை விட வேண்டும். உங்கள் கடமைகளைச் செய்யுங்கள் உங்கள் வேலைக்கு பாராட்டுக்கள் பெறும் போது அமைதியாக இருங்கள்.

நீங்கள் இந்த மனநிலையை வளர்த்துக் கொண்டால் நீங்கள் நியாயப்படுத்தும் அகங்கார இயல்பு இன்றி இருப்பீர்கள். பாராட்டுக்களால் ஆர்ப்பரிப்பு அடையாத போது விமர்சனத்தை அமைதியாக ஏற்றுக் கொள்ள முடியும். நீங்கள் எப்போதும் அமைதியாக இருப்பீர்கள். ஆக்கபூர்வமான விமர்சனமாக இருந்தால் அதை ஏற்றுக் கொண்டு எளிதாக அதை மேம்படுத்திக் கொள்வீர்கள்.

மற்றவர்களின் மனதை மாற்றுவது சாத்தியமா?

தங்கள் மனத்தின் மீது கட்டுப்பாடு இல்லாதவர்கள் பலவீனமான மனத்தை உடையவர்கள், எதிர்வினை ஆற்றுபவர்கள், அதிக உணர்ச்சிவசப் படுபவர்கள், மற்றவர்களால் எளிதில் கட்டுப்படுத்தப் படுவார்கள். பாராட்டுதல், உதவி செய்தல், அடிக்கடி பேசுதல் இவற்றின் மூலம் அவர்களை எளிதில் நெருங்கி வரச் செய்யலாம். மக்கள் பாராட்டப் படுவதை விரும்புகிறார்கள். பேச்சு வார்த்தைகள் மூலம் அருகில் இருப்பது, அவர்களது தேவைகளை உணர்ச்சி வழியாக அல்லது பொருள் மூலமாக நிறைவேற்றுவது இவற்றின் மூலம் நீங்கள் அவர்களுக்கு மிக நெருக்கமாகலாம்.

உணர்வு பூர்வமாக அவர்களுக்கு நெருக்கமாகி விட்டால் நீங்கள் என்ன சொன்னாலும் அவர்கள் கேட்பார்கள். எந்த அடிப்படையும் இல்லாவிட்டாலும் அவர்களைப் பற்றி தவறாக, எதிர்மறையாகச் சொல்வதன் மூலம் எதிர்வினையாற்றும் இயல்பு உடையவர்களை கோபமாகவோ, பதற்றமாகவோ, அழுத்தமாகவோ செய்யலாம்.

ஆனால் இவை அனைத்தும் நேர்மறையான விஷயங்களைச் செய்ய மட்டுமே பயன்படுத்தப்பட வேண்டும். நீங்கள் உணர்வு அறிவை தவறாகப் பயன்படுத்தினால் கர்மவினை அதில் செயல்படும்.

ஒருவரின் மனதை அவர்களுக்குத் தெரியாமல் என்னால் கட்டுப் படுத்த முடியுமா?

நீங்கள் யாரையாவது அடிக்கடி சந்தித்து, நீங்கள் சொல்லும் நேர்மறையான, நல்ல விஷயங்களைக் கேட்கச் செய்ய வேண்டும் என்று நீங்கள் விரும்பினால் நீங்கள் அவர்களை ஈர்ப்பு விதியின் மூலம் கேட்கச் செய்யலாம். அவர்கள் உங்கள் பேச்சைக் கேட்பது போல் உங்கள் கண்களை மூடி காட்சிப் படுத்தலாம். இது ஒரு குறிப்பிட்ட காலத்திற்கு அவர்கள் உங்கள் பேச்சைக் கேட்க வைக்கும்.

நீங்கள் ஒரு செய்தியை அமைதியாகவும், இனிமையாகவும் மற்றவர்களுக்குத் தெரிவித்தால், அந்த அணுகுமுறை அவர்கள் உங்கள் பேச்சைக் கேட்க வைக்க அதிக வாய்ப்புள்ளது. சில பிடிவாதமான அகங்காரவாதிகள் மனம் தளர மாட்டார்கள் என்றாலும் சிறிது நேரம் கழித்து, உங்கள் மகிழ்ச்சியான முறையைப் பற்றி சிந்திக்க ஆரம்பித்து உங்கள் பேச்சைக் கேட்கத் தொடங்குவார்கள். ஆனால் அவர்கள் உங்களை நிராகரிக்கும் தருணத்தில் நீங்கள் எதிர்வினையாற்றவோ எரிச்சலடையவோ கூடாது.

உங்களால் ஒருவரின் ஆர்வங்கள், விருப்பங்களைத் தெரிந்து கொள்ள முடிந்து, அந்த தலைப்புகளில் அவர்களிடம் பேசினால் அவர்கள் உங்களை நெருங்கத் தொடங்குவார்கள்.

ஒருவர் எதிர்வினையாற்றும் இயல்புடையவராக இருந்தால் அவரின் மனதையும் நீங்கள் கட்டுப் படுத்தலாம். சில கருத்துகள், செய்திகளை அனுப்புவதன் மூலம் நீங்கள் அவர்களை மகிழ்ச்சியாகவோ, மோசமாகவோ, சோகமாகவோ அல்லது கோபமாகவோ ஆக்க முடியும். ஆனால் இவை அனைத்தும் நேர்மறையான விஷயங்களுக்கு மட்டுமே பயன்படுத்த வேண்டும். நீங்கள் அதை எதிர்மறையான விஷயங்களுக்குப் பயன்படுத்தினால் கர்மா உங்களை பாதிக்கும்.

வேண்டுமென்றே தவறு செய்பவர்களை, அதற்காக வருத்தப்படாதவர்களை நான் பார்க்கிறேன். நான் ஏன் இதை செய்ய முடியவில்லை?

அப்படிப் பட்டவர்கள் தெரிந்தே தவறு செய்தால் பரவாயில்லை, அதை மறந்தும் விடலாம் என்ற தவறான புரிதலை கொண்டிருக்கிறார்கள். அவர்கள் வருத்தப் படாததற்கு இதுவே காரணம். அவர்களின் மனதின் ஓரத்தில் இது தவறு என்ற எண்ணம் இருக்கலாம், ஆனால் " இதைச் செய்வது சரி" என்ற கருத்து அவர்கள் மனதின் பெரும் பகுதியை ஆக்கிரமித்துள்ளது. அதனால்தான் அவர்களுக்கு வருத்தம் இல்லை.

தவறான செயல்களைச் செய்வதன் மூலம் மக்கள் செழிப்பதைப் பார்த்து, தவறு செய்தாலும் வாழ்க்கை நன்றாக இருக்கும் என்று உணர்ந்து கொள்கிறோம். மேலும் தவறான செயல்களைச் செய்வது எளிது. எனவே நாம் எளிதான வழியை எடுத்துக்கொண்டு தவறான விஷயங்களைச் செய்யத் தொடங்குகிறோம். சரியான விஷயங்களைச் செய்வது கடினம். ஏனென்றால் அவை கடினமான சூழ்நிலையில் செய்யப் படுகின்றன.

ஆனால் இவை எல்லாம் தற்காலிகமான இன்பங்கள். அத்தகைய மனிதர்கள் நிறைய கெட்ட கர்மாவைச் சேர்த்து வைத்துக் கொள்கிறார்கள். ஒரு காலத்தில் அதை எதிர்கொள்ள வேண்டி இருக்கும். அதனால் அந்த வழியில் செல்ல வேண்டாம். நீங்கள் தவறு செய்து இன்னும் வருந்தினால், நீங்கள் நல்லவர். நீங்கள் சரியான பாதையில் செல்கிறீர்கள். சரியாக இருப்பதால் நீங்கள் பல கடினமான சூழ்நிலைகளை எதிர்கொள்வீர்கள். பொருள் சார்ந்த வாழ்க்கையிலும் தோல்வி அடையலாம். ஆனால் நீங்கள் நல்ல கர்மாக்களை சேர்க்கிறீர்கள். உங்கள் உள்ளுணர்வில் திருப்தி இருக்கிறது. குற்ற உணர்வு அல்ல. நீங்கள் அமைதியாக இருக்க மிகப் பெரிய வாய்ப்பு உள்ளது. வெற்றி என்பது நிறைய பணம், புகழ், அதிகாரம் இவற்றில் இல்லை. அது ஒரு எளிய நெறிமுறையான வாழ்க்கையை நடத்துவதும், உங்கள் கடமைகளிலும் முயற்சிகளிலும் சிறந்து இருப்பதும் ஆகும்.

என் மூத்த சகோதரி என்னை எப்போதும் அவமானப் படுத்துகிறாள். என்னுடைய கருத்துகளையும், பார்வைகளையும் "ஆப்சென்ட் மைன்டட்" என்று புறக்கணிக்கிறாள். அவள் முன்னால் நான் மதிப்பற்றவனாக உணர்கிறேன். இந்த உறவை நான் எப்படி சமாளிப்பது?

தாங்கள் பெரியவர்கள், புத்திசாலிகள், எப்போதும் ஹீரோக்களாக இருப்போம் என்று நினைக்கும் மக்கள் இருக்கிறார்கள். அவர்கள் ஆதிக்கம் செலுத்துபவர்களாகவும், மற்றவர்கள் தங்களை விட பெரியவர்களாவதையோ பாரட்டப் படுவதையோ தாங்க முடியாதவர்களாகவும் இருப்பார்கள். உண்மையில் அவர்களுக்கு மேன்மை மனப்பான்மை இருப்பதாக நீங்கள் நினைப்பீர்கள். ஆனால் அது அப்படி அல்ல. அவர்கள் மற்றவர்களை விட தாழ்வாக உணரப்படுவோமோ என்று பயப்படுகிறார்கள். யாரையாவது அதிகமாகப் பாராட்டினால் தங்களுக்கு குறைந்த முக்கியத்துவம் ஆகிவிடுமோ என்று பயப்படுவார்கள். ஒருவிதமான பாதுகாப்பில்லாத மனப்பான்மையே அவர்களை இப்படி நடந்து கொள்ள வைக்கிறது.

மேற்கூறியவற்றை எண்ணி அனுதாபம் கொண்டு அவர்கள் செயல்களுக்கு எதிர்வினையாற்றாமல் இருங்கள். இதை நீங்கள் உணர்ந்து கொண்டால் உங்கள் வேலையை எந்த தொந்தரவும் இல்லாமல் செய்யலாம். ஆனால் அது உங்கள் வளர்ச்சியையும் வேலையையும் பாதிக்கிறது என்றால், அவ்வாறு செய்ய வேண்டாம் என்று அவர்களிடம் வெளிப்படையாகவும் பணிவுடனும் சொல்லி விடுங்கள். அது மீண்டும் தொடர்ந்தால் உறுதியாக, கடுமையாகச் சொல்லுங்கள். அவள் நிறுத்துவாள். அவள் அதை உள்ளே உணர்ந்தாலும் குறைந்த பட்சம் அது உங்களை பாதிக்காது. உங்கள் வேலையை நிம்மதியாகச் செய்யலாம்.

உங்களை விட வயதில் மூத்தவராக இருந்தாலும் உங்கள் கருத்தை வெளிப் படுத்துவதில் தவறில்லை. அது தவறு என்பதை அவள் எப்போதாவது உணர்ந்து மாறலாம். அதுதான் அவளுக்கும் நல்லது. சிறிது காலத்திற்குப் பிறகு உறவுகள் எப்போதும் திரும்ப வரும். எந்த விளைவுகளையும் பொருட்படுத்தாமல் நீங்கள் சரியானதைச் செய்யப் போகிறீர்கள்.

நான் ஒரு உடன்பிறப்புடன் நீண்ட காலமாக வெறுப்போடு இருக்கிறேன். இதை நான் எப்படி குணப் படுத்துவது?

தவறான புரிதலும் தவறான தகவல் பரிமாறலும் இது போன்ற விஷயங்களுக்கு வழிவகுக்கிறது. நாம் பெற்றோர்களின் பாதுகாப்பில் வளரும் போது இவை தெரிவதில்லை. பெற்றோர் சொல்லவதே சரி. அவர்களின் முடிவுகள் நமக்கு அசௌகர்யமாக இருந்தாலும் அதை ஏற்றுக் கொண்டு முன்னேறுகிறோம். ஆனால் நாம் பெரியவர் ஆனதும் கருத்துச் சுதந்திரம், தேர்வு, அடையாளம், ஈகோ எல்லாம் வந்துவிடுகிறது. ஈகோ, யார் பெரியவர் என்ற எண்ணம், பாதுகாப்பின்மை, குறைந்த முக்கியத்துவம் பற்றிய பயம் ஆகியவை இந்த மாதிரி வெறுப்புகளுக்குக் காரணம். இது உங்கள் முக்கியத்துவம் மற்றும் ஈகோவை அச்சுறுத்தும் ஒருவருக்கு எதிரான வெறுப்பு. இது உங்கள் பாதுகாப்பின்மைக்கு காரணம் ஆகிறது. யாரும் உங்களுக்கு எதிரி இல்லை. மனதைப் பொறுத்தவரை உங்கள் முக்கியத்துவத்தையும் ஈகோவையும் பாதித்து பாதுகாப்பின்மையை ஏற்படுத்த முயல்பவர்தான் எதிரி. இது சகோதர சகோதரிகளுக்கு மட்டும் பொருந்தாது. இது எல்லா உறவுகளுக்கும், நட்புக்கும் பொருந்தும்.

உடன்பிறந்தவர்கள் விஷயத்தில் உணர்ச்சி பூர்வமான தொடர்பு இருப்பதால் இது வீரியமாகிறது. மற்றவர்களுடன் உங்கள் பிரச்சனைக்கு இதுவே மூல காரணம் என நீங்கள் உணர்ந்தால், நீங்கள் அதை எளிதாக கடந்து வர முயற்சிப்பீர்கள். இதுபோன்ற விஷயங்களுக்கு முக்கியத்துவம் கொடுக்காதீர்கள். நீங்கள் எவ்வளவு முக்கியத்துவம் கொடுக்கிறீர்களோ, எவ்வளவு அதைப் பற்றி நினைக்கிறீர்களோ அவ்வளவு வெறுப்பு அதிகமாகும். ஒரு தவறான புரிதலுக்குப்பின் நீண்ட காலம்கழித்து ஒருவரைத் தொடர்பு கொள்ளும் போது நீங்கள் ஒரு பயத்தை வளர்த்துக் கொள்கிறீர்கள். உங்களுக்கு குறைந்த முக்கியத்துவம் அளிக்கப் படுமோ, நிராகரிக்கப் படுவீர்களோ, யார் பெரியவர், தவறு செய்தோம் என்று ஒத்துக் கொள்ள வேண்டுமோ போன்றதான பயங்கள். அவர்கள் வென்றது போலவும், நீங்கள் தோற்கடிக்கப் பட்டீர்கள் என்பது போலவும் உணர பயம். இவை எல்லாம் உங்களை முயல விடாமல் தடுக்கிறது. இந்த மனப்பான்மை காலப் போக்கில் விரிசலை அதிகப் படுத்தி, அதை ஆழமாகவும், வலுவாகவும் ஆக்குகிறது. பல சமயங்களில் உடன் பிறந்தவர்கள் ஒற்றுமையாக இருப்பதில்லை.

உண்மை என்னவென்றால் நீங்கள் அதை மனதில் கொண்டு புதுப்பிக்கவும், குணப்படுத்துவும் முயற்சி செய்தால் ஆரம்பித்தில்

அவர்கள் வெற்றி பெற்றது போலவும், நீங்கள் தோற்றுவிட்டது போலவும் அவர்கள் நினைக்கலாம். ஆனால் காலப் போக்கில் உங்களது மென்மையான குணத்தை உணர்ந்து நெருங்கி விடுவார்கள். இரு பக்கமும் இந்த பிரச்சனைக்கான முக்கியத்துவம் குறைந்துவிடும். அவர்கள் ஈகோவை பாதிக்கும் வேறு ஒன்றை நோக்கி அவர்கள் சென்று விடுவார்கள். நீங்கள் நெருக்கமாகி விடுவீர்கள்.

கர்மவினையும் இங்கே தன் பங்கை வகிக்கிறது. இந்த ஈகோ இல்லாத முயற்சிக்கு நீங்கள் வெகுமதி பெறுவீர்கள். அவர்கள் ஏதோ ஒன்றிற்காக உங்களிடம் வரும் சந்தர்ப்பம் ஏற்படும். உங்கள் ஈகோ முற்றிலும் திருப்தி அடையும், இதனுடன் தொடர்புடைய குற்ற உணர்விலிருந்தும் விடுபடுவீர்கள். இந்தப் பிரச்சனையைப் பொறுத்த வரையில் வாழ்க்கை நிம்மதியாக இருக்கும்.

யாரோ ஒருவர் என்னைப் பற்றி என் சீனியர்களிடம் தவறான வதந்தியைப் பரப்பி அவர்கள் அதை நம்பி விட்டனர். நான் யார் என்று எனக்குத் தெரியும், ஆனால் மற்றவர்கள் என்னைப் பற்றி என்ன நினைப்பார்கள் என்று கவலைப்படாமல் இருக்க முடியவில்லை. இதைப் பற்றி சிந்திப்பதை ஏன் நிறுத்த முடியவில்லை?

இந்தச் சம்பவம் உங்களை பாதிக்கும் பட்சத்தில், இந்த வதந்தியைப் பரப்பியவரிடம் இதை நிறுத்தச் சொல்லுங்கள். இது பொய்யா அல்லது வதந்தியா என்பதை சீனியர்களிடம் விளக்கிச் சொல்லச் சொல்லுங்கள். உண்மையில் என்ன நடந்தது என்பதை சீனியர்களிடம் சொல்லுங்கள். இது உங்கள் ஈகோவை திருப்திப் படுத்தும். இதை அவர்களிடம் நேரடியாக சொல்வது சிரமமாக இருந்தால் மெசேஜ் மூலம் அனுப்புங்கள்.

உண்மையைச் சொல்ல நீங்கள் பயப்பட்டால் உங்களை எதிர்வினையாற்றாத நபராக மாற்றிக் கொள்ளுங்கள். எதிர்வினை இல்லாதவராக மாறுவது எல்லாம் உணர்ந்த இறைவன் இதையெல்லாம் பார்த்துக் கொண்டிருக்கிறார் என்று உணர்ந்து உங்களுக்கும் அவருக்குமான ஒரு பிணைப்பை உருவாக்குவதாகும். அவருக்கு உண்மை தெரியும். நீங்கள் அவருக்கு மட்டுமே பதிலளிக்க வேண்டும். இந்த மன நிலையை நீங்கள் உருவாக்கிக் கொண்டால் தேவையற்ற விஷயங்களுக்கு நீங்கள் எதிர்வினை ஆற்றாமல் இருக்க முடியும்.

அந்த சம்பவத்தைப் பற்றிய எண்ணங்கள் உங்களைத் தொடர்ந்து தொந்தரவு செய்யுமானால், அந்த இம்சிக்கும் எண்ணங்களிலிருந்து விடுபட இரண்டு மந்திரங்கள் இருக்கின்றன:

1. சில முக்கியமான செயல்களில் கவனம் செலுத்தும் வண்ணம் உங்களை கட்டாயப் படுத்திக் கொள்ளுங்கள்.
2. தேவையற்ற எதிர்மறை எண்ணங்களிலிருந்து விலகக் கற்றுக் கொள்ளுங்கள்.

இந்த நுட்பத்தை அடைய தியானம் உதவுகிறது. தியானப் பயிற்சி என்பது ஒரு மந்திரத்தில் கவனம் செலுத்தி தேவையற்ற எண்ணங்களிலிருந்து விடுபடுவதாகும். நீங்கள் அமர்ந்து கண்களை மூடும் போது ஒரு மந்திரத்தில் மனதைக் குவிக்க ஆரம்பிக்க வேண்டும். மனம் மற்ற எண்ணங்களுக்குச் செல்லும் போது நீங்கள் உணர்வுடன் மந்திரத்தின் மீது கவனம் செலுத்தத் திரும்பி வர வேண்டும். இது ஆன்மீகப் பயிற்சி என்பதை விட மனப்பயிற்சி ஆகும். மனப்பயிற்சியான தியானத்தை தொடர்ந்து செய்வது தேவையற்ற

எண்ணங்களிலிருந்து விடுபடுவதற்கு உதவுவதோடு எளிதாக ஏதாவது ஒன்றில் கவனம் செலுத்த உதவுகிறது.

தேவையற்ற எண்ணங்களைத் வெறுமையாக்கும் நுட்பம் தேவையில்லாத எதிர்மறை எண்ணங்களை நீக்கப் பயன்படுகிறது. அந்த எண்ணங்களை வளர்ப்பது போலவோ தீர்க்க வேண்டும் என்றோ தோன்றினால் அதைச் செய்ய வேண்டாம். இந்த எண்ணங்கள் உங்கள் மனதில் வரும் போதெல்லாம் அவற்றை வெறுமையாக்குங்கள். அவை வரும் போதெல்லாம் அவற்றைத் தொடர்ந்து வெறுமையாக்குவது அந்த எண்ணங்கள் முழுவதுமாக உங்கள் மனதிலிருந்து மறைந்துவிடும் கால கட்டத்திற்கு வழிவகுக்கும்.

ஒருவரை மன்னிக்கும்போது எதை மனதில் கொள்ள வேண்டும்?

உங்களை ஒருவரை மன்னிக்க வைப்பது அனுதாபமே. யாரும் உங்களுக்கு எதிராக செயல்களைச் செய்ய மாட்டார்கள் அல்லது சும்மா உங்களை வெறுக்க மாட்டார்கள். அவர்களின் சூழ்நிலைகளும் சந்தர்ப்பங்களும் அதைச் செய்ய வைக்கின்றன. உங்களுக்கு நெருக்கமான ஒருவர் கூட, அவரின் சந்தர்ப்ப சூழ்நிலைகள் மாறினால், திடீரென்று உங்களுக்கு எதிராக மாறலாம். ஆக, எதுவுமே நிரந்தரம் இல்லை. யாராவது உங்களுக்கு எதிராக ஏதாவது செய்திருந்தால், அவர்களின் சூழ்நிலைதான் அவர்களைச் செய்ய வைத்தது. எனவே, அவர்கள்மீது பச்சாதாபம் கொண்டு அவர்களை அவ்வாறு செய்யத் தூண்டியது எது என்பதை உணர முயற்சி செய்யுங்கள்.

மக்களின் செயல்களுக்காக நீங்கள் அவர்கள் மீது அனுதாபம் கொள்ள விரும்பினால், நீங்கள் பேசாமலிருக்க முயற்சிக்க வேண்டும். அவர்களின் நேர்மறையான செயல்களால் நீங்கள் உற்சாகமடையவோ அல்லது அவர்களின் எதிர்மறை செயல்களுக்காக கோபப்படவோ கூடாது. யாரும் உங்கள் மீது நிரந்தரமான வெறுப்புடனோ, உங்களையே தொடர்ந்து நினைத்துக் கொண்டோ இருக்க மாட்டார்கள். ஒவ்வொருவருக்கும் அவரவர் விருப்பங்கள், வேலைகள் உள்ளன. அவர்களின் தற்போதைய செயல்பாடுகளில் பிஸியாக உள்ளனர். நீங்கள் அவர்களிடம் வராத வரை, யாரும் உங்களைத் தொந்தரவு செய்யப் போவதில்லை.

அந்த நபர் உங்களுக்காகச் செய்த நன்மைகளைப் பற்றியோ அல்லது அவருடைய செயல்களால் உங்களுக்கு நேர்ந்த நல்லது பற்றியோ சிந்தியுங்கள். இது உங்கள் மனதில் அவருக்கான ஒரு மென் உணர்ச்சியை உருவாக்கி அதற்குப் பிறகு அவரை மன்னிப்பது எளிதாகிவிடும்.

மன்னிக்க ஆனால் மறக்காதிருக்க மனதைப் பயிற்றுவிப்பதற்கான மிகச் சிறந்த வழிகள் யாவை?

1. ஒருவரின் நேர்மறையான குணங்களைப் பற்றி சிந்தியுங்கள்.
2. அவன் அல்லது அவள் உங்களுக்காக செய்த நன்மைகளைப் பற்றி சிந்தியுங்கள்.
3. அவரால் உருவாக்கப்பட்ட பிரச்சனையால் உங்களுக்கு சாதகமானவற்றைப் பற்றி சிந்தியுங்கள். அதைக் கடக்க நீங்கள் ஏதாவது கற்றுக்கொண்டிருப்பீர்கள்.
4. உங்கள் மீதான வெறுப்பின் காரணமாக அவர்கள் எதையும் செய்யவில்லை என்று அவர்மீது அனுதாபம் கொள்ளுங்கள். சூழ்நிலைகளும் சந்தர்ப்பங்களும்தான் அவர்களை இதைச் செய்ய வைத்தது.
5. உங்களை அவர்களிடத்தில் வைத்துப் பார்த்து நீங்கள் இதேபோன்ற சூழ்நிலையில் இருந்திருந்தால் என்ன செய்திருப்பீர்கள் என்பதை யோசித்துப் பார்த்து உறுதி செய்து கொள்ளுங்கள்.
6. ஒரு பயங்கரமான சம்பவம் அல்லது சந்தர்ப்பத்தைப் பற்றிய உங்கள் எண்ணங்கள்தான் அவர்களை மன்னிக்க அனுமதிக்காது. அந்த எண்ணங்கள் வரும்போதெல்லாம் அவற்றை வளர்த்துக் கொள்வதற்குப் பதிலாக, அந்த எண்ணங்களை வெறுமையாக்குவது, அந்த எண்ணங்கள் விலகிச் செல்லும் காலகட்டத்திற்கு வழிவகுக்கும்.
7. நீங்கள் மன்னித்தாலும், அவர்வர்கள் அந்தந்த கர்மாவை எதிர்கொண்டாக வேண்டும். நீங்கள் நல்ல கர்மாவின் பலனைப் பெறுவீர்கள்.
8. ஒருவரை மன்னிப்பது உங்களை மற்றவரின் பார்வையில் உயர்த்துகிறது.
9. மன்னிப்பது பலவீனம் அல்ல. நீங்கள் மிகவும் வலிமையாகிவிட்டீர்கள் என்பதை இது காட்டுகிறது.
10. அந்த நபர் உங்களுடன் நெருக்கமாக இருப்பதற்கான வாய்ப்புகள் மிக அதிகம். உங்கள் நம்பகத்தன்மை அதிகரிக்கும்.

நீங்கள் மன்னித்தாலும், இந்த சம்பவம் இதுபோன்ற விஷயங்களுக்கு நீங்கள் மீண்டும் இரையாகிவிடக்கூடாது என்ற எச்சரிக்கையை அளிக்கிறது என்பதை மறக்காமல் கவனமாக இருக்க வேண்டும். அந்த சம்பவம் உங்கள் நினைவுக்கு வரும்போதெல்லாம், நீங்கள் அதை வளர்க்க வேண்டியதில்லை. அதைக் கவனத்தில் கொள்ளும் அளவுக்கு

மனமே நீ மகிழ்ந்திடு

நீங்கள் எச்சரிக்கையாக இருந்தால், மற்றவர் அந்தத் தவறை மீண்டும் செய்யவிடாமல் தடுக்கிறீர்கள். எனவே, நீங்கள் இருவரும் அதன் மூலம் பயனடைவீர்கள். சில நேரங்களில், மன்னித்த பிறகு, மக்கள் உணர்ச்சிவசப்பட்டு கடந்த காலத்தை மறந்துவிடுவார்கள். உறவை என்றென்றும் சீராக நிலைநிறுத்துவதில் நீங்கள் உணர்ச்சிவசமாக இருப்பதைவிட நடைமுறையில் இருக்க வேண்டும்.

அது மீண்டும் நிகழாமல் இருப்பதற்கு ஒவ்வொரு தருணத்திலும் நீங்கள் விழிப்புடன் இருக்க வேண்டும். அமைதியான, அலைபாயாத மனம் ஒவ்வொரு கணத்திலும் எப்போதும் விழிப்புடன் இருக்கும். தியானம் மற்றும் கிரியாக்களைப் பயிற்சி செய்வதன் மூலம் அமைதியான குழப்பமில்லாத மனதை அடைய முடியும்.

எனக்கு உண்மையான நண்பர்கள் யாரும் இல்லை, எப்போதும் வீட்டிற்குள்ளேயே இருக்கிறேன். யாரும் என்னுடன் எந்த திட்டமும் வைத்துக் கொள்வதில்லை. ஆனால், அவர்களுக்கு உதவி தேவைப்படும்போது என்னிடம் வருவார்கள். என்னிடம் ஏதேனும் தவறாக இருக்கிறதா?

உண்மையான நண்பர்கள் அனைவருக்கும் எளிதில் கிடைப்பதில்லை. இது பரஸ்பர தொடர்பு, பரஸ்பர பதில்மரியாதை மற்றும் பரஸ்பர நன்மைகள் பற்றியது. வேலை, தேவைகள், அன்பு, தொடர்பு போன்றவற்றில் நீங்கள் ஒருவருக்கு சரியாகப் பதிலளித்தால், உறவு அல்லது நட்பு நிலைத்திருக்கும்.

நண்பர்கள் அடிக்கடி சந்திப்பதில் நெருக்கம், சம அந்தஸ்து, தகவல் பரிமாற்றத்தில் சரியான பதில்கள், தேவைப்படும் போதெல்லாம் ஒருவருக்கொருவர் தேவைகளைப் பூர்த்திசெய்தல் போன்ற காரணங்களால் நெருங்கி வருகிறார்கள். இந்த அம்சங்களில் ஏதேனும் ஒன்று குறையும் போது, உறவிலும் சரிவு ஏற்படுகிறது. ஒருவர் வேறு இடத்திற்கு மாற்றப்பட்டு, ஒருவரை ஒருவர் பார்க்கும் வாய்ப்பு குறைந்தால், இருவரும் அடிக்கடி பார்க்க முடிந்த மற்றொருவருடன் நெருக்கமாகிவிடுவார்கள். துரதிர்ஷ்டவசமாக, ஒருவரால் மற்றவர்களுக்கு உதவவோ அல்லது பிறரின் தேவைகளுக்கு பதிலளிக்கவோ இயலவில்லை என்றால், மற்றவர் உதவி செய்வதில் அவருடைய உண்மைத்தன்மையைப் பற்றி யோசிக்கத் தொடங்குகிறார். ஒருவருக்கு உண்மையாக உதவ முடியாத ஒரு நிலை இருக்கலாம், ஆனால் மனித மனம் வேறு வழியில்தான் சிந்திக்கிறது.

உண்மையான நண்பன் எந்த எதிர்பார்ப்பும் இல்லாமல் இருக்க வேண்டும். உதவி, தொடர்பு, அடிக்கடி சந்திப்பது போன்ற விஷயங்களில் பரஸ்பரம் இல்லாவிட்டாலும், நெருங்கிய உறவைப் பேண முடிந்தால், அவர் உண்மையான நண்பராக இருக்க முடியும்.

உண்மையில், உண்மையான நண்பர்கள் என்று எதுவும் இல்லை. இது அனைத்தும் பரஸ்பரம் மற்றும் தேவை அடிப்படையிலானது. எனவே, அந்த எண்ணத்தை உங்கள் மனதில் இருந்து அகற்றுங்கள். எதிர்பார்ப்புகள் இல்லாமல் நண்பர்களைப் பெற முயற்சி செய்யுங்கள். அதிக உணர்ச்சிகள் மற்றும் எதிர்பார்ப்புகள் இல்லாமல் இருங்கள். மூச்சு சார்ந்த பிராணயாமா மற்றும் தியானம் அதை அடைய உதவுகிறது. உங்களால் உணர்ச்சிகளைக் கட்டுப்படுத்தி, அதிக எதிர்பார்ப்புகள் இல்லாமல் இருக்க முடிந்தால், உங்களுக்கு யாரும் தேவையில்லை. தேவைப்படும்போது மற்றவர்களுக்கு உதவுவதில் உண்மையாக இருங்கள். நீங்கள் ஏற்கனவே அதை செய்கிறீர்கள், நல்லது.

நான் ஒரு நண்பர்கள் வட்டத்தில் இருக்கிறேன், ஆனால் அவர்கள் நான் விரும்பும் கவனத்தை எனக்குத் தருவதில்லை. அந்தக் குழுவில் நான் கண்ணுக்கே தெரியவில்லையோ என்று தோன்றுகிறது. நான் அந்தக் குழுவிலிருந்து வெளியேற வேண்டுமா?

நீங்கள் கவனத்தை எதிர்பார்க்கிறீர்கள். அதில் தவறில்லை. கவனத்தை ஈர்க்க, நீங்கள் மற்றவர்களுடன் நன்றாகப் பேசி தொடர்பு கொள்ள வேண்டும் அல்லது பொறுப்புகளை ஏற்க வேண்டும். இது தேவையான கவனத்தைப் பெற உங்களுக்கு உதவும். இது எதிர்பார்ப்பு இல்லாமல் இருக்க வேண்டும். ஆனால் நீங்கள் பொறுப்புகளை ஏற்கும்போது, பாராட்டப்படுவீர்கள், கருத்து தெரிவிக்கப்படுவீர்கள் அல்லது விமர்சிக்கப்படுவீர்கள். அதை நீங்கள் ஏற்றுக்கொள்ள வேண்டும். உண்மையில், அது இயற்கையானது.

சில நண்பர்களின் வட்டத்தில், ஒரு சக்திவாய்ந்த, பணக்கார நபரைச் சுற்றி மக்கள் கூடுகிறார்கள். அப்படி இருக்கிறது என்றால் அதிலிருந்து விலகுவதைப் பற்றி யோசிக்கலாம். நீங்கள் அவர்களைப் பார்த்து அனுதாபப் பட்டால் அமைதியாக இருக்க முடியும். ஆனால் அத்தகைய இயல்புடையவர்களை தவிர்த்துவிடலாம்.

நீங்கள் நன்றாகப் பேசுபவராகவும், மற்றவர்களைப் பற்றி உண்மையான அக்கறை கொண்டவராகவும், நல்ல நெட்வொர்க்கிங் திறமை உடையவராகவும், பரஸ்பரம் எதிர்செயலாற்றுபவராகவும், உதவும் குணம் கொண்டவராகவும் இருந்தால் சுலபமாக மக்கள் உங்களைச் சுற்றி இருப்பார்கள்.

நீங்கள் மற்றவருடன் நன்றாகப் பேசுபவராக இருக்கும் பட்சத்திலும், உங்களை ஒதுக்கி உங்களிடம் பொறுப்புகளை வழங்குவதற்குத் தயங்கினால் அந்தக் குழுவிலிருந்து வெளியேறுவது பற்றி நீங்கள் தீவிரமாக சிந்திக்க வேண்டும். சமூக ஊடகங்கள் மூலம் நீங்கள் எளிதாக நண்பர்களைப் பெறலாம். ஒரு புதிய வட்டத்திற்குள் நுழையுங்கள், புதிய நட்பு வட்டத்துடன் நீங்கள் எளிதாகப் பழகுவீர்கள்.

அ.தி.ராஜ்குமார்

நம்மை விட தாங்கள் சிறந்தவர்கள் என்று நம்பும் மக்களை எப்படிக் கையாள்வது?

அந்த முட்டாள்தனமான மனநிலைக்காக நீங்கள் அவர்களைப் பார்த்து சிரிக்க வேண்டும். ஆனால் அழுத்தத்தை நாமே உருவாக்கிக் கொள்ள வேண்டாம். அவர்கள் மீது கோபப்படுவதை விடுத்து, இதை சமாளிக்க நம்மை மாற்றிக் கொள்ளலாம். பணம், திறமை, அதிகாரம் மற்றும் பிரபலமாதல் எதுவாக இருந்தாலும் எல்லா மக்களும் சமம் என்பதை உணருங்கள். எல்லாமே சூழ்நிலைகள், சந்தர்ப்பங்கள், வாய்ப்புகள், மரபியல் காரணிகள் போன்றவற்றால் நடக்கிறது. இந்தக் காரணிகள் ஒவ்வொருவருக்கும் வேறுபடும். எனவே, ஒருவரை மற்றவருடன் எவ்வாறு ஒப்பிடுவது? 100 மீ ஓட்டத்தில் 0 மீட்டரில் தொடங்கும் ஒருவருடன் 25 மீட்டரில் தொடங்கும் ஒருவரை ஒப்பிடுவது போன்றது.

சிறந்தவர்கள் என்று நினைக்கும் மக்களை எண்ணி நாம் பரிதாபம்தான் பட வேண்டும். தாங்கள் உருவாக்கிக் கொண்டதை விட பெரிய பிம்பத்தைத் தக்கவைத்துக் கொள்ள வேண்டும் என்ற அழுத்தத்தில் எப்போதும் இருக்கிறார்கள். அந்தப் பெரிய பிம்பத்தை தக்கவைத்துக்கொள்வதில் எப்போதும் அவர்களுக்கு ஒரு பயமும், பதட்டமும் இருக்கும்.

மேற்கூறியவை எல்லாம் உணர்ந்து அவர்களிடம் அமைதியுடனும், இனிமையுடனும் இருங்கள்.

நமக்கு கெட்டது செய்த ஒருவரைச் சுற்றி நாம் எப்படி உணர்கிறோம் என்பதை மாற்ற முடியுமா?

பின்வரும் மனநிலையை வளர்ப்பது உதவும்:

1. நபரின் மேல் பச்சாதாபம் - சூழ்நிலைகள் அல்லது சந்தர்ப்பங்கள் மட்டுமே அவர்களை உங்களுக்கு எதிராக செயல்பட வைத்தது. அவர் வேண்டுமென்றே எதையும் செய்யவில்லை என்பதை நாம் நினைவில் கொள்ள வேண்டும்.
2. அவர் உங்களுக்காக செய்த நன்மைகளைப் பற்றி சிந்திப்பது.
3. அவர்கள் நல்லவர்களாக இருப்பதைப் போல காட்சிப்படுத்தி, அவர்கள் மாறும் விதமாக அவர்களிடம் அதைப் பற்றித் தெரிவிப்பது.
4. உங்களுக்குத் தீங்கு விளைவிக்க அவர்கள் முன்பு செய்த காரியங்களை நிறுத்தச் சொல்லுதல். உங்களுக்கு சங்கடமாக இருந்தால் மெதுவாக அமைதியாக உறவு பாதிக்காமல் சொல்லலாம். ஆனால் அந்த நடத்தை தொடர்ந்தால், உறவு நிறுத்தப்படும் என்பதில் உறுதியாக இருங்கள். மாறுவதற்கான வாய்ப்பை அவருக்குக் கொடுங்கள்.
5. அவர் தொடர்பான ஏதேனும் எதிர்மறை எண்ணங்கள் வந்தால், அவற்றை மட்டும் வளர்த்துக் கொள்ளாதீர்கள். அவை வரும்போதெல்லாம் அவற்றை அழித்துக் கொண்டே இருங்கள். அது அந்த எண்ணத்தை மறக்கச் செய்யும்.

இந்த மாதிரியான மனநிலை இருந்தால், அவர்களுடன் கொஞ்சம் இயல்பாக இருக்கலாம். அவர்கள் மாறவில்லை என்றால், அவர்களிடமிருந்து விலகி இருக்கும் வேறு முடிவை நீங்கள் எடுக்க வேண்டியிருக்கும்.

அ.தி.ராஜ்குமார்

நமக்குப் பழக சுலபமாக இல்லாதவர்களிடம் நாம் பேசுவதற்கு பயப்படக் காரணம் என்ன? அதைத் தொலைப்பது எப்படி?

நாம் எப்போதும் தெரியாத ஒன்றைக் கண்டு பயப்படுகிறோம். அதற்குப் பயந்து, நாம் ஒருபோதும் முயற்சி செய்ய மாட்டோம். அதை தவிர்ப்போம். அது மேலும் பயமாகிறது. இது வேலையைத் தள்ளிப்போடுதல் மற்றும் எதிர்மறையான விளைவுகள் பற்றிய பயம் ஆகியவற்றுடன் தொடர்புடையது. நாம் நினைப்பது போல் பெரிதாக எதுவும் இல்லை. நாம் அதை தூரத்திலிருந்து எவ்வளவு அதிகமாகப் பார்க்கிறோமோ, அவ்வளவு அதிகமாக நாம் கற்பனை செய்கிறோம், முயற்சி எடுப்பதை தாமதிக்கிறோம், அதை பெரியதாகவும் முக்கியமானதாகவும் கருதுகிறோம், மற்றவர்களின் எதிர்வினைகளைப் பற்றி சிந்திக்கிறோம், மேலும் அனைவரின் பார்வையும் நம்மீது இருப்பதாக நினைக்கிறோம். நாம் கற்பனை செய்வது போல் எதுவும் நடக்கப் போவதில்லை.

இந்த காரணங்கள் அனைத்தும் நம் மனதில், தள்ளிப்போடுதல், முடிவெடுக்க முடியாத தன்மை ஆகியவற்றை ஏற்படுத்தி பல விஷயங்கள் நடக்காமல் போகும். உங்களுக்காக வாழுங்கள். மற்றவர்களின் கருத்துகள் அல்லது எதிர்வினைகளைப் பற்றி கவலைப் படாதீர்கள்

அவர்களுடன் உடனடியாகப் பேசத் தொடங்குவதே இதற்கான மிகப் பெரிய தீர்வு. சிறிது நேரம் கழித்து, அது உங்களுக்கு எளிதாக, முக்கியமற்றதாக ஆகிறது. நீங்கள் அதை எவ்வளவு தாமதிக்கிறீர்களோ, அவ்வளவு அது முக்கியமானதாகி உங்களைத் தொந்தரவு செய்கிறது. நீங்கள் உரையாட ஆரம்பித்தவுடன், அது எளிதாகவும், முக்கியமற்றதாகவும் மாறும். உங்கள் மனமும் அதை மறந்துவிடும். நீங்கள் பயப்படும் மற்றொரு பிரச்சனைக்கு மனம் நகர்ந்து விடுகிறது.

நடக்கும் ஒரு விஷயத்தில் எனக்கு உடன்பாடு இல்லாத போது, என் கருத்துக்களைச் சொல்ல விரும்பும் போதெல்லாம், நான் உணர்ச்சிவசப்பட்டு, ஏதோ ஒன்று என்னைத் தடுக்கிறது. நான் எப்படி பேசுவது?

நீங்கள் ஏதாவது சொல்ல வேண்டும் என்று நினைக்கும் போது, நீங்கள் அதைச் சொல்ல வேண்டும். சரியானதை சொல்வதோ, செய்வதோ நாம் அறிவோம். எந்த சூழ்நிலையையும் பார்ப்பதில் ஒவ்வொருவருக்கும் ஒரு அழகான, புதிய பார்வை இருக்கிறது. மக்கள் வழக்கமான ஒரு வழியில் விஷயங்களைச் செய்து கொண்டிருக்கிறார்கள். ஆனால் அது எப்போதும் சீறந்ததாக இருப்பதில்லை.

நாம் எதைச் சொல்ல விரும்புகிறோமோ, பின்வரும் காரணங்களால் அதைச் சொல்லத் தயங்குகிறோம்:

- நல்லதோ கெட்டதோ காலங்காலமாக நடந்து வருபவை சில பழக்கவழக்கங்கள். மக்கள் அதை அப்படியே ஏற்றுக்கொள்கிறார்கள். அதனால் உங்கள் யோசனை சிறப்பாக இருந்தாலும் உங்கள் யோசனை பழக்கவழக்கங்களைக் கெடுத்துவிடும் என்று பயப்படுகிறீர்கள்.
- பழி உங்கள் மீது விழுந்து விடும் என்ற பயத்தில் நீங்கள் மனம் திறந்து பேசத் தயாராக இருப்பதில்லை.
- குறைந்த முக்கியத்துவம் கொடுக்கப்பட்டு உங்கள் யோசனைகள் நிராகரிக்கப்படுமோ என்ற பயம்.
- எதிர்மறை விஷயங்களை நினைத்த பயத்தில் உங்களால் மனம் திறந்து பேச முடிவதில்லை.
- பொறுப்புகள் பற்றிய பயம் மனம் திறப்பதைத் தடுக்கிறது. சிலர் சோம்பலிலும், சலிப்பிலும் நிம்மதியாக இருப்பார்கள்.
- கருத்துக்களைப் பற்றிய பயம் உங்களைத் தயங்கச் செய்யலாம்.

தைரியமாக மனம் திறந்து பேசுவது நல்லது. தொடக்கத்தில் சிக்கல்கள் இருக்கலாம். நீங்கள் எதுவும் சொல்லாமல் அமைதியாக இருந்தாலும் உங்கள் மீது கருத்து தெரிவிக்கப்படும். மற்றவர்கள் நிச்சயமாக உங்களை ஒரு செயலற்ற நபர் என்று முத்திரை குத்துவார்கள். நீங்கள் மனம் திறந்து பேசினால், உங்கள் கருத்தை வெளிப்படுத்திய திருப்தியாவது உங்களுக்கு இருக்கும். நீங்கள் குற்ற உணர்வை சுமக்க மாட்டீர்கள். நீங்கள் மனம் திறந்து பேச ஆரம்பித்தவுடன், பல சிக்கல்களைக் கையாள்வதில் நம்பிக்கையாக உணர்வது எளிதாகிறது.

மக்கள் எப்போதும் உங்களைப் பற்றியோ நீங்கள் சொன்னதைப் பற்றியோ சிந்தித்துக் கொண்டே இருக்க மாட்டார்கள். மனிதர்களுக்கு குறுகிய கால நினைவாற்றலே அனைத்திலும் உள்ளது. அதனால் பிற விஷயங்களுக்குச் சென்று விடுவார்கள். இதையெல்லாம் உணர்ந்து மனம் திறந்து உங்கள் கருத்துக்களை வெளிப்படுத்துங்கள்.

அடுத்தவரிடம் வேண்டாம் என்று சொல்லவும், அவர்களின் உணர்வுகளை என் உணர்வுகளுக்கு மேல் மதிப்பதை நிறுத்தவும் நான் எப்படி கற்றுக் கொள்வது?

ஆம் என்று சொல்வதன் மூலம், நீங்கள் அவர்களை மகிழ்விக்கலாம், ஆனால் போகப்போக நீங்கள் அந்த நபரிடம் கோபத்தையும் எரிச்சலையும் காட்டுவீர்கள். எரிச்சலுடன் குற்ற உணர்வும் எதிர்மறை உணர்வும் வரும், உறவும் நன்றாக இருக்காது.

நீங்கள் 99 முறை உதவி செய்யலாம் ஆனால் 100வது முறை உதவி செய்யாமல் இருந்தால் நீங்கள் குற்றம் சொல்லப் படலாம். முதன்முறையாக உதவி செய்யும் பெரும்பாலான நேரங்களில் நீங்கள் பாராட்டப்படுவீர்கள். மேலும், உங்களை அழுத்திக்கொண்டு உங்கள் உள்மன விருப்பத்திற்கு எதிராக மற்றவர்களுக்கு உதவுவது உங்கள் ஆற்றலை சேதப்படுத்தி, நீங்கள் அவர்களிடம் கோபத்தை காட்டத் தொடங்குவீர்கள்.

அமைதியான மனம் இருக்கும்போது ஒரு முடிவை எடுத்து, தீர்மானமாக முடியாது என்று சொல்லி விடுங்கள். உங்களுக்கு சொல்லத் தயக்கமாக இருந்தால் இந்த முறை உங்களால் உதவ முடியவில்லை என்று ஒரு செய்தியை அனுப்பி விடுங்கள். நீங்கள் அவர்களுக்கு எப்போதும் மாரல் சப்போர்ட் தருவீர்கள் என்று உறுதியளிக்கலாம். உங்களால் ஏன் உதவ முடியவில்லை என்பதை விளக்க வாய்ப்பு இருந்தால், அதைச் செய்யுங்கள். முதலில் அவர்கள் மகிழ்ச்சியில்லாமல் இருக்கலாம். ஆனால் போகப்போக அவர்கள் அதை ஏற்றுக்கொள்வார்கள். காரணங்களுடன் நீங்கள் அதை நன்றாக விளக்கியிருந்தால், அவர்கள் உங்களிடம் அனுதாபம் கூட காட்டுவார்கள். உங்கள் உதவி தேவைப்படும் சூழ்நிலைகள் ஏதேனும் வந்தால், அது நியாயமானதாக இருந்தால் உதவுங்கள். அவர்களுடன் தொடர்பில் இருங்கள். நீங்கள் எப்போதும் அவர்களுக்காக இருக்கிறீர்கள் என்பதை அவர்களுக்கு உணர்த்துங்கள். அவர்கள் வருந்தினால் கவலைப்பட வேண்டாம். ஒரு கட்டத்தில் அவர்கள் புரிந்து கொண்டு உணர்ந்து உங்களிடம் திரும்பி வருவதற்கான பெரிய வாய்ப்பு இருக்கும்.

என்னை ஒருவர் அணுகும்போதோ அல்லது அவர் என்னைக் காதலிக்கிறார் என்பது உறுதியாகும் போது மட்டுமே நான் காதலிக்கிறேன். இது விசித்திரமா? நான் என்ன செய்ய வேண்டும்?

உங்களுக்கு வலுவான ஈகோ இருக்க வாய்ப்புள்ளது என்பதை இது காட்டுகிறது. நீங்கள் யாரையாவது முதலில் காதலிக்கிறேன் என்று சொல்லி அவர் மறுத்துவிட்டால், முக்கியத்துவம் குறைந்து, பாதுகாப்பின்மை அடைந்து, இறங்கிப் போய்விடுவோமோ என்ற பயம் உங்களுக்கு உள்ளது. நிராகரிக்கப் படும் போது மக்களும் குறிப்பாக அந்த நபரும் சிரிப்பார்கள் என்ற பயம் உங்களுக்கு உள்ளது. எனவே, இந்தப் பிரச்சனைகளை எதிர்பார்த்து நீங்கள் பாதுகாப்பாக இருக்க முயற்சிக்கிறீர்கள்.

காதல் எந்த நிபந்தனையும் இல்லாமல் இயற்கையாக நிகழ வேண்டும். எதிர்மறையான பதிலால் சமூகமோ அல்லது அந்த நபரோ உங்களை இழிவாகப் பார்ப்பார்கள் என்பது உண்மையல்ல.

நீங்கள் அழகாக இருந்தால், அனைவரும் உங்களை நேசிக்க வேண்டும் என்று அவசியமில்லை. அது ஒவ்வொருவரின் விருப்பத்தைப் பொறுத்தது. உங்கள் தோற்றமும் குணமும் ஒருவருக்கு அழகாகத் தோன்றலாம் ஆனால் எல்லோருக்கும் அப்படி இருக்காது. ஒவ்வொருவருக்கும் வெவ்வேறு விருப்புகள் இருக்கும். நல்ல தோற்றம் இல்லாதவர்கள் பலரால் விரும்பப்படுவார்கள். குணநலன் முக்கிய பங்கு வகிக்கிறது. சிலர் தோற்றத்தையும், சிலர் குணத்தையும் தேர்வு செய்கிறார்கள்.

இவற்றையெல்லாம் உணர்ந்து செயல்படுங்கள்.

என்னைப் பற்றிய மக்களின் வார்த்தைகளை நான் ஏன் எப்போதும் என்னைப் பற்றிய எதிர்மறையான எண்ணமாகவே திரித்துப் புரிந்து கொள்கிறேன்.

நாம் மிகவும் மனச்சோர்வடைந்தால் இது நிகழலாம். நீங்கள் அதைச் செய்வதற்கான சில காரணங்கள் :
1. உங்களைப் பற்றிய எதிர்மறையான தீர்ப்புகள் மற்றும் எதிர்வினைகளை எதிர்நோக்கும் பயம் மற்றும் பதட்டம்.
2. மக்கள் உங்களைப் பற்றி பேசுகிறார்கள் என்று எப்போதும் நினைப்பது.
3. மக்கள் உங்களைப் பற்றி பேசுகிறார்கள் என்று உணரும் படியான எதிர்மறை எண்ணங்களைக் கொண்டிருப்பது.
4. மக்கள் உங்களை கவனித்துக் கொண்டிருக்கிறார்கள் என்று எப்போதும் நினைப்பது.

இந்த சிக்கலை சமாளிக்க:
1. மற்றவர்களைப் பற்றி அதிகம் கிசுகிசுக்காதீர்கள்.
2. மற்றவர்களைப் பற்றி எதிர்மறையாகப் பேசாதீர்கள். நீங்கள் அப்படிச் செய்தால், கர்மா ஆழ் மனதில் மீண்டும் தாக்கி, கவலையை உருவாக்கும்.
3. அதிக பாராட்டுகளை எதிர்பார்க்காதீர்கள். பாராட்டு வரும்போது அதிலேயே வாழாதீர்கள். ஒரு விமர்சனத்தைக் கூட ஏற்றுக்கொள்ள முடியாத பதட்டத்தை அது உங்களுக்குத் தந்துவிடும். நீங்கள் ஒவ்வொருவரின் வார்த்தைகளையும் கவனமாகப் பார்ப்பீர்கள். யாராவது உங்களைப் பற்றி எதிர்மறையாகப் பேசுவார்களோ என்ற பதட்டத்தை அது உருவாக்குகிறது.
4. விஷயங்களை லேசாக எடுத்துக் கொள்ளுங்கள். யாராவது ஏதாவது சொன்னால், அதை நீங்கள் வளர்க்க வேண்டும் என்று நினைத்தால், நீங்கள் கேட்டதை வளர்க்க வேண்டாம். சில சமயம், நீங்கள் எதைக் கேட்டாலும் எதிர்மறையாகத் தோன்றும். அவர்கள் நேர்மறையாக பேசினாலும், நீங்கள் அதை எதிர்மறையாக புரிந்துகொள்வீர்கள்.
5. அதிகப்படியான சிந்தனை இந்த மனநிலைக்கு வழிவகுக்கிறது. ஒரு எண்ணம் உங்களைத் தொந்தரவு செய்யும் போது, அந்த எண்ணத்தை வெறுமையாக்கிவிட்டு, வேறு ஏதாவது ஒன்றில் கவனம் செலுத்துங்கள்.
6. தேவையில்லாமல் எதையும் அதிகமாக ஆராய்ச்சி செய்யாதீர்கள்.
7. இறுதியாக, தற்போதைய தருணத்தில் கவனம் செலுத்த உங்களை கட்டாயப்படுத்துங்கள். தேவையற்ற எண்ணங்களை உருவாக்காதீர்கள். ஒரு எண்ணம் உங்களைத் தொந்தரவு செய்தால், வேறு ஒரு சிந்தனையில் கவனம் செலுத்துவதன் மூலம் அதை மாற்றவும்.

மக்களைக் கவர முயற்சிப்பதை நம்மை நிறுத்த வைப்பது எது?

15-18 வயதினராக நாம் புதிதாக இந்த உலகில் நுழையும்போது, பலரைக் கவர விரும்புகிறோம். நெருங்கிய நட்புறவையும் உறவுகளையும் உருவாக்க விரும்புகிறோம். நாம் அனைவராலும் நேசிக்கப்படவும் விரும்பப்படவும் ஆசைப் படுகிறோம். அதிக எண்ணிக்கையிலான நண்பர்கள் மற்றும் உறவுகளைப் பற்றி நாம் பெருமை கொள்ள விரும்புகிறோம். சில புத்திசாலிகள் மற்றவர்களைக் கவரவும் அவர்களை நெருங்கிய நண்பர்களாக்கவும் உளவியல் காரணிகளைப் பயன்படுத்துகிறார்கள்.

மக்களைக் கவருவதை நிறுத்துவதற்கான சில காரணங்கள் இவை:

1. உங்களுக்குப் பின்னால் பெரிய கூட்டம் வருவதற்காக பலரைக் கவர முயற்சிப்பது சில முக்கியமான நபர்களின் மீது நீங்கள் கவனம் செலுத்த முடியாமல் செய்கிறது. பெற்றோர், மனைவி, குழந்தைகள், நெருங்கிய நண்பர்கள், நெருங்கிய உறவினர்கள் போன்ற சில முக்கியமான உறவுகளில் மட்டுமே நீங்கள் கவனம் செலுத்த வேண்டும். உங்களுக்கு ஓய்வு நேரம் இருந்தால், உங்கள் வேலைகளைத் தவிர மற்ற விஷயங்களில் கவனம் செலுத்தலாம்.

2. மக்களைக் கவர்வது இரு தரப்பிலும் நிறைய எதிர்பார்ப்புகளை உருவாக்குகிறது. நீங்கள் ஒருமுறை யாரையாவது கவர்ந்திருந்தால், அந்த பிம்பத்தை எப்பொழுதும் தக்கவைத்துக்கொள்ள உங்களுக்கு ஒரு அழுத்தம் உருவாகிறது. இல்லையெனில், நீங்கள் கவர்ந்த நபர் மகிழ்ச்சி இழக்கிறார். உங்களால் ஈர்க்க முடியவில்லை என்றால், எதிர்பார்ப்பில் ஏற்பட்ட தோல்வியால் மன அழுத்தத்திற்கு ஆளாக நேரிடும்.

3. இதுவும் கர்மா அடிப்படையிலானது. நீங்கள் யாரையாவது கவர்ந்திருந்தாலும், அது சில நெறிமுறை நடைமுறைகளுக்கு எதிராக இருந்தால், கர்மாவின் விளைவுகளை நீங்கள் எதிர்கொள்ள வேண்டியிருக்கும். மாறாக, நீங்கள் ஒருவரைக் கவரத் தவறினாலும், அது நெறிமுறைப் பழக்கவழக்கங்களில் அப்பாவித்தனத்துடன் இருந்தால், நீங்கள் எந்த மோசமான விளைவுகளையும் சந்திக்க மாட்டீர்கள். சில நேரங்களில், நீங்கள் செய்த நல்ல கர்மங்களுக்கு வெகுமதி கிடைக்கும்.

4. மக்களை ஈர்க்க உங்கள் அசல் தன்மையை மாற்ற வேண்டும். நீங்கள் எப்போதும் போலியாக இருக்க முடியாது. உங்கள்

விழிப்புணர்வு இல்லாமல், உங்களது உண்மையான குணம் வெளிவரும் போது, அதற்காக நீங்கள் விமர்சிக்கப்படுவீர்கள்.

உங்கள் நண்பர்களுக்கும், சமூகத்திற்கும் நல்ல விஷயங்களைக் கொண்டு வர மக்களை மிதமாக கவர்வது ஏற்றுக்கொள்ளத்தக்கது என்பதை நினைவில் கொள்வோம். அது நன்மையைத் தருவதாகவும், உங்கள் கடமைகளை நிறைவேற்ற உதவுவதாகவும் இருந்தால், அதுவும் சரி. ஆனால் அது நெறிமுறையாக இருக்க வேண்டும். மக்களைக் கவருவது நல்ல நோக்கத்துடன் நல்ல எண்ணங்களுடன் மட்டுமே செய்யப்பட வேண்டும். எதிர்மறை நோக்கங்களுக்காகவும், சுயநலத்திற்காகவும் செய்தால் அது சரியல்ல.

மிகச் சிறிய விஷயங்களுக்காக நான் வெட்கப்படுகிறேன், மற்றவர்கள் என்னைப் பற்றி என்ன நினைக்கிறார்கள் என்று யோசனையிலேயே இருக்கிறேன்? அதை நான் எப்படி சமாளிப்பது?

உங்கள் கவலைகள், தேவையற்ற சிந்தனை போன்றவற்றைப் போக்க பின்வரும் கதை சிறந்தது.

கோபால் அந்த ஊரிலேயே பெரிய பணக்காரர். மிகுந்த கர்வத்துடன் வாழ்ந்து வந்தார். பொதுவாக, நீங்கள் மதிக்கப்படும்போது, நீங்கள் நன்றாக நடந்துகொள்வீர்கள், பணிவாக இருக்க முயற்சிப்பீர்கள். எல்லாமே கட்டுக்குள் இருக்கிறது என்ற மனநிலையே இதற்குக் காரணம். திடீரென்று அந்த ஊரில் ஒரு தொழிற்சாலை அமைக்கப்பட்டு அந்தத் தொழிற்சாலையின் உரிமையாளர் ராம் அந்த ஊரில் வசிக்கத் தொடங்கினார். கோபாலை விட ராம் பணக்காரர். தனக்கு இதுவரை கொடுக்கப்பட்ட மரியாதை தொடர்ந்து இருக்குமா என்று கோபால் கவலைப்பட்டார்.

ஒவ்வொரு ஆண்டும், நகரில் ஆண்டு விழா நடத்தப்படும். கோபால் எப்போதும் தலைமை விருந்தினராக அழைக்கப்படுவார். இந்த வருடம் தனக்கு பதிலாக ராம் வருவாரோ என்று கோபால் சற்று பயந்தார். நம் பயம் உண்மையாகிவிடும் என்பதால், இந்த முறை ராம் தலைமை விருந்தினராக நியமிக்கப்பட்டார். கோபால் மிகவும் வருத்தமடைந்தார். அவர் விருந்தினர்களில் ஒருவராக அழைக்கப்பட்டார். அவருக்கு கலந்துகொள்ள மனம் வரவில்லை. இந்த நிகழ்வுக்கு போகாமல் இருந்தால் தான் பிரதம விருந்தினராக அழைக்கப் படாத்தால் வருத்தத்தில் இருப்பதை மக்கள் அறிந்துகொண்டு விடுவார்கள் என்று அவர் நினைத்தார். அதனால், தான் மகிழ்ச்சியாக இருப்பதாகவும், பொறாமைப்படுவதில்லை போலவும் மற்றவர்களை நினைக்க வைக்க, அவர் கலந்துகொள்ள முடிவு செய்தார். இன்னும் 10 நாட்களில் விழா நடக்க இருந்தது. நிகழ்வு நடைபெறும் நாள் வரை, அவர் எப்படி நடத்தப்படுவார் என்று வருத்தமாகவும் கவலையாகவும் இருந்தார். நாளும் வந்தது. விழாவுக்கு சில மணி நேரங்களுக்கு முன்பு, ராம் அவசர விஷயமாக வெளியே செல்ல வேண்டியிருந்ததால், தலைமை விருந்தினராக வர முடியுமா என்று கோபாலுக்கு அழைப்பு வந்தது. இப்போது தலைமை விருந்தினராகப் போவதால் கோபால் நிம்மதி ஆனார். விழாவுக்குப் பிறகு, அந்த நிகழ்வு வரை இத்தனை நாள் மன அமைதியை ஏன் இழந்தேன் என்று அவர் ஆச்சரியப்பட்டார்.

அடுத்த வருடமும் அதே சந்தர்ப்பம் வந்தது. இம்முறையும் பிரதம அதிதியாக ராம் தெரிவு செய்யப்பட்டார். கோபால் மீண்டும் கவலையும், அமைதியும் அடைந்தார். அவர் தனது முக்கியத்துவத்தைப்

பற்றி கவலைப்பட்டார். தன்னைவிட ஒருவருக்கு அதிக முக்கியத்துவம் கொடுக்கப்படுவதை அவரால் தாங்கிக் கொள்ள முடியவில்லை என்பதுதான் அவருடைய பிரச்சனை.

ஆனால் நாம் அதை ஆழமாக ஆய்வு செய்தால், இது முக்கியத்துவம் பற்றியது அல்ல. தன்னை மோசமாக நடத்துவார்களோ, தன் முக்கியத்துவம் குறைந்தது பற்றி மற்றவர்கள் பேசுவார்களோ என்ற பயமே காரணம்.

இந்த முறை அவர் அந்த தருணத்தை எதிர்கொள்ள வேண்டியிருந்தது. விழா துவங்கி ராமருக்கு கவுரவம் அளிக்கப்பட்டது. எல்லோரும் அவருடைய சாதனைகள், நற்சான்றிதழ்கள் போன்றவற்றைப் பற்றிப் பேசினர்.

கோபால் அதைக் கேட்டு சங்கடமாகி மகிழ்ச்சி இழந்தார். அவரால் அதை ஜீரணிக்க முடியவில்லை. ராம் பேசத் தொடங்கியதும், கோபாலின் பல ஆண்டுகால தலைமைத்துவம், அவரது நற்சான்றிதழ்கள் போன்றவற்றைப் பற்றிப் பேசினார். ஊரை இந்த அளவிற்கு வளர்ச்சி அடையச் செய்ததில் கோபால் முக்கிய பங்கு வகித்தார் என்று கூறினார். கோபாலின் தலைமையால் தான் ஈர்க்கப்பட்டதாகவும், அதே வழியை தானும் பின்பற்றுவேன் என்றும் அவர் கூறினார்.

ராமின் வார்த்தைகளில் கோபால் பூரித்துப் போனார். அவர் உண்மையிலேயே மகிழ்ச்சியாக மாறினார். அந்த நிமிடத்திற்குப் பிறகு, விழா முடியும் வரை அவர் மகிழ்ச்சியாக இருந்தார். அவன் மிகவும் பயந்து கொண்டிருந்த அந்த நாள் அவன் நினைத்தது போல் இல்லாமல் கடந்துவிட்டது. அது நன்றாக மாறியது. எதிர்காலத்தை பற்றி யோசித்து நிகழ்காலத்தில் கவனம் செலுத்தாமல், அந்த நிகழ்வு வரையான நாட்களை ஏன் துன்பத்தில் அழித்தேன் என்று அவர் ஆச்சரியப்பட்டார்.

எதிர்காலத்தைப் பற்றி சிந்திப்பது தற்போதைய தருணத்தை கெடுத்துவிடும். விஷயங்களை அப்படியே ஏற்றுக்கொள்ள கற்றுக்கொள்ளுங்கள். பின்னர், விளைவு எதிர்மறையாக மாறினால், நீங்கள் அதை எளிதாக எடுத்துக்கொள்வீர்கள் அல்லது ஏற்றுக்கொள்வீர்கள். நமக்கு எதிர்காலம் தெரியாது. சில சமயம் அந்த நிகழ்வு நடக்காமல் கூட போகலாம். பிறகு, அந்த நாளுக்கு முந்தைய எல்லா நாட்களிலும் நாம் ஏன் கஷ்டப்பட வேண்டும். நிகழ்காலத்தில் கவனம் செலுத்தி, மற்றதை எல்லாம் வல்ல இறைவனிடம் விட்டுவிடுங்கள். வாழ்க்கை அற்புதமாக இருக்கும்.

யாராவது என்னை தவறாக மதிப்பிட்டால் நான் என்ன செய்வது?

உங்கள் பார்வையை விளக்குவதற்கு உங்களுக்கு எங்கு வாய்ப்பு கிடைத்தாலும், நீங்கள் அதைச் செய்யலாம். மக்கள் நம்பினால் சரி. இல்லாவிட்டாலும், நீங்கள் அதைப் பற்றி அதிகம் கவலைப்பட வேண்டாம். நீங்கள் வெளிப்படுத்திவிட்டால் உங்கள் ஈகோ திருப்தி அடைந்துவிடும். உணர்வு ரீதியாக பலவீனமானவர்களுக்கு அதை வெளிப்படுத்தாமல் இருப்பது ஆபத்தானது. இது அவர்களின் வரவிருக்கும் சந்திப்புகளை பாதித்து தவறான விஷயங்களை செய்ய வைக்கும். நல்லவர்களாக இருந்தும் தங்களை தவறாக சித்தரிக்கிறார்கள் என்ற எண்ணத்தை வளர்த்துக் கொள்வார்கள். எனவே, அவர்கள் சுயநலவாதிகளாகவும் கெட்ட காரியங்களைச் செய்யவும் தொடங்குவார்கள். நல்லவர்களாக இருப்பதில் நம்பிக்கையை இழந்துவிடுவார்கள்.

உடனுக்குடன் அவசரமாக வெளிப்படுத்த வேண்டாம். சம்பந்தப்பட்டவர்களிடம் படிப்படியாக உண்மையை வெளிப்படுத்தத் தொடங்குங்கள், ஆனால் மற்றவர்கள் உங்களுக்கு ஆதரவளிப்பார்கள் என்று எதிர்பார்க்காதீர்கள். வெளிப்படுத்தவும், விளக்கவும் மற்றும் இடத்தை விட்டு வெளியேறவும். மற்றொரு எளிய வழி, அதைப் பற்றிய முழுமையான செய்தியைத் தயாரித்து, சம்பந்தப்பட்ட அனைவருக்கும் அனுப்புவது. வாக்குவாதங்களைத் தவிர்க்கும் என்பதால் இதைச் செய்வதில் தவறில்லை.

இதைக் கடந்து வருவதற்கான மற்றொரு வழி கடவுள் உண்மையை அறிந்தவர் மற்றும் எல்லாவற்றையும் பார்த்துக் கொண்டிருக்கிறார் என்பது போல உங்களுக்கும் இறைவனுக்கும் இடையே ஒரு தொடர்பை உருவாக்குவது, இந்த மனநிலையை நீங்கள் உருவாக்கினால், நீங்கள் மற்றவர்களுக்கு வெளிப்படுத்தவோ விளக்கவோ கூட தேவையில்லை.

ஒரு நிலையான மனநிலையில் மக்கள் சிக்கித் தவிப்பதைப் பார்த்துவிட்டு அவர்களுக்கு அது வசதியாக இருப்பதால், அவர்களை அப்படியே விட்டு விடுவது சரியானதா?

ஒரு நாள் காலை நான் டென்னிஸ் விளையாடப் போய்க் கொண்டிருந்தேன். மெதுவாகச் சென்ற ஒரு காரைப் பின்தொடர்ந்தேன். நான் ஹார்ன் அடித்தேன். நான் முந்திச் செல்வதற்காக அவர் வேகத்தைக் குறைத்தார். ஆனால் எதிர் திசையில் வாகனங்கள் இருந்ததால் என்னால் முந்திச் செல்ல முடியவில்லை. எரிச்சலாக இருந்தது. அவர் அதைத் தீர்க்க முடியாமல் தவித்தார். என்னை முந்திச் செல்ல உதவும் வேகத்தைக் குறைக்கும் மனநிலையில் அவர் சிக்கிக் கொண்டார். பெரிய அவசரம் இல்லாவிட்டாலும் என் ஈகோவுக்காக முந்திச் செல்லும் மனநிலையில் நான் சிக்கிக் கொண்டேன். பலருக்கு நெருக்கடியான சூழ்நிலையில் வேறு வழியில் சிந்திக்கத் தெரியாது.

ஒரு வித்தியாசமான சிந்தனை இதைத் தீர்க்க உதவியிருக்கலாம். முன்பக்க ஓட்டுனர் வேகத்தைக் கூட்டி நான் பின் தொடரும்படி செய்திருக்கலாம் அல்லது நான் வேகத்தைக் குறைத்து, காரில் இசையை ரசித்து, முந்திச் செல்வதில் கவனம் செலுத்தாமல் அவரைப் பின்தொடர்ந்திருக்கலாம். இரண்டு எண்ணங்களும் எங்களுக்கு வசதியாக இருந்திருக்கும். ஆனால் அழுத்தமும் ஈகோவும் நம்மை அப்படி நினைக்காமல் இருக்க வைக்கிறது. அழுத்தத்தின் கீழ், அவரால் சிந்திக்க முடியவில்லை, என் ஈகோ என்னை முந்துவதற்கான தேவையை விட்டுவிடாமல் தடுத்தது. இப்படித்தான் நம் வாழ்க்கையைக் கெடுத்துக் கொள்கிறோம். நம் வாழ்வில், வித்தியாசமாக சிந்திக்காத பல சூழ்நிலைகளுக்கு இது பொருந்தும்.

நிறைய பேர் ஒரே மனநிலையில் சிக்கிக் கொள்கிறார்கள். ஆனால், ஒரு சவாலான சூழ்நிலை வரும்போது, அதைத் தீர்க்க வித்தியாசமாக சிந்திக்க வேண்டும் என்று உணர்கிறோம். எனவே, சம்பிரதாயங்கள் மற்றும் குறிப்பிட்ட நிலையான மனநிலையில் சிக்கிக் கொள்ளாதீர்கள். படைப்பாற்றல் பெறுங்கள். வித்தியாசமான வாழ்க்கையை நடத்துங்கள்.

ஒரு நிலையான மனநிலையில் மக்கள் சிக்கித் தவிப்பதைப் பார்த்துவிட்டு அவர்களுக்கு அது வசதியாக இருப்பதால், அவர்களை அப்படியே விட்டு விடுவது சரியானதா?

ஒரு நாள் காலை நான் டென்னிஸ் விளையாடப் போய்க் கொண்டிருந்தேன். மெதுவாகச் சென்ற ஒரு காரைப் பின்தொடர்ந்தேன். நான் ஹார்ன் அடித்தேன். நான் முந்திச் செல்வதற்காக அவர் வேகத்தைக் குறைத்தார். ஆனால் எதிர் திசையில் வாகனங்கள் இருந்ததால் என்னால் முந்திச் செல்ல முடியவில்லை. எரிச்சலாக இருந்தது. அவர் அதைத் தீர்க்க முடியாமல் தவித்தார். என்னை முந்திச் செல்ல உதவும் வேகத்தைக் குறைக்கும் மனநிலையில் அவர் சிக்கிக் கொண்டார். பெரிய அவசரம் இல்லாவிட்டாலும் என் ஈகோவுக்காக முந்திச் செல்லும் மனநிலையில் நான் சிக்கிக் கொண்டேன். பலருக்கு நெருக்கடியான சூழ்நிலையில் வேறு வழியில் சிந்திக்கத் தெரியாது.

ஒரு வித்தியாசமான சிந்தனை இதைத் தீர்க்க உதவியிருக்கலாம். முன்பக்க ஓட்டுனர் வேகத்தைக் கூட்டி நான் பின் தொடரும்படி செய்திருக்கலாம் அல்லது நான் வேகத்தைக் குறைத்து, காரில் இசையை ரசித்து, முந்திச் செல்வதில் கவனம் செலுத்தாமல் அவரைப் பின்தொடர்ந்திருக்கலாம். இரண்டு எண்ணங்களும் எங்களுக்கு வசதியாக இருந்திருக்கும். ஆனால் அழுத்தமும் ஈகோவும் நம்மை அப்படி நினைக்காமல் இருக்க வைக்கிறது. அழுத்தத்தின் கீழ், அவரால் சிந்திக்க முடியவில்லை, என் ஈகோ என்னை முந்துவதற்கான தேவையை விட்டுவிடாமல் தடுத்தது. இப்படித்தான் நம் வாழ்க்கையைக் கெடுத்துக் கொள்கிறோம். நம் வாழ்வில், வித்தியாசமாக சிந்திக்காத பல சூழ்நிலைகளுக்கு இது பொருந்தும்.

நிறைய பேர் ஒரே மனநிலையில் சிக்கிக் கொள்கிறார்கள். ஆனால், ஒரு சவாலான சூழ்நிலை வரும்போது, அதைத் தீர்க்க வித்தியாசமாக சிந்திக்க வேண்டும் என்று உணர்கிறோம். எனவே, சம்பிரதாயங்கள் மற்றும் குறிப்பிட்ட நிலையான மனநிலையில் சிக்கிக் கொள்ளாதீர்கள். படைப்பாற்றல் பெறுங்கள். வித்தியாசமான வாழ்க்கையை நடத்துங்கள்.

மக்கள் தங்களைப் பற்றி நன்றாக உணர வேண்டும் என்பதற்காக ஏன் மற்றவர்களைக் குறை கூறுகிறார்கள்?

நாம் நம்மை மிகவும் விரும்புகிறோம். நாம் எது செய்தாலும் அதுவே புத்திசாலித்தனம் என்று நினைக்கிறோம். இந்த மனநிலையில் ஏதாவது நேர்மறையாக நடந்தால், அது பரவாயில்லை என்று உணர்கிறோம். ஆனால் ஏதாவது தவறு நடந்தால், தவறான வழியில் சென்றதற்கு மற்றவர்களையும் சூழ்நிலைகளையும் கூட குற்றம் சொல்கிறோம். நாம் நமது தவறை ஏற்றுக்கொள்ளாமல் பிறர் மீது பழியை சுமத்த முயற்சிக்கிறோம்.

காரணம், நமது அகங்காரத் தன்மை, பிறர் கருத்துகளைப் பற்றிய பயம், ஏற்க மறுப்பது போன்றவை. நாம் நம்மை மிகவும் நேசிப்பதுதும்தான் காரணம். எனவே, நாம் எதைச் செய்தாலும் அது சரியாக இருக்க வேண்டும் என்று விரும்புகிறோம்.

இதைப் போக்க, எல்லோரையும் சமமாக நடத்துங்கள், இதனால் நீங்கள் மற்றவர்களின் உணர்ச்சிகள், வலியை உங்களுடையது போல கருதுவீர்கள். மற்றவர்கள் மீது குற்றம் சாட்டுவது உங்களை எப்படிப் பாதிக்கிறதோ, அதே போல மற்றவர்களையும் பாதிக்கும் என்பதை உணர்ந்து கொள்ளுங்கள். மற்றவர்களின் கருத்துகளைப் பற்றி கவலைப்பட வேண்டாம், ஏனெனில் இது ஒரு தற்காலிக விஷயமே அன்றி நிரந்தரமாக இருக்காது. உங்கள் தவறுகளை ஏற்றுக்கொள்வது உங்களுக்குப் பெருமை சேர்க்கும் என்பதை உணர்ந்து கொள்ளுங்கள், மேலும் நீங்கள் அதை எளிதாக எடுத்துக் கொள்ளத் தொடங்குவீர்கள். நீங்கள் தவறுகளில் இருந்து கற்றுக்கொண்டு சிறந்த மனிதராக மாறுவீர்கள். இந்த அனைத்து உணர்தல்களையும் பெற்றீர்களானால், இதை சமாளிப்பது எளிதாகிவிடும்.

சூழ்நிலை கட்டுக்குள் இருந்தாலும் சிலர் ஏன் மன அழுத்தத்தில் இருக்கிறார்கள்?

இந்த மக்கள் வாழ்க்கையில் பல விஷயங்களை எதிர்கொண்ட போது நிறைய கவலைகள், பயம், எதிர்மறை எண்ணங்கள் மற்றும் மனச்சோர்வை சந்தித்திருப்பார்கள். அவர்கள் அதையெல்லாம் சமாளித்து, சில பிரச்சினைகள் தொடர்பாக நிதானமாகவே இருந்திருப்பார்கள். ஆனால் சிறிது காலத்திற்குப் பிறகு, தற்போதைய எதிர்கால நிகழ்வுகளில் இவையெல்லாம் திரும்ப வந்துவிடுமோ என்ற பயமும், மன அழுத்தமும் கொள்கிறார்கள். இதுவே நம்மில் பெரும்பாலோர் எப்போதும் மன அழுத்தம் கொள்ளக் காரணம்.

இந்த 2 வழிகளைப் பயன்படுத்தி, நாம் மன அழுத்தத்தை சமாளித்து எப்போதும் அமைதியாக இருக்க முடியும்:

1. சில சிக்கல்களை நாம் சமாளிக்கும் போது, மக்கள் உற்சாகமடைந்து அதைக் கொண்டாடத் தொடங்குவார்கள். கொண்டாட்டம் சில காலம் நீடிக்கும். ஆனால் சிறிது காலம் கழித்து அது குறைய ஆரம்பிக்கும். இப்போது, அந்த மகிழ்ச்சியைத் தக்கவைத்துக்கொள்வது பற்றிய பயம் தொடங்கி மன அழுத்தத்திற்கு ஆளாகிவிடுகிறோம். நேர்மறையான விஷயங்கள் நடக்கும்போதெல்லாம் நாம் அமைதியாக இருக்க வேண்டும். இது நாம் எப்போதும் அமைதியாக இருக்க உதவும்.

2. தேவையற்ற எதிர்மறை எண்ணங்கள் மன அழுத்தத்திற்கு வழிவகுத்து, பயத்தையும் பதட்டத்தையும் உருவாக்குகின்றன. எனவே, இந்த எண்ணங்களை வளர்த்துக்கொள்வதற்குப் பதிலாக, அவை வரும்போதெல்லாம் அவற்றை வெறுமையாக்குவது, இந்த எண்ணங்கள் உங்கள் மனதில் இருந்து மறைந்துவிடும் ஒரு காலகட்டத்திற்கு வழிவகுக்கும்.

படிக்காதவர்கள் அல்லது குறைவாக அறிந்தவர்கள், படித்தவர்களை விட, புத்திசாலிகளை விட தாழ்ந்தவர்களாக உணர வேண்டுமா?

கல்வி என்பது பல்கலைக்கழகங்களில் பெரிய பட்டங்களைப் பெறுவது அல்ல. இது தேவையான, அத்தியாவசியமான பல விஷயங்களைப் பற்றிய அறிவைப் பெறுவதாகும். பல்கலைக்கழகங்களில் மிக உயர்ந்த நிலையில் கற்பிக்கப்படும் கல்வி, இந்த பிரபஞ்சத்தில் உள்ள மொத்த அறிவில் 5 சதவீதத்திற்கும் குறைவாகவே உள்ளது. நான் பல்கலைக்கழக கல்வியை குறை சொல்லவில்லை. இந்த பிரபஞ்சத்தில் உள்ள முழு அறிவின் அளவோடு பார்க்கும்போது இது போதுமானதாக இல்லை. அந்த பட்டங்கள் சமுதாயத்திற்கு நன்மை பயக்கும் வரை, அவற்றில் பெருமை கொள்ள முடியாது.

பல்கலைக் கழகங்களில் கல்வி கற்காத பலர் நம் சமூகத்தில் படிக்காதவர்கள் என்று அழைக்கப்படுகிறார்கள். இந்த மக்கள் தங்கள் வாழ்நாள் முழுவதும் தாழ்வாகவோ அல்லது ஊக்கமில்லாமலோ உணர்கிறார்கள். அது அவர்களை வாழ்க்கையில் முன்னேற விடாமல் செய்கிறது. இது முற்றிலும் தவறு. கல்வி என்பது சான்றிதழ்கள் அல்லது உரிமங்களைப் பற்றியது அல்ல. கல்வி என்பது நீங்கள் பெறும் அனுபவத்தையும் அறிவையும் உங்கள் பயன்பாட்டிற்காகவும் சமூகத்தின் பயன்பாட்டிற்காகவும் செயல்படுத்துவதாகும்.

தென்னிந்தியாவில் நடிகர் கமல்ஹாசனை உதாரணமாக எடுத்துக் கொள்ளுங்கள். அவர் கல்லூரி அல்லது மேல்நிலைப் பள்ளியில் கூட படிக்கவில்லை. ஆனால் பெரும்பாலான பாடங்களில் அவருக்கு இருக்கும் அறிவின் அளவு ஆச்சரியமாக இருக்கிறது. அறிவைப் பொறுத்தவரை ஹார்வர்ட்டில் படித்தவர்களை விட அவர் சிறந்தவர். அவரைப் படித்தவர் என்றே சொல்ல வேண்டும். இந்தியாவிலேயே சிறந்த முதல்வர் காமராஜர்தான். அவர் பள்ளிக்குச் சென்றதில்லை. ஆனால் அவர் சில «படித்த» ஐஏஎஸ் அதிகாரிகளை விட சிறந்த நிர்வாகிகளில் ஒருவராக இருந்தார். அவரது அனுபவம், அறிவு, நல்ல எண்ணங்கள் மற்றும் செயல்கள் அனைத்தும் அவரை இந்தியாவின் சிறந்த முதல்வராக மாற்றியது.

பள்ளி அல்லது கல்லூரிக்கு சென்று பட்டம் பெறுவது நல்லது ஆனால் மொத்தத்தில் அது போதாது. அறிவையும் அனுபவத்தையும் பெறுவது மிகவும் முக்கியமானது. பட்டம் என்பது இந்த பிரபஞ்சத்தில் உள்ள மொத்த அறிவின் .001 சதவீதத்திற்கு பல்கலைக்கழகத்தால் வழங்கப்படும் சான்றிதழ் அல்லது உரிமம் மட்டுமே. நீங்கள் எதைப் படித்தாலும் நன்றாகப் புரிந்து கொள்ள வேண்டும். சிலர் உண்மையில்

புரிந்து கொள்ளாமல் மனப்பாடம் செய்து எழுதி நினைவாற்றல் மூலம் பட்டங்களைப் பெறுகிறார்கள். அவர்களை எப்படி படித்தவர்கள் என்று சொல்ல முடியும்?

எனவே, நீங்கள் பள்ளிகள் அல்லது பல்கலைக்கழகங்களுக்குச் செல்லவில்லை என்றால், வருத்தமாகவோ, கேவலமாகவோ அல்லது தாழ்வாகவோ உணர வேண்டாம். உங்களிடம் அறிவு, அனுபவம், நல்ல எண்ணங்கள் மற்றும் மிக முக்கியமாக, செயல்படுத்தும் திறன் இருந்தால் நீங்கள் படித்தவர்.

பச்சாதாபம் இல்லாமல் ஒருவர் எப்படி வாழ முடியும்?

பச்சாதாபத்தில் இரண்டு வகைகள் உள்ளன. ஒன்று இயற்கையானது. எல்லா மனிதர்களிடமும் உள்ளது. இது அனுதாபம், உணர்ச்சிகள் மற்றும் மனிதாபிமானத்தால் வருவது. சிலர் அதை உபயோகித்து செயல்படுகிறார்கள். இதிலிருந்து உதவியும் சேவையும் வருகிறது. ஆனால் இது சுயநலம் இல்லாத மனிதர்களால் செய்யப்படுகிறது. சிலர் தாங்கள் உதவிக்கரம் கொடுக்க வேண்டும் என்பதை உணர்ந்து, ஆழ்ந்து யோசித்து, அது தங்களுக்குச் சிரமத்தை உண்டாக்கும் என உணர்ந்தாலோ அல்லது நேரத்தை வீணடிப்பதாக உணர்ந்தாலோ, அதைத் தவிர்த்து விடுவார்கள். இது மோசமான கர்மா. அவர்களும் இதே போன்ற சூழ்நிலையை ஒருநாள் எதிர்கொள்வார்கள். அப்போது அவர்களுக்கு உதவ யாரும் முன்வர மாட்டார்கள்.

அனுதாபத்தின் இரண்டாவது வடிவம் ஒவ்வொருவரின் செயலிலும் ஆழமாகச் சென்று அதற்கேற்ப செயல்படுவதாகும். எல்லாவற்றையும் ஆழமாகப் புரிந்துகொண்டு, உணர்ச்சிவசப்படாமலும், கோபப்படாமலும் இருப்பதே உண்மையான பச்சாதாபம் எனப்படும். உண்மையான பச்சாதாபம் உள்ளவர்கள் ஒரு திருடன், கொலைகாரன் அல்லது ஏமாற்றுக்காரனுடன் கூட அனுதாபம் காட்டி, அதிலிருந்து மீள அவர்களுக்கு உதவலாம். ஆழ்ந்த பச்சாதாபம் கொண்டவர்கள் ஒருவரும் கெட்டவர்கள் இல்லை என்று நினைக்கிறார்கள். மக்கள் தங்கள் சூழ்நிலைகள் மற்றும் சந்தர்ப்பங்களால்தான் எதிர்மறையாக மாறுகிறார்கள் என்பது அவர்கள் எண்ணம். இவர்களில் பெரும்பாலோர் மிகவும் அமைதியான மற்றும் உணர்ந்த மனதைக் கொண்டிருப்பதால் அதன் மூலம் அவர்கள் பச்சாதாபம் கொள்ள முடிகிறது.

எல்லா மனிதர்களுக்கும் அனுதாபம் உண்டு. அடிப்படை பச்சாதாபம் இல்லாமல் வாழ்பவர்கள் பெரும்பாலும் சுயநல இயல்புடையவர்கள். அவர்கள் அதற்கான அந்தந்த கர்மாக்களை எதிர்கொள்வார்கள்.

வெற்றிகரமான மற்றும் பணக்காரர்களுக்கு ஏன் பொதுவாக மோசமான உறவு அனுபவங்கள் இருக்கிறது?

பணக்காரர்களையும் வெற்றிகரமானவர்களையும் மகிழ்விக்க வேண்டும் என்ற வெறித்தனத்தால் மக்கள் வெளிப்படையாக அவர்களைப் பாராட்டுகிறார்கள். பணக்காரர்களும் வெற்றிகரமானவர்களும் அவர்களைச் சுற்றிய புகழாரங்களாலும் பாராட்டுக்களாலும் பாதிக்கப்படுகின்றனர். சில நேரங்களில், அது அவர்களை தாங்கள் அசாதாரணமானவர்கள் என்று நினைக்க வைக்கிறது. துரதிர்ஷ்டவசமாக, இது ஒரு பெரிய பிம்பத்தை உருவாக்கி, அவர்களின் ஈகோவை தூண்டுகிறது. அவர்கள் தங்கள் வெற்றியையும் இமேஜையும் தக்க வைத்துக் கொள்ளும் வரை, அவர்கள் குளிர்ச்சியாகவும் நன்றாகவும் உணர்வார்கள்.

ஆனால் கடினமான காலங்களில், யாரையாவது சிறந்தவர் என்று ஒப்பிடும் போது அல்லது வணிக ரீதியாகவோ அல்லது உடல் ரீதியாகவோ அவர்கள் வீழ்ச்சியடையும் போது, அவர்கள் பாதிக்கப்படுவார்கள். அவர்கள் இப்போதும் சிறந்தவர்கள்தான் என்று சொல்ல முயற்சிக்கும்போது, உண்மை வெளிவரும். இந்த கடினமான காலங்களில், சுற்றியுள்ளவர்களின் சாதாரண பேச்சு கூட வித்தியாசமாக கேட்கப்படும். இந்த சிக்கலானது அவர்களைச் சுற்றியுள்ளவர்களின் எந்தவொரு செயலுக்கும் பாதிக்கப்படக்கூடியவராக அவர்களை ஆக்குகிறது. உறவுகளில் சிக்கல்களுக்கு வழிவகுக்கிறது.

மனைவி, குழந்தைகள் போன்ற அவர்களைச் சுற்றியுள்ளவர்கள் உணர்ச்சி ரீதியாக நெருக்கமான உணர்வைக் காட்டிலும், எப்போதும் ஒருவித மரியாதை உணர்வையே கொண்டிருப்பார்கள். ஏனென்றால் அவர் அனைவராலும் மதிக்கப்படுகிறார். எனவே, உண்மையான நெருக்கம் இல்லாதிருக்க வாய்ப்புகள் அதிகம்.

மற்றொரு சாத்தியம் என்னவென்றால், வெளியிலிருக்கும் ஒருவர் அவரைப் பற்றி பைத்தியமாக இருப்பார். ஆனால் அவரைச் சுற்றியுள்ளவர்கள் உற்சாகம் இல்லாமல் இருக்கலாம், ஆர்வம் இல்லாமல் இருக்கலாம், ஏனென்றால் அவர்கள் அந்த நபரை அருகாமையில் பார்த்துக் கொண்டிருப்பார்கள். எளிதில் கிடைப்பது, சுற்றியுள்ள மக்களுக்கு ஆர்வமில்லாமல் செய்கிறது. ஆனால் உண்மை என்னவென்றால், பிரபலங்கள் உணர்ச்சிகளையும் இணைப்புகளையும் இன்னும் அதிகமாக விரும்புகிறார்கள். மற்றவர்களின் அதீத பாசத்திற்கும், சுற்றியுள்ளவர்களின் உண்மையான நெருக்கத்திற்கும் உள்ள பெரிய வித்தியாசம் பிரபலங்களின் மனதையும் பாதிக்கிறது.

அதீத பாசம் காட்டுபவர்களும் நெருங்கிப் பழகினால் பாசம் குறைய ஆரம்பித்து விடும் என்பதை பிரபலங்கள் உணர வேண்டும். பிரபலங்களும் தாங்கள் சாதாரண மனிதர்கள் என்றும், சூழ்நிலைகளும், சந்தர்ப்பங்களும்தான் அவர்களை பெரியவர்களாக ஆக்கியது என்றும் நினைக்க வேண்டும். அனைவரும் சமம் என்ற உறுதியான நம்பிக்கை அவர்களுக்கு இருக்க வேண்டும், அதன்படி செயல்பட வேண்டும். அவர்கள் தங்கள் மனைவி, குழந்தைகள் போன்ற தம்மைச் சுற்றியுள்ளவர்களுடன் நல்ல உறவைப் பெற இயற்கையாகவே அடக்கமாக இருக்க வேண்டும்.

என் பக்கத்து வீட்டிலிருப்பவரை என் வாழ்க்கையிலிருந்து தூக்கி எறிய விரும்புகிறேன். அவள் தொடர்ந்து என் வாழ்க்கையில் தலையிடுகிறாள் மற்றும் நிறைய எதிர்மறை அதிர்வுகளைத் தருகிறாள். நான் இதை எப்படி செய்வது?

இயற்கையாக மனிதர்கள் உணர்ச்சிவசப்பட்டு உறவுகளை விரும்புகிறார்கள். ஆனால் அந்த மகிழ்ச்சியை யாராவது கெடுத்தால், நீங்கள் அவர்களிடமிருந்து விலகி இருக்கலாம். ஒரு சில நல்ல மனிதர்கள் கூட நமக்குப் போதும்.

உளவியல், உணர்ச்சி மற்றும் உடல் ரீதியான ஆதரவுக்கு நிறைய நபர்கள் மற்றும் உறவுகள் தேவை என்ற எண்ணத்தில் பலர் குழப்பமடைகிறார்கள். அவர்களுடன் நிறைய பேர் உள்ளனர் என்பதை வெளிப்படுத்த, அவர்கள் தேவையற்ற நபர்களிடமிருந்தும் உறவுகளிலிருந்தும் விலகுவதில்லை. எந்த தொடர்பும் இல்லாமல் மகிழ்ச்சியாகவும், அமைதியாகவும், குளிர்ச்சியாகவும் இருக்க முடியும் என்பதை அவர்கள் உணரத் தவறுகிறார்கள்.

எனவே, உங்கள் மகிழ்ச்சியைக் கெடுக்கும் இந்த அண்டை வீட்டாரை விட்டு விலகி இருங்கள். அவருடன் உங்கள் சந்திப்புகள் மற்றும் உரையாடல்களைக் குறைக்க முயற்சிக்கவும். விலகி இருப்பது மனதிலும் விலக உதவும். காலப்போக்கில், நீங்கள் அவரை மறந்து அதற்குப் பழகி விடுவீர்கள்.

உங்களுக்கு வசதியாக நீங்கள் நினைக்கும், சர்ச்சையில்லாத நபர்களுடன் தொடர்பு கொள்ள முயற்சிக்கவும். நீங்கள் விரைவில் புதிய உறவுகளுடன் பழகுவீர்கள். வாழ்க்கையில், மனிதர்களும் சூழ்நிலைகளும் தற்காலிகமானவை. வாழ்க்கை புதியவர்களுடன் செல்கிறது. புதிய நபர்களிடம் கூட அதிக எதிர்பார்ப்புகளை வைத்துக் கொள்ளாதீர்கள், வாழ்க்கை எப்போதும் சீராக இருக்கும்.

தந்தையை விட தாய்க்கு அதிக முக்கியத்துவம் கொடுக்கப்படுவதாக நான் உணர்கிறேன். அது ஏன்?

தந்தைகள் எப்போதும் கடுமையானவர்களாகவே காணப்படுகிறார்கள். தங்களை எப்படி வெளிப்படுத்துவது என்று அவர்களுக்குத் தெரியாது. அப்பாக்கள் நல்ல நடிகர்களும் அல்ல. அம்மாக்கள் சில சமயங்களில் நல்ல நடிகர்கள்.

பெரும்பாலும் நீங்கள் தந்தையின் சம்பாத்தியத்தில் வளர்ந்தவர் என்பதை நினைவில் கொள்ளுங்கள். தாய்மார்கள் சம்பாதிப்பவர்களாகவும், தந்தைகள் வீட்டை உருவாக்குபவர்களாகவும் இருக்கும் ஒரு சூழ்நிலையை கற்பனை செய்து பாருங்கள். இந்த விஷயத்தில், நீங்கள் உங்கள் தந்தையை அதிகமாக விரும்ப ஆரம்பித்து அவருடன் நெருக்கமாகிவிடுவீர்கள். வித்தியாசத்தை ஏற்படுத்துவது அம்மா, அப்பா என்ற பெயர் அல்ல. யார் முக்கியம் என்பது அவரவர் எடுத்துக் கொள்ளும் வேலையைப் பொறுத்தே அமைகிறது. இதை உணர்ந்து தந்தையின் முக்கியத்துவத்தை அறிந்து அவரிடம் அன்பு கொள்ளுங்கள்.

சம்பாத்தித்து அதை உங்களுக்குத் தர தந்தைகள் மிகுந்த மன அழுத்தத்தையும் சிரமத்தையும் அனுபவிக்கிறார்கள். வீட்டிற்கு வந்த பிறகு அவர்கள் கடுப்பாக இருப்பதற்கு இதுவே காரணம். ஆனால் இந்த அழுத்தங்கள் இல்லாமல் இருப்பதால் எப்போதும் இனிமையாக இருக்கும் தாய்மார்களிடம் நாம் அன்பாக இருக்கிறோம். நான் தாயின் முக்கியத்துவத்தை குறைக்க முயற்சிக்கவில்லை. சூழ்நிலைகள், சந்தர்பங்கள், பொறுப்புகளின் தன்மை ஆகியவையே மக்களின் குணாதிசயங்களை மாற்றுகின்றன என்கிறேன்.

ஒரு தாய் உங்களுடன் நிறைய நேரம் செலவிடுகிறார். ஆனால் அப்பாக்களால் அது முடிவதில்லை, ஏனென்றால் அவர்கள் நிறைய கவனம் செலுத்தி பல பணிகளைச் செய்து உங்கள் வாழ்வை வளம்பெறச் செய்ய வேண்டும். தாய்மார்கள் குழந்தைகளுடன் அதிக நேரம் செலவிடுவது அவர்களை தங்கள் குழந்தைகளுடன் நெருக்கமாக்குகிறது.

சம்பாதித்து உங்களை வாழ வைப்பது தந்தையின் கடமை என்று நீங்கள் நினைக்கலாம். ஆனால் ஒரு சில ஆண்கள் குடித்துவிட்டு செய்யும் சில செயல்களால் அவர்கள் குழந்தைகளின் வாழ்க்கையை நரகமாக்குகிறார்கள். கஷ்டப்பட்டு சம்பாதித்து, கல்வி அளித்து, உங்களை இவ்வாறு உருவாக்கிய தந்தைகளைப் பாராட்டுவோம். பல அப்பாக்கள் தங்கள் குழந்தைகளின் வாழ்க்கையைத் திட்டமிடுகிறார்கள். குறைந்த விலையில் நிலம் மற்றும் வீடுகளை

வாங்கி சொத்துக்களை உருவாக்குகிறார்கள். அந்த சொத்துக்கள் குழந்தைகள் முக்கியமான காலங்களில் அவர்களுக்கு உதவுகின்றன.

என் தந்தை கடுமையாக நடந்து கொண்டதாக என் திருமணம் வரை நான் உணர்ந்தாலும், முதலீடுகள் குறித்த அவரது அறிவுரை, நெருக்கடியான காலங்களில், உண்மையில் எனக்கு உதவியது என்பதை பின்னர் உணர்ந்தேன்.

மற்றொரு ஆன்மீக விஷயம் என்னவென்றால், உங்கள் தந்தையும் தாயும் உங்களுடன் மகிழ்ச்சியான உறவில் இருந்தால், உங்கள் குழந்தைகள் அரிதாகவே பாதிக்கப்படுவார்கள். அவர்களிடமிருந்து எந்த ஆசீர்வாதமும் இல்லை என்றால், நீங்கள் அல்லது உங்கள் பிள்ளைகள் ஒரு கட்டத்தில் சிரமங்களை எதிர்கொள்வது 100 சதவீதம் உறுதி. எனவே உங்கள் பெற்றோருடன் இணைந்திருங்கள். அவர்கள் என்னவாக இருந்தாலும் அவர்களின் ஆசீர்வாதங்களைப் பெறுங்கள். அப்படி இல்லாமல் ஆன்மீகம் அல்லது தத்துவம் பேசுவது அர்த்தமற்றது. நல்ல தத்துவங்களை வாட்சப்பில் அனுப்பிக் கொண்டு, உங்கள் வசதிக்கும் சௌகர்யத்திற்கும் ஏற்ப வாழ்வது வாழ்க்கை அல்ல.

அதிகமான சிந்தனை, பதட்டம், மனச்சோர்வு ஆகியவற்றைக் கையாளுதல்

நான் என் பிரச்சனைகளைத் தீர்ப்பதில் நான் கவனம் செலுத்த வேண்டுமா அல்லது அவற்றை என் தலையில் இருந்து உதறித் தள்ளுவதா?

பெரும்பாலான பிரச்சனைகள் தீர்க்கப்பட வேண்டியதில்லை. அவை தாங்களாகவே தீர்ந்துவிடுகின்றன. சாதாரண விஷயத்தை பிரச்சனையாக்குவது நாம்தான். அதற்கு ஒரு கண், காது, வாய் சேர்த்து ஒரு வடிவம் கொடுக்கிறோம். "நரசிம்ம ராவ் கொள்கை» பற்றி கேள்விப்பட்டிருக்கிறீர்களா? பல பிரச்சினைகளுக்கு அவர் ஒருபோதும் கவலைப்பட மாட்டாராம். அதை அவருக்குத் தெரிவித்தாலும் அவர் அமைதியாக இருப்பார். சிறிது நாட்கள் கழித்து அதுவே தீர்ந்துவிடும்.

சில நேரங்களில், அது தானாகவே ஒரு நல்ல விதமாகத் தீர்ந்துவிடும். சில சமயங்களில், முந்தைய பிரச்சினையை மறைக்கும் வகையில் மற்றொரு பெரிய பிரச்சினை தோன்றும். அதன் பிறகு கவனம் புதிய பிரச்சினைக்கு மாறுகிறது. அவ்வளவுதான். எந்த விஷயத்தில் அதிக கவனம் செலுத்துகிறீர்களோ, அது பெரிய பிரச்சனையாகிவிடுகிறது.

ஆனால் சில பிரச்சனைகளுக்கு ஆழ்ந்த பார்வை கொடுப்பது தேவை என்றால், நீங்கள் அமைதியாக இருக்கும் போது அல்லது ஒரு இரவு நல்ல தூக்கத்திற்குப் பிறகு அதைப் பற்றி சிந்தியுங்கள். உங்கள் திட்டத்தை எழுதி அதை செயல்படுத்தவும். இது இயந்திரத்தனமாக செய்யப்பட வேண்டும். திட்டமிட்டு செயல்படுத்தும் போது, அதைப் பற்றி சிந்திக்க வேண்டும். மற்ற சமயங்களில், அந்தப் பிரச்சினையைப் பற்றி நீங்கள் சிந்திக்கவே வேண்டியதில்லை.

இறுதியில், நீங்கள் எந்த பிரச்சனையையும் பற்றியுமே அதிகம் சிந்திக்க வேண்டியதில்லை. எப்போது தேவைப்படுகிறதோ அப்போது மிகவும் குறைவாகவே சிந்தித்தால் போதும். இல்லையெனில், அதைப் பற்றி சிந்திக்காமல் இருப்பதே பெரும்பாலான பிரச்சனைகளுக்கு சிறந்த தீர்வாகிறது. தீராவிட்டாலும் ஏற்றுக்கொள்ளப்படும். ஏற்றுக்கொள்வது ஒரு பிரச்சனையின் முடிவாகவும், தீர்வாகவும் இருக்கிறது.

நான் ஏன் என் வாழ்க்கையின் சிறிய விஷயங்களுக்கெல்லாம் அதிகமாகச் சிந்திக்கிறேன்?

மிகையாக சிந்திக்க சில காரணங்கள் இவை:

1. எல்லாம் சரியாக இருக்க வேண்டும் என்று நீங்கள் விரும்புகிறீர்கள்
2. நீங்கள் நினைப்பது போல் எல்லாம் நடக்க வேண்டும் என்று விரும்புகிறீர்கள்.
3. தேவையற்ற சிறிய விஷயங்களில் கூட அது உங்கள் வழியில் நடக்காது என்று நீங்கள் பயப்படுகிறீர்கள், இது பெரிய விஷயங்களில் தோல்விக்கு வழிவகுக்கும்
4. எல்லாம் உங்கள் வழியில் நடக்கும் போதும் எல்லாம் உங்கள் வழியில் நடக்க வேண்டுமே என்ற கவலையில் நீங்கள் பைத்தியமாக இருக்கிறீர்கள்.
5. நீங்கள் உங்கள் மனதை பயனில்லாமல் சும்மா விடுகிறீர்கள்.
6. சிறிய விஷயங்களில் கூட எதிர்மறையாக நீங்கள் பயப்படுகிறீர்கள்
7. நீங்கள் அசாதாரணமானவர்கள் மற்றும் சாதாரண மனிதர்களை விட உயர்ந்தவர்கள் என்று நினைக்கிறீர்கள்

இதை நீங்கள் எவ்வாறு சமாளிப்பது என்பது இங்கே:

1. வாழ்க்கை சாதாரணமானது, எளிதானது, எளிமையானது மற்றும் ரசிக்கப்பட வேண்டியது என்பதை உணருங்கள்.
2. நாம் 99 முறை வெற்றி பெற்றாலும், ஒரு முறை தோல்வியடைந்தால், அந்தத் தோல்வியைப் பற்றியே நம் மனங்கள் அதிகம் கவலைப்படுகின்றன என்பதை உணருங்கள். 100 முறை தோல்வியடைந்தாலும், சரியான மனநிலை இருந்தால் மகிழ்ச்சியாக இருக்கலாம் என்பதே உண்மை.
3. நீங்கள் அதைப் பொருட்படுத்தாவிட்டால், பெரிய அளவில் எதிர்வினையாற்றவில்லை என்றால் யாரும் அதைப் பொருட்படுத்தப் போவதில்லை.
4. வெற்றி என்பது உண்மையான முயற்சிகளைப் பற்றியதே தவிர இறுதி முடிவைப் பற்றியது அல்ல. வெற்றி என்பது பெரிய பணம், அதிகாரம் மற்றும் புகழ் ஆகியவற்றில் இல்லை. இது நெறிமுறையாக இருத்தல், பிறருக்கு உதவுதல், பணம், அதிகாரம் மற்றும் புகழ் பேராசையின்றி எளிமையான வாழ்க்கை வாழ்வது.

5. உங்கள் முயற்சிகளை மனமுவந்து செய்யுங்கள், அது நடக்கவில்லை என்றால், ஏற்றுக்கொள்ளுங்கள். ஏற்றுக்கொள்வது உடனடி முடிவாகவும், எல்லாவற்றிற்கும் மிகப்பெரிய தீர்வாகவும் இருக்கும்.

மேற்கூறிய அனைத்தையும் உணர்ந்து, அதற்கேற்ற மனநிலையை உருவாக்கினால், நீங்கள் எப்போதும் மகிழ்ச்சியாக இருக்கலாம். பெரிய பிரச்சினைகள் கூட சிறிய விஷயங்களாகத் தோன்றும், நீங்கள் எதையும் அதிகமாக சிந்திக்க மாட்டீர்கள்.

அதிக சிந்தனை மற்றும் கவலையை நான் எவ்வாறு சமாளிப்பது?

எல்லாம் நாம் விரும்பியபடி நடக்க வேண்டும் என்று விரும்பும்போது பதட்டம் ஏற்படுகிறது. நாம் அதை எவ்வளவு கட்டாயப் படுத்திக் கொள்கிறோமோ அவ்வளவு கவலை அதிகரிக்கிறது. இந்த விஷயத்தில், நமது மகிழ்ச்சி நம் எதிர்பார்ப்புகள் நிறைவேறுவதைப் பொறுத்து அமைகிறது. அது தோல்வியடைவதை நாம் விரும்புவதில்லை. நம் எதிர்பார்ப்புகள் நிறைவேறினால் மட்டுமே மகிழ்ச்சியாக இருக்க முடியும் என்ற மனநிலையை உருவாக்கிக் கொள்கிறோம். எதிர்பார்ப்புகள் நிறைவேறுவது பெரும்பாலும் மற்றவர்களைச் சார்ந்தது. ஆனால் நாம் விரும்பியபடி மற்றவர்கள் செயல்படுவார்கள் என்று எதிர்பார்க்க முடியாது. நாம் அவர்களை அவ்வாறு செய்யச் சொல்லலாம், ஆனால் சூழ்நிலைகளும் சந்தர்ப்பங்களும் மற்றவர்களை வேறுவிதமாகச் செயல்பட வைத்தால், அதைத் தடுக்க முடியாது.

ஆனால் சில விஷயங்கள் நாம் விரும்பும் வழியில் நடக்க வேண்டும் என்று எதிர்பார்ப்பதும், அது நடக்காவிட்டாலும் அதை ஏற்றுக்கொள்வதும் நம் மனதைப் பக்குவப் படுத்துவதால் அடையலாம். இந்த மனநிலையை நீங்கள் உருவாக்கிக் கொண்டால், பதட்டம் ஒரு பிரச்சினையாக இருக்காது, அதைப் பற்றி நீங்கள் கவலைப்படவும் வேண்டியதில்லை.

ஏதேனும் ஒரு குறிப்பிட்ட வழியில் நடக்க வேண்டும் என நீங்கள் விரும்பினால், திட்டமிட்டு, உங்கள் முயற்சிகளை தொடர்ந்து செய்யுங்கள். அப்போதும் அது நடக்கவில்லை என்றால், உங்கள் நன்மைக்காகவே நடக்கிறது என்று ஏற்றுக் கொள்ளுங்கள். இந்த மனநிலை உங்களுக்கு இருந்தால், நீங்கள் ஒருபோதும் பதட்டத்தில் இருக்க மாட்டீர்கள்.

அதிகப்படியான சிந்தனை என்பது தேவையான அளவைத் தாண்டி அதிகமாகச் சிந்திப்பதாகும். சில இடங்களில், சூழ்நிலைகளில் அதிக அறிவு தேவைப் படுவதில்லை. மிகச்சரியாக இருக்க வேண்டும் என்பதும் எல்லா இடங்களிலும் தேவையில்லை. மற்றவர்களின் கருத்துகளுக்கு பயமும், எதிர்மறை பயமும் அதிக சிந்தனைக்கு வழிவகுக்கும். அதிகமாகச் சிந்திப்பது விஷயங்களைத் தள்ளிப் போடுவதற்கு வழிவகுக்கிறது.

நல்ல தூக்கம் அல்லது தியானத்திற்குப் பிறகு அமைதியான, குழப்பமில்லாத மனத்துடன், அதை அடைவதற்கான வழிகளைத் திட்டமிட்டு எழுதுங்கள். அதை உடனடியாக செயல்படுத்தத் தொடங்குங்கள். ஒரு முடிவு எடுக்கப்பட்ட பிறகு ஏதேனும் எண்ணங்கள் வந்தால், அவற்றை வளர்த்துக் கொள்வதற்குப் பதிலாக அந்த தேவையற்ற எண்ணங்களை வெறுமையாக்குங்கள். அந்த தேவையற்ற எண்ணங்களை தொடர்ச்சியாக வெறுமையாக்குவது அவை உங்கள் மனதில் இருந்து மறையச் செய்யும்.

என் அதிக சிந்தனை என்னை சித்தப்பிரமை ஆக்கும் அளவுக்கு அதிகமாகிறது. நான் படுக்கும்போது என்னால் தூங்க முடியவில்லை. நான் என்ன செய்வது?

அதிகப்படியான சிந்தனை பின்வரும் உண்மைகளால் ஏற்படுகிறது:

1. நமது முடிவுகளின் விளைவு எதிர்மறையாக ஆகிவிடும் என்று பயப்படுகிறோம்.
2. நம் முடிவுகளுக்கு கருத்துகள் எழும் என்று நாம் அஞ்சுகிறோம்.
3. பொறுப்புகளை ஏற்க ஒரு பயம் நமக்கு இருக்கிறது.

இவை சந்தேகத்திற்கு இடமின்றி, குழப்பம் மற்றும் மனச்சோர்வுக்கு வழிவகுக்கும்.

எனவே, இதை எப்படி சமாளிப்பது?

1. ஒரு நல்ல இரவு தூக்கத்திற்குப் பிறகு அல்லது தியானத்திற்குப் பிறகு நீங்கள் அமைதியான மனநிலையைப் பெற்றால், ஒரு செயல் வரிசையை எழுதி அதை செயல்படுத்தத் தொடங்குங்கள்.
2. செயல்அல்லதுசிந்தனையின்வரிசையைமுடிவுசெய்தபிறகு,அது தொடர்பான எண்ணங்களை வெறுமையாக்கத் தொடங்குங்கள். இறுதியான முடிவுகளை கேள்வி கேட்க உங்கள் மனதில் தோன்றும் அனைத்தும் தேவையற்ற எண்ணங்கள். எனவே, இந்த தேவையற்ற எண்ணங்களை அவை வரும்போதெல்லாம் வெறுமையாக்குங்கள். அவை வரும்போதெல்லாம் அவற்றைத் தொடர்ந்து வெறுமையாக்குவது இந்த எண்ணங்கள் உங்கள் மனதில் இருந்து மறைந்துவிடும் ஒரு காலகட்டத்திற்கு வழிவகுக்கும்.

புகார் செய்வதற்கும் கவலைப்படுவதற்கும் என்ன வித்தியாசம்?

புகார் என்பது ஒரு சிக்கலை தீர்ப்பதில் உங்கள் இயலாமை. சில நேரங்களில், இது உங்கள் கட்டுப்பாட்டிற்கு அப்பாற்பட்டதாக இருந்தால், அதைத் தீர்க்க ஒருவரின் உதவி உங்களுக்குத் தேவைப்படலாம், எனவே நீங்கள் அதைப் பற்றி புகார் செய்யலாம். முயற்சி செய்த பிறகு புகார் செய்வது பயனற்றது, ஆனாலும் பரவாயில்லை. சிலர், அதைத் தீர்க்க முயற்சி செய்யாமல், மற்றவர்களிடம் குறைகளைக் கண்டுபிடிப்பார்கள். இந்த புகார் இயல்பு மோசமான கவலையளிக்கும் விஷயம். புகார் என்பது பெரும்பாலும் ஒரு சிக்கலைத் தீர்ப்பதற்கு வெளிப்புற உதவியை நாடுவதாகும். ஆனால் உங்களை நியாயப்படுத்தவும், மற்றொருவரை இழிவுபடுத்தவும் பயன்படுத்தப்படலாம்.

கவலை என்பது உங்கள் உள் கட்டுப்பாட்டுக்கு சம்பந்தமானது. இது என்ன நடக்கப் போகிறதோ என்ற உங்கள் பதட்டத்துடன் தொடர்புடையது. சிலர் எல்லாவற்றையும் பற்றி கவலைப்படுகிறார்கள். சிலர் எங்கு இருக்கிறது என்று கூட தெரியாமல் எல்லாம் தங்கள் மேசையில் இருக்க வேண்டும் என நினைக்கிறார்கள். இந்த நபர்கள் எதிர்மறையாக இருக்கும்போது எளிதில் கவலைப்படுவார்கள். சிலர் எப்போதும் 100 சதவீதம் தங்கள் வழியில் நடக்க வேண்டும் என்று விரும்புகிறார்கள். 90 சதவிகிதம் நேர்மறையாக நடப்பதை விட 10 சதவிகிதம் எதிர்மறையாக நடப்பதைப் பற்றி சிந்திக்கிறார்கள். சிலர் தங்கள் முயற்சிகள் விரும்பிய பலனைத் தராததால் கவலைப்படுகிறார்கள். தோல்விகள் தொடர்ந்து நிகழும்போது இந்த மக்கள் கவலையான மனநிலையிலும் மனச்சோர்விலும் மாட்டுகிறார்கள்.

கவலையைக்கையாள்வதற்கானசிறந்தவழிநேர்மையானமுயற்சிகளை மேற்கொள்வதாகும். சரியான முயற்சிகள் எடுக்கப்பட்டால் பெரும்பாலும் விஷயங்கள் நடக்கும். இல்லை என்றால், அதிலிருந்து கற்றுக்கொண்டு ஏற்றுக்கொள்ளுங்கள். ஏற்றுக்கொள்வதே எதற்கும் மிகப்பெரிய தீர்வு. ஏற்றுக்கொள்ளும் தன்மையை நீங்கள் வளர்த்துக் கொண்டால், நீங்கள் முழுவதும் மகிழ்ச்சியாக இருக்கலாம்.

ஏற்றுக்கொண்ட பிறகு, தற்போதைய விஷயங்களில் கவனம் செலுத்துங்கள். அடுத்த இலக்கு இல்லாவிட்டாலும், எளிமையாக வாழ்வது மற்றும் உங்களைச் சுற்றியுள்ள செயல்பாடுகளில் கவனம் செலுத்துவது சிறந்தது. உங்கள் கடந்த கால தோல்விகள் தொடர்பான ஏதேனும் எண்ணங்கள் வந்தால், அதை நீங்கள் வெறுமையாக்க வேண்டும், அதை வளர்த்துக் கொள்ளக்கூடாது. இவற்றை உங்களால் பின்பற்ற முடிந்தால், உங்கள் வாழ்க்கை 100 சதவீதம் அற்புதமாக, கவலையோ பதட்டமோ இல்லாமல் இருக்கும் என்பது உறுதி.

நமக்கு சம்பந்தம் இல்லாத, நம் கட்டுப் பாட்டில் இல்லாத விஷயங்களைப் பற்றி கவலைப்படுவதை எப்படி நிறுத்துவது?

ஒரு உதாரணத்தை எடுத்துக் கொள்வோம் - நீங்கள் ஒருவரை விரும்புகிறீர்கள், அவள் உங்களுடன் நெருக்கமாக இருக்க வேண்டும் என்று நீங்கள் விரும்புகிறீர்கள். ஆனால் அவள் நெருக்கமாக இல்லை, உங்கள் மீது அவளுக்கு எந்த அக்கறையும் இல்லை. நிச்சயமாக, அவளை விரும்பும்படி கட்டாயப்படுத்த முடியாது. அவளை உங்கள் பால் வர வைப்பது உங்கள் வசம் இல்லை. இதைப் பற்றி நீங்கள் கவலைப்படுகிறீர்கள்.

இங்கு முதலில் புரிந்து கொள்ள வேண்டியது ஈகோ. "அவளுக்கு எப்படி என்னை பிடிக்கவில்லை? அவளுக்கு என்னைப் பிடித்தே ஆக வேண்டும்" - என்ற எண்ணம் உங்களுக்குள் ஒரு ஈகோவை உருவாக்குகிறது. இந்த ஈகோ, பெரும்பாலான சந்தர்ப்பங்களில் அவள் மீதான அன்பை விட பெரிதாக இருக்கிறது.

இரண்டாவதாக புரிந்து கொள்ள வேண்டிய விஷயம் என்னவென்றால், நிராகரிப்பால் குறைவாக மதிப்பிடப்படுவோமோ என்ற பயமும் பாதுகாப்பின்மை உணர்வும் உங்களை கவலையடையச் செய்கிறது. அவள் உங்களை நிராகரித்தால், அவளுடைய பார்வையிலும் மற்றவர்களின் பார்வையிலும் உங்கள் மதிப்பு குறைந்துவிடும் என்று நீங்கள் நினைக்கத் தொடங்குகிறீர்கள். இது உங்களுக்கு பாதுகாப்பற்ற உணர்வைத் தருகிறது. மற்றவர்கள் உங்களை விட சிறந்தவர்கள் அல்லது அழகானவர்கள் என்ற பயத்தை உருவாக்குகிறது. மற்றவர்கள் முன்னிலையில் நீங்கள் கேவலமாக நடத்தப்படுவீர்கள் என்று பயப்படுகிறீர்கள். இவைதான் உங்கள் கவலைகளுக்குக் காரணம்.

உங்கள் தோற்றத்தைப் பற்றிய மனக்குறை - நீங்கள் ஒரு நல்ல தோற்றமுடையவராக இருக்கலாம் ஆனால் மற்றவர்க்கு அழகாகத் தெரிய வேண்டும் என்று அர்த்தமில்லை. அழகு என்பது ஒவ்வொருவரின் ரசனையைப் பொறுத்தது - உங்களுக்கு அழகாக இருப்பது மற்றவரின் பார்வையில் அழகாக இல்லாமல் இருக்கலாம். சிலர் உடலழகை விட ஒருவரின் அக்கறை அல்லது பழக்கவழக்கங்களை விரும்புகிறார்கள். நீங்கள் அழகாக இல்லை என்று நீங்கள் நினைத்தால், அழகாக இல்லை என்று அர்த்தம் இல்லை. உங்கள் தோற்றம் சிலருக்கு பிடிக்கலாம் மற்றும் அவர்களின் பார்வையில் நீங்கள் மிகவும் அழகாக இருப்பீர்கள்.

ஒருவர் உங்களை நிராகரிப்பதால், நீங்கள் மற்றவரின் பார்வையில் தாழ்த்தப்படுவீர்கள் என்று கிடையாது. தன்னிடம் இல்லாததையோ, கிடைக்காததையோ மனம் எப்போதும் விரும்புகிறது. வாழ்க்கையில்,

அனைவரும், அனைத்தும் தற்காலிகமானவை. யாரேனும் உங்களுடன் பாசத்தோடு இருந்து, பின் அவர்களை இழந்தாலும் சிறிது காலம் கழித்து மறந்துதான் போவீர்கள். நீங்கள் விரும்பிய நபர் உங்களுடன் ஒத்துப் போகவில்லை என்றாலும், ஒரு புதிய நண்பரைப் பெற்ற பிறகு நீங்கள் அவர்களை மறந்துவிடுவீர்கள். வாழ்க்கை தொடரும்.

இதே கோட்பாட்டை நீங்கள் எல்லா விஷயத்திலும் பயன்படுத்தினால், இந்த கவலைகளில் இருந்து நீங்கள் வெளியேறுவீர்கள்.

கவனமாக இல்லை என்று பின்னால் குற்ற உணர்ச்சி அடையக் கூடாது என்பதற்காக நான் அதிகமாக யோசிப்பதாக நினைக்கிறேன். ஆனால் இந்த மிகையான சிந்தனை எல்லாவற்றையும் கெடுக்கிறது. நான் என்ன செய்வது?

பொதுவாக, நம் மனம் பிரச்சனைகளைப் பற்றி யோசித்து எப்படியாவது அவற்றைத் தீர்க்க வேண்டும் என்று நினைக்கிறது. அமைதியான மனதைக் கொண்டிருக்கும் போது, நீங்கள் எந்த ஒரு பிரச்சினையைப் பற்றியும் சிந்திக்கலாம். நீங்கள் நிறைய யோசனைகளைப் பெறுவீர்கள். அதைத் தீர்ப்பதற்கான பல்வேறு வழிகளை எழுதுங்கள். அதை இயந்திரத்தனமாக செயல்படுத்தத் தொடங்குங்கள். இதற்கு மேல் அதைப் பற்றி யோசிக்க ஆரம்பித்தால் அது அதிக சிந்தனை.

அதிக சிந்தனை குழப்பம், பதட்டம் மற்றும் முடிவெடுப்பதில் நிலையில்லாமை ஆகியவற்றுக்கு வழிவகுக்கிறது. யோசனைகள் மற்றும் தீர்வுக்கான வழிகள் எழுதப்பட்டவுடன், நீங்கள் அதைப் பற்றி சிந்திக்க வேண்டியதில்லை. அவை பற்றி சிந்திக்காமல் இருப்பது மேலும் பிரச்சனைகளுக்கு வழிவகுக்கும் என்று நினைப்பது தவறு. நீங்கள் அதைச் செயல்படுத்தத் தொடங்கியவுடன், வேறு ஏதாவது ஒன்றில் கவனம் செலுத்துங்கள். இந்த மனநிலையை நீங்கள் உருவாக்கினால், உங்களுக்கு ஒருபோதும் பிரச்சினைகள் இருக்காது. தீர்வின் பல்வேறு கட்டங்களைச் செயல்படுத்துவதில் நீங்கள் ஒழுக்கமாக இருந்தால், அது நேர்மறையாக ஆகும். எதிர்மறையாக மாறினாலும், உங்களால் அதை ஏற்றுக்கொள்ள முடியும். ஏற்றுக் கொள்வது மிகப் பெரிய தீர்வாகும்.

அதிக சிந்தனை கவலைக்கு வழிவகுக்கும். ஒரு விழாவில் உங்களுக்கு பல வகையான உணவுகள் வழங்கப்பட்டால், முதலில் எதைச் சாப்பிடுவது என்று நம்மில் பெரும்பாலோர் கவலையும், குழப்பமும் அடைகிறோம். எல்லாவற்றையும் சாப்பிட வேண்டும் என்று நினைக்கிறோம். வயிறு நிரம்பி விடுவதால் சிலவற்றை மட்டும் சாப்பிடுகிறோம். எல்லாவற்றையும் சாப்பிடாமல், உணவை வீணாக்கியதற்காக கவலையும் குற்ற உணர்ச்சியும் கொள்கிறோம். இதே, தேர்ந்தெடுக்கப்பட்ட அளவான உணவு இருக்கும் போது அது உங்களுக்கு சுவாரஸ்யமாக இருக்கும். அதே போல, அதிக சிந்தனை குழப்பத்திற்கு வழிவகுக்கிறது. இது அதிக சிந்தனை, பதட்டம் மற்றும் எதிர்மறை எண்ணங்களை உருவாக்குகிறது. சில செயல்களில் உங்கள் கவனத்தை திருப்புங்கள். எதிர்மறை எண்ணங்களை நீக்குவதே உங்கள் பிரச்சினைக்கான முக்கிய தீர்வாக அமையும்.

தேவையற்ற எண்ணங்களை வெறுமையாக்குவது இந்த தேவையற்ற எதிர்மறை எண்ணங்களை நீக்க பயன்படுகிறது. அவை தோன்றும்

போது அவற்றைத் தீர்க்க வேண்டும் என்று தோன்றினால், அதையெல்லாம் செய்யாதீர்கள். இந்த எண்ணங்கள் உங்கள் மனதில் வரும்போதெல்லாம் அவற்றை வெறுமையாக்குங்கள். அவை வரும்போதெல்லாம் அவற்றைத் தொடர்ந்து வெறுமையாக்குவது, இந்த எண்ணங்கள் உங்கள் மனதில் இருந்து மறைந்துவிடும் ஒரு காலகட்டத்திற்கு வழிவகுக்கும்.

இந்தநுட்பத்தைஎளிதில் அடையதியானம் உதவுகிறது. தியானப்பயிற்சி என்பது ஒரு மந்திரத்தில் கவனம் செலுத்துவதும் தேவையற்ற எண்ணங்களிலிருந்து விடுபடுவதும் ஆகும். தொடர்ச்சியான தியானப் பயிற்சி இந்த நுட்பத்தை எளிதாக அடைய உதவுகிறது.

நான் எல்லாவற்றையும் ஆழமாகவும் தர்க்கரீதியாகவும் சிந்திக்கிறேன். மற்றவர்களைப் போல் சாதாரணமாகச் சிந்திக்க நான் எப்படி என்னை மாற்றிக் கொள்வது?

எல்லாவற்றையும் ஆழமாகவும் தர்க்க ரீதியாகவும் சிந்திக்க வேண்டியதில்லை. எந்த விஷயங்களை ஆழமாக சிந்திக்க வேண்டும் என்பது உங்கள் மனதுக்கு தெரியும். பெரும்பாலான தர்க்கரீதியான மக்கள் இந்த சிக்கலை எதிர்கொள்கின்றனர். நிறைய யோசித்து எல்லாவற்றையும் திறம்பட செய்ய முயல்கிறார்கள். கவனம் செலுத்தவே தேவைப்படாத சில சிக்கல்கள் இருக்கும். அவை தானாகவே தீர்வடையும். சிலசமயம் மௌனம் பல பதில்களைத் தரும்.

கடவுள் இந்த உலகத்தை இயற்கையாக அதாவது நெறிமுறையாக நடக்கவே படைத்துள்ளார். ஒழுக்கமாக இருப்பது இயல்பு. எது நெறிமுறை எது ஒழுக்கமற்றது என்பது உங்களுக்குத் தெரியும். ஒரு எளிய சூத்திரம் என்னவென்றால், நெறிமுறை விஷயங்கள் அச்சுறுத்தப்படும்போது, நமது மனதிற்கு ஆழ்ந்த சிந்தனை தேவைப்படும். அது தர்க்கரீதியாக மாறியாக வேண்டும். எந்தெந்த விஷயங்களை ஆழமாகச் சிந்திக்க வேண்டும், எதைக் கூடாது என்பதைத் தெரிந்துகொள்ள அமைதியான மனம் தேவை.

நெறிமுறை, ஒழுக்கம், சேவை, கடமையுணர்வு இவற்றுடன் இருங்கள். நீங்கள் வேறு எதுவும் செய்ய வேண்டியதில்லை. காரியங்கள் தானாகவே நடக்கும்.

நடக்க வாய்ப்பில்லாத எதிர்பார்ப்புகளா என்னை எல்லா நேரத்திலும் அதிகமாக சிந்திக்க வைக்கின்றன?

நீங்கள் யாரையாவது காதலிக்கிறீர்கள் என்று வைத்துக்கொள்வோம். ஒரு குறிப்பிட்ட காலக்கட்டத்தில், சில காரணங்களால், அவன் அல்லது அவள் நிச்சயமாக உங்களை விரும்பமாட்டார் என்பதை நீங்கள் அறிந்துகொள்கிறீர்கள். ஆசையுடனும் உணர்ச்சியுடனும் கூடிய இணைப்பு இன்னும் உங்களை விட்டு விலகி இருக்காது. இது நம்ப முடியாத எதிர்பார்ப்புகளை உருவாக்கும். நீங்கள் எப்பொழுதும் அதைப் பற்றி சிந்தித்து, அது அதிக சிந்தனைக்கு வழிவகுக்கிறது. இந்த வகையான மனநிலை நல்லதல்ல. அது உங்கள் அனைத்து ஆற்றலையும் கரைத்து, அனைத்து செயல்பாடுகளையும் நிறுத்தி வைப்பதற்கு வழிவகுக்கும்.

அப்படியானால் ஒருவர் இதை எப்படி சமாளிப்பது?

உணர்தல் 1 - எவ்வளவு கிடைத்தாலும் மனம் எது கிடைக்கவில்லையோ அதைத்தான் விரும்புகிறது.

இதை நீங்கள் உணர்ந்தவுடன், பெரிய சாதனைகள் என்று நினைக்கப் படுபவை சலிப்பாகவோ அல்லது ஒன்றுமில்லாததாகவோ தோன்றும். இந்த புரிதலை அடைந்தால் இது உங்களை உண்மையில்லாத விஷயங்களிலிருந்து விலகிச் செல்ல உதவுகிறது.

உணர்தல் 2 - இது ஒரு சிந்தனை சார்ந்த பிரச்சினை. அந்த நபரைப் பற்றிய எண்ணமே இப்படிப்பட்ட விஷயங்களுக்கு வழிவகுக்கிறது. அத்தகைய எண்ணங்களை வெறுமையாக்குவது, இதுபோன்ற விஷயங்களில் இருந்து விடுபட உதவுகிறது. நீங்கள் அந்த நபரைப் பற்றி நினைக்கும் போதெல்லாம், அந்த நினைவை வளர்த்து அனுபவிக்க வேண்டும் என்று தோன்றினால், அதைச் செய்யாதீர்கள். எண்ணங்கள் வரும்போதெல்லாம் அவற்றை வெறுமையாக்கிக் கொண்டே இருங்கள். இந்த எண்ணங்கள் உங்கள் மனதில் இருந்து மறைந்து போகும் ஒரு காலகட்டத்திற்கு இது வழிவகுக்கும்.

நான் இதுவரை சந்தேகப்படாத விஷயங்களை சந்தேகப்படுவதை எப்படி நிறுத்துவது?

நீங்கள் இதுவரை சந்தேகிக்காத சில விஷயங்களையோ அல்லது நபர்களையோ சந்தேகிக்க ஆரம்பித்திருந்தால், அது உங்களது குறைந்த நம்பிக்கை, பாதுகாப்பின்மை, பதட்டம் மற்றும் மனச்சோர்வு போன்றவற்றுக்கு சம்பந்தமானதாகத்தான் இருக்க வேண்டும். நீங்கள் நம்பிக்கை வைத்திருக்கும் நபர்கள் மற்றும் விஷயங்களைப் பற்றிய அதே கருத்துக்களை நீங்கள் தொடர வேண்டும். உங்கள் நிலைப்பாடு அப்படியே இருக்க வேண்டும்.

நீங்கள் தோல்விகளை சந்திக்கும் போது, எதிர்பார்ப்புகளுக்கு மாறாக விஷயங்கள் நடக்கின்றன. இதனால் உங்கள் மனம் எரிச்சலடைகிறது. சந்தேகிக்கத் தொடங்குகிறது. நீங்கள் நம்பிக்கை வைத்திருக்கும் சிலரை இழக்க நேரிடும் என்ற பயம் உங்களுக்கு ஏற்படலாம். நீங்கள் அவர்களை எவ்வளவு அதிகமாக எரிச்சலூட்டுகிறீர்களோ, அந்த அளவுக்கு உறவுகள் சிதைந்து விலகுவதற்கான வாய்ப்புகள் அதிகம். நீங்கள் எப்போதும் நிலையாக இருக்க வேண்டும்.

அவர்கள் மாறுகிறார்கள் என்று நீங்கள் உணர்ந்தாலும், அவர்கள் மீது அனுதாபம் கொள்வது எதிர்மறையான விஷயங்களை குறைக்கிறது. எல்லா மக்களும் வெவ்வேறு சூழ்நிலைகளிலும் சந்தர்ப்பங்களிலும் மாற்றத்திற்கு உட்பட்டவர்கள். உங்கள் வாழ்க்கையில் ஏற்பட்ட சில எதிர்மறையான முன்னேற்றங்களால் இந்த எண்ணங்களும் உங்களுக்கு வந்துள்ளன.

எனவே, நீங்கள் சில எதிர்மறையான தேவையற்ற எண்ணங்களை வெறுமையாக்க வேண்டும். இந்த தேவையற்ற எதிர்மறை எண்ணங்களை வெறுமையாக்குவது, அவை வரும்போதெல்லாம் இந்த எண்ணங்கள் உங்கள் மனதில் இருந்து மறைந்துவிடும் ஒரு காலகட்டத்திற்கு வழிவகுக்கும். தியானம் இந்த நுட்பத்தை எளிதாக அடைய உதவுகிறது. தியானப் பயிற்சி என்பது ஒரு மந்திரத்தில் கவனம் செலுத்துவதும் தேவையற்ற எண்ணங்களிலிருந்து விடுபடுவதும் ஆகும். தியானத்தின் தொடர்ச்சியான பயிற்சி இந்த நுட்பத்தை எளிதாக அடைய உதவுகிறது.

இந்த தேவையற்ற எண்ணங்களை நிறுத்துவது, மக்கள் மீது அனுதாபம் காட்டுவது, எதிர்பார்ப்புகள் இல்லாமல் நம் கடமையை செய்வது ஆகியவை இச்சிக்கலை சமாளிக்க உதவும்.

ஒரு கவலையான நபராக இருந்தாலும், எனக்கு மன அழுத்தம் அல்லது பதட்டம் இல்லாத சில நாட்கள் உள்ளன. இது சாதாரணம்தானா?

நிறைய நேர்மறை சூழ்நிலைகள் அல்லது விஷயங்கள் நடக்கும் போது, உங்கள் கடந்த கால மற்றும் தற்போதைய எதிர்மறையான விஷயங்கள் அனைத்தையும் துடைக்கும் இயல்பு மனதுக்கு உண்டு. ஒரு பெரிய நேர்மறையான விஷயம் அல்லது சூழ்நிலை உங்கள் மற்ற எல்லா எதிர்மறையான விஷயங்களையும் மிகச் சிறியதாக மாற்றி விடுகிறது. மக்களிடமிருந்து நம்பிக்கையையும் பாராட்டையும் பெற்று நடந்த எதிர்மறைகள் பெரிதாகத் தெரிவதில்லை. அதைப் பற்றிக் கவலைப்படத் தேவையில்லை என்று நினைக்கிறீர்கள். நீங்கள் சொல்லியிருக்கும் காலம் இது.

ஆனால் ஒரு குறிப்பிட்ட காலத்திற்குப் பிறகு, உங்கள் வெற்றியும் மற்றவர்களின் பாராட்டும் மறைந்துவிடும். அவர்கள் மற்றவர்கள் வெற்றியில் கவனம் செலுத்தி அவர்களைப் பாராட்டத் தொடங்குவார்கள். இப்போது, உங்கள் நம்பிக்கை குறையத் தொடங்கும், கடந்த எதிர்மறையான சூழ்நிலைகள் மற்றும் எண்ணங்கள் மீண்டும் பெரிதாகத் தொடங்கும். நீங்கள் மீண்டும் கவலை, பயம் மற்றும் மன அழுத்தத்திற்கு ஆளாகலாம்.

அப்படியானால், ஒருவர் இதை எவ்வாறு சமாளிப்பது - நேர்மறையான விஷயங்கள் அல்லது சூழ்நிலைகள் நிகழும்போது, அமைதியாக இருந்து வெற்றியை இறைவனுக்கு அர்ப்பணிக்கவும். இப்படிச் செய்தால், எதிர்மறையான சூழ்நிலையிலும் அமைதியாக இருக்க முடியும். இது மகிழ்ச்சியையும் துன்பத்தையும் சமநிலைப்படுத்துதல் எனப் படுகிறது.

எனது உறவைப் பற்றி நான் அதிகமாகச் சிந்திக்கிறேன் என்று எனக்கு எப்படித் தெரியும்?

முதலாக, நீங்கள் ஒருவரைப் பற்றி சிந்திக்க விரும்பவில்லை என்றால், அவரைப் பற்றி அடிக்கடி நினைப்பீர்கள். மனதின் இயல்பு எப்படி என்றால் நீங்கள் ஒருவரை மறப்பதற்காக மனத்துடன் சண்டையிட்டால், அது உங்களை மறக்க அனுமதிக்காது. நீங்கள் அதனுடன் கூலாக இருக்க வேண்டும். அது எவ்வளவு போராடுகிறதோ, அவ்வளவு மறப்பதற்கான வாய்ப்பும் குறைவு. ஒரு குறிப்பிட்ட நபருக்கோ அல்லது செயலிற்கோ நீங்கள் முக்கியத்துவம் கொடுத்தால், அதைத் தவிர்ப்பதில் மனம் அதற்கு முக்கியத்துவம் கொடுக்கும். அந்த எண்ணத்தோடு இணக்கமாக இருங்கள், அதற்கு அதிக முக்கியத்துவம் கொடுக்காத மாதிரி இருங்கள்.

எப்பொழுதும் ஒரு உறவைப் பற்றி சிந்திப்பது அந்த நபரைப் பற்றிய கவலையையும் எதிர்மறையான எண்ணங்களையும் உங்களுக்குள் உருவாக்குகிறது. நல்ல நேர்மறையான தருணங்களைப் பற்றி சிந்திப்பதும் சிறிது நேரத்திற்குப் பிறகு எதிர்மறைக்கு வழிவகுக்கிறது. உறவைப் பற்றிய சிந்தனை கவலையையும் பதட்டத்தையும் உருவாக்குகிறது என்றால், நீங்கள் அதைப் பற்றி அதிகமாகச் சிந்திக்கிறீர்கள்.

உறவுக்கும் அவருக்கும் அதிக முக்கியத்துவம் கொடுப்பது, உடைமையாக்கும் மனப்பான்மைக்கும், எரிச்சலுக்கும் வழிவகுக்கும். துணைக்கு சலிப்பை ஏற்படுத்தும். ஆரம்பத்தில் அவர்கள் அதை விரும்பலாம், ஆனால் சிறிது காலத்திற்குப் பிறகு, இந்த வகையான அணுகுமுறையை விரும்ப மாட்டார்கள்.

ஒரு லட்சியத்தில் கவனம் செலுத்துங்கள். உங்கள் உறவுகளைப் பற்றி சிந்திக்க சிறிது நேரத்தை மட்டும் திட்டமிட்டு ஒதுக்குங்கள். அதிகமாகச் சிந்திப்பது எதிர்மறை எண்ணங்களுக்கு வழி வகுக்கும் பட்சத்தில், தேவையற்ற எதிர்மறை எண்ணங்கள் வரும்போதெல்லாம் அவற்றைக் வெறுமையாக்குங்கள். அவை வரும்போதெல்லாம் அவற்றை வெறுமையாக்குவது இந்த எண்ணங்கள் உங்கள் மனதில் இருந்து விலகிச் செல்லும் ஒரு கட்டத்திற்கு வழிவகுக்கும்.

மற்றவர்களுக்கு நான் செய்த கெட்டவைகளைப் பற்றி நான் மிகவும் குற்ற உணர்ச்சி கொள்கிறேன். இதை அதிகமாகச் சிந்திப்பதை நிறுத்த நான் என்ன செய்ய வேண்டும்?

நீங்கள் செய்தது மோசம் என்பதை நீங்கள் உணர்ந்து அதை மீண்டும் செய்ய மாட்டேன் என்று உறுதிமொழி எடுத்துக்கொண்டால், நீங்கள் கவலைப்படவோ அல்லது அதைப் பற்றி மீண்டும் சிந்திக்கவோ தேவையில்லை. யோசிப்பதால் எதுவும் மாறப்போவதில்லை. எது நடந்ததோ அது நடந்துவிட்டது. இனி யோசித்துப் பயனில்லை.

இனிமேல் நீங்கள் அதை மீண்டும் செய்ய மாட்டீர்கள் என்ற அளவிற்கு உணர்தல் இருந்தால், அது தொடர்பான எண்ணங்களிலிருந்து விடுபட தேவையற்ற எண்ணங்களை வெறுமையாக்கும் நுட்பத்தைப் பயன்படுத்தத் தொடங்குங்கள். இது முழுவதும் எண்ணங்களைப் பற்றியது. அது தொடர்பான எண்ணங்களில் இருந்து விடுபட முடிந்தால், இவற்றை மிக எளிதாக சமாளிக்கலாம்.

அந்த வருத்தம் சார்ந்த கடந்தகால எண்ணங்களை நீங்கள் பெறும்போது, அதை வெறுமையாக விடுங்கள். நீங்கள் அதை உருவாக்க அல்லது தீர்க்க விரும்பினால், அதை எல்லாம் செய்ய வேண்டாம். அது வரும்போதெல்லாம் அதைத் தொடர்ந்து வெறுமையாக்குவது இந்த எண்ணங்கள் உங்கள் மனதில் இருந்து மறைந்துவிடும் ஒரு காலகட்டத்திற்கு வழிவகுக்கும்.

சீரான தியானப் பயிற்சியை தொடங்குங்கள். இந்த நுட்பத்தை எளிதில் அடைய தியானம் உதவுகிறது. தியானப் பயிற்சி என்பது ஒரு மந்திரத்தில் கவனம் செலுத்துவதும் தேவையற்ற எண்ணங்களிலிருந்து விடுபடுவதும் ஆகும். தியானத்தின் தொடர்ச்சியான பயிற்சி இந்த நுட்பத்தை எளிதாக அடைய உதவுகிறது. ஒரு விஷயம் என்னவென்றால், உங்கள் உணர்தல் மிகவும் ஆழமாக இருக்க வேண்டும். இனிமேல் இதுபோன்ற தவறுகளை நீங்கள் செய்யக்கூடாது.

ஒரு உறவில் இருந்த பிறகு, அவர்களிடமிருந்து விலகிச் செல்லாமல், அவரைப் பற்றி நினைப்பதை அல்லது நேசிப்பதை நான் எப்படி நிறுத்துவது?

பார்வையிலிருந்து விலகினால் மனதிலிருந்து விலகியது போல. அவரிடமிருந்து விலகிச் செல்ல முயற்சி செய்யுங்கள். நீங்கள் அவரது நெருங்கிய வட்டத்தில் இருந்தால், உணர்ச்சிகளைக் கட்டுப்படுத்துவது கடினம். அது சாத்தியமில்லை என்றால், ஏதாவது ஒரு விஷயத்தில் கவனம் செலுத்துங்கள். ஒரு லட்சியம் அல்லது இலக்கைத் தேர்ந்தெடுத்து கவனம் செலுத்துங்கள். நீங்கள் அவரைப் பற்றி எவ்வளவு அதிகமாக நினைக்கிறீர்களோ, அவ்வளவு அது பல குழப்பமான எண்ணங்கள், முடிவெடுக்க முடியாத்தன்மை, பதட்டம் ஆகியவற்றைத் தருகிறது.

வேறு சிலருடன் நட்பு வைத்து அவர்களுடன் செல்லுங்கள். அவர்களுடன் பழகுவது உங்களை அவரிடமிருந்து விலக வைக்கும். அவருடன் நெருக்கமும், அவரைப் பற்றிய எண்ணங்களும் உங்களை குழப்பம், எரிச்சல் மற்றும் மன அழுத்தத்திற்கு ஆளாக்கும். சிலர் இல்லாமல் இருக்க முடியாது என்று நினைக்கிறோம். ஆனால் யார் இறந்தாலும் கொஞ்ச காலம் அழுகிறோம். பிறகு மறந்து புதிய விஷயங்களுக்குப் போய்விடுவோம். வாழ்க்கை தொடரும்.

மிக முக்கியமானவை நீங்கள் அவரைப் பற்றி நினைக்கும் எண்ணங்கள். அவரைப் பற்றி நினைப்பதை நிறுத்த, 'தேவையற்ற எண்ணங்களை வெறுமையாக்குதல்' நுட்பத்தைப் பயன்படுத்தவும். அவரைப் பற்றிய எண்ணங்கள் வரும்போதெல்லாம், அவற்றைக் காலி செய்யுங்கள். அவற்றை உருவாக்க அல்லது தீர்க்க வேண்டும் என்று நீங்கள் நினைத்தால், அதையெல்லாம் செய்யாதீர்கள். அவை வரும்போதெல்லாம் அவற்றை வெறுமையாக்கிக் கொண்டே இருந்தால் இந்த எண்ணங்கள் உங்கள் மனதில் இருந்து மறைந்து போகும் ஒரு காலகட்டத்திற்கு இது வழிவகுக்கும்.

என் காதலி என்னை வேறொருவருக்காக தூக்கி எறிந்தாள். அன்று முதல் அவளைப் பற்றி நினைப்பதை என்னால் நிறுத்த முடியவில்லை. இந்த எண்ணங்களை நான் எப்படி நிறுத்தி இதிலிருந்து விடுபடுவது?

எல்லாம் உங்கள் நன்மைக்காகவே நடக்கிறது என்பதை நம்புங்கள். அவள் உங்களை முன்கூட்டியே விட்டுவிட்டாள் என்று மகிழ்ச்சியாக இருங்கள். நீங்கள் இருவரும் பல வருடங்கள் தொடர்ந்திருந்து, திருமணம் செய்துகொண்டு, அதன் பிறகு இதுபோன்ற விஷயங்கள் நடந்தால் என்ன ஆகும் என்று கற்பனை பண்ணிப் பாருங்கள். நீங்களும் உங்கள் குழந்தைகளும் மிகவும் மோசமாக பாதிக்கப்பட்டிருப்பீர்கள்.

மனம் பலவற்றை மறந்து புதிய விஷயங்களுக்கு எளிதாக நகருவது மனிதர்களுக்கு மிகுந்த சாதகமான விஷயம். நாம் புதிய நண்பர்களைப் பெற்று, அவர்களுடன் பழகும்போது, முந்தைய விஷயங்கள் படிப்படியாக மறந்துவிடும். பார்வையிலிருந்து விலகினால் மனத்திலிருந்து விலகியது போல. நீங்கள் பல மாதங்கள் அல்லது வருடங்கள் யாரையாவது பார்க்கவில்லை என்றால், அவர்கள் படிப்படியாக முற்றிலும் மறக்கப் படுவார்கள். நீங்கள் தொடர்ந்து தொடர்பில் இருப்பவர்களுடன் உணர்ச்சிகளும் எதிர்பார்ப்புகளும் ஏற்படும். எனவே, புதிய நபர்களுடன் புதிய சூழ்நிலைகளில் பழகத் தொடங்குங்கள். காலப்போக்கில், அவளை முற்றிலும் மறந்து விடுவீர்கள். ஆரம்பத்தில் கடினமாக இருந்தாலும், நாளடைவில் பழகிவிடுவீர்கள்.

இந்தச் சிக்கல்களில் பெரும்பாலானவற்றில் காதலை விட, 'அவள் எப்படி என்னை விட்டுப் பிரிந்து செல்வாள்' என்ற ஈகோ சிந்தனையே உங்களை ஸ்தம்பிக்க வைக்கிறது என்பதை உணருங்கள். புதிய ஆள் உங்களை விட சிறந்தவர் என நீங்கள் தாழ்வாக உணர ஆரம்பிக்கிறீர்கள். இந்த எண்ணங்கள் உங்களை பாதுகாப்பு உணர்வில்லாமல் ஆக்குகிறது. உண்மை என்னவென்றால், நீங்கள் பாதுகாப்பின்றியோ, தாழ்வாகவோ உணர வேண்டியதில்லை.

அவள் ஏதேனும் தவறு செய்திருந்தால், அவள் கர்மாவின் விளைவை எதிர்கொள்வாள். இதை எல்லாம் வல்ல இறைவன் பார்த்துக் கொள்வான். சொல்லப்போனால், இப்படிச் செய்வதால் அவள் தாழ்ந்தவளாக மாறியிருப்பாள். அந்தப் புதிய நபரும் சில நாட்களுக்குப் பிறகு இவள் தன்னையும் விட்டுப் பிரிந்துவிடுவாளோ என்றுதான் கவலைப்படுவார். இதற்கு அவளுடைய கடந்தகால வரலாறு காரணமாகும். அவன் அவளை சந்தேகிக்க ஆரம்பிக்கலாம். ஆரம்பக் கொண்டாட்டத்திற்குப் பிறகு, இந்த வகையான வாதங்கள் அவளுக்கு வாழ்க்கையை மோசமாக்கலாம். இந்த விஷயங்கள் அவளுக்கு நடக்க

வேண்டும் என்று நாம் விரும்பவில்லை. நீங்கள் யாருக்கும் தாழ்ந்தவர் இல்லை என்று உறுதியாக நம்புங்கள். இது ஒரு கற்றல் அனுபவமாகும், இது எதிர்கால உறவுகளைக் கையாள்வதில் உங்களுக்கு அதிக நம்பிக்கையை அளிக்கிறது.

அவளைப் பற்றிய எண்ணங்கள் உங்களை கடந்த கால நினைவுகளிலும் உணர்ச்சிகளிலும் ஆழ்த்துகின்றன. எனவே, இந்த எண்ணங்களை உங்கள் மனதில் இருந்து நீக்கிவிட்டு, நிகழ்காலத்தில் கவனம் செலுத்த உங்களை கட்டாயப்படுத்த வேண்டும். இந்த எண்ணங்கள் வரும்போதெல்லாம், அதை வளர்த்துக் கொள்ளாமல் அதை வெறுமையாக்கிக் கொண்டே இருங்கள். ஒரு கட்டத்தில், இந்த எண்ணங்கள் உங்கள் மனதில் இருந்து மறைந்துவிடும்.

என் வாழ்க்கையில் மிக முக்கியமான இருவர் என் நம்பிக்கையை உடைத்துவிட்டனர். நான் அதை நினைக்கும்போதெல்லாம் எனக்கு மூச்சுத்திணறல் மற்றும் என் தலை வலிக்கிறது. நான் என்ன செய்ய வேண்டும்?

உங்களுக்கு நெருக்கமான ஒருவர் உங்கள் நம்பிக்கையை உடைத்திருப்பது துரதிர்ஷ்டவசமானது. கொஞ்ச காலத்திற்கு அதை ஜீரணிப்பது கடினம். ஆனால் நீங்கள் ஏற்கனவே அதிர்ச்சியை அனுபவித்திருக்கிறீர்கள். இந்த நபர் இல்லையென்றால், அந்த நம்பிக்கையை வேறு யாராவது உடைத்திருப்பார்கள். சூழ்நிலைகள், வசதிகள் போன்றவற்றுக்கு ஏற்ப மனிதர்கள் மாறுகிறார்கள். இந்த அனுபவத்தை நீங்கள் முன்கூட்டியே கற்றுக்கொண்டது நல்லது. ஒவ்வொருவரும் சூழ்நிலைகள், சந்தர்ப்பங்களுக்கு ஏற்ப மாறுவார்கள் என்பதுதான் இதிலிருந்து கற்றல்.

உங்கள் எதிர்பார்ப்புகளை குறைக்கவும். அதிக எதிர்பார்ப்பு இல்லாமல் உங்கள் கடமையைச் செய்யுங்கள். யார் மீதும் பெரிய அளவில் நம்பிக்கை வைக்காதீர்கள். அவர்கள் நன்றாக இருக்கும் வரை, சரி. அவர்கள் மாறினால், ஏற்றுக்கொள்ளுங்கள். எந்தவொரு பிரச்சினைக்கும் ஏற்றுக்கொள்வதே சிறந்த தீர்வு. ஏற்றுக் கொள்ள முடியாமல் போவதுதான் நமக்குள்ள பிரச்சனை. நல்லது நடக்கும்போது அதை ஏற்றுக்கொள்கிறோம். எதிர்மறையான நிகழ்வுகள் நடக்கும்போது, ஒரு எண்ணம் வரும் - 'எனக்கு ஏன் இப்படி நடக்கிறது'. சில சூழ்நிலைகளுக்கு ஏற்ப நீங்கள் கூட ஒரு கட்டத்தில் மாற வேண்டும் என்ற உண்மையை ஏற்றுக்கொள்ளுங்கள். மக்களை அவர்களின் இயல்புடன் ஏற்றுக்கொள்ளுங்கள். மக்களையும் அவர்களின் பிரச்சனைகளையும் ஏற்றுக்கொள்ளுங்கள். அதைத் தீர்க்க முயற்சி செய்யுங்கள். அது உங்கள் கட்டுப்பாட்டிற்கு அப்பாற்பட்டதாக இருந்தால், அதை ஏற்றுக்கொள்ளுங்கள்.

இவர்களிடம் இருந்து விலகிச் செல்ல வாய்ப்பு இருந்தால், விலகிச் செல்லுங்கள். பார்வையிலிருந்து விலகினால் மனதிலிருந்தும் விலகியது போல. புதிய நபர்களுடன் செல்லுங்கள், அவர்கள் உங்கள் வாழ்க்கையாக இருப்பார்கள். காலப்போக்கில் பழைய நண்பர்கள் மறந்து விடுவார்கள். அது சாத்தியமில்லையென்றால், அது நன்மைக்காகவே நடந்தது என ஏற்றுக்கொள்ளுங்கள்.

மற்றவர்களின் கருத்துகள் அல்லது செயல்களுக்கு எதிர்வினையாற்றாமல் இருங்கள். நீங்கள் மற்றவர்களின் செயல்களுக்கு எதிர்வினையாற்றினால், அவர்கள் உங்கள் வாழ்க்கையை வழிநடத்துகிறார்கள். உங்களுக்கும் கடவுளுக்கும்

இடையே ஒரு தொடர்பை உருவாக்குங்கள். தவறு அவர்கள் பக்கம் என்றால், கர்மா வினைப்படி அவர்களுக்குப் பலன் கிடைக்கும். அதை அறிந்து கொண்டால், நீங்கள் அமைதியாக உங்கள் வாழ்க்கையை வாழ முடியும்.

சிந்தனையை வெல்ல, அந்த எண்ணங்கள் வரும்போதெல்லாம் அவற்றை வெறுமையாக்குங்கள். நீங்கள் அதை வளர்க்கவோ தீர்க்கவோ விரும்பினால், அதை எல்லாம் செய்ய வேண்டாம். அது வரும்போதெல்லாம் அதைத் தொடர்ந்து வெறுமையாக்குவது இந்த எண்ணங்கள் உங்கள் மனதில் இருந்து மறைந்துவிடும் ஒரு காலகட்டத்திற்கு வழிவகுக்கும். தியானம் இந்த நுட்பத்தை எளிதாக அடைய உதவுகிறது. தியானப் பயிற்சி என்பது ஒரு மந்திரத்தில் கவனம் செலுத்துவதும் தேவையற்ற எண்ணங்களிலிருந்து விடுபடுவதும் ஆகும். தியானத்தின் தொடர்ச்சியான பயிற்சி இந்த நுட்பத்தை எளிதாக அடைய உதவுகிறது.

எந்தப் பதிலையும் அளிக்காத ஒருவரிடமிருந்து பதிலுக்காக காத்திருக்கும் போது நான் எப்படி அதிகமாகச் சிந்திப்பதை நிறுத்துவது?

இப்போது உங்கள் மகிழ்ச்சிக்கு மற்றவரைப் பொறுப்பாக்கியுள்ளீர்கள். உங்கள் மகிழ்ச்சி உங்கள் கைகளில் இருக்க வேண்டும். இந்த பிரச்சினைக்கு மற்றொரு காரணம், நீங்கள் இந்த நபருடன் உணர்ச்சி ரீதியாக இணைந்திருப்பது. உங்களால் உணர்ச்சிகளைக் கட்டுப்படுத்தவும், எதிர்பார்ப்புகளைக் குறைக்கவும் முடியும். உணர்ச்சிகளும், எதிர்பார்ப்புகளும் வாழ்க்கையின் ஒரு பகுதியாகும், ஆனால் அது உங்களை பாதிக்காமல் பார்த்துக் கொள்ளுங்கள்.

ஒரு செய்தியை அனுப்பி சிறிது நேரத்தில் பதிலை எதிர்பார்க்கவும். அது வரவில்லை என்றால், அதை ஏற்றுக்கொண்டு கதையை முடித்து விடுங்கள். உங்கள் மகிழ்ச்சி உங்கள் செயல்களைப் பொறுத்தது மற்றவர்களின் செயல்களைப் பொறுத்தது அல்ல. அந்த நபர் தொடர்ந்து இதைச் செய்து கொண்டிருந்தால், அவருடன்/அவளுடன் அரட்டை அடிப்பதை படிப்படியாக நிறுத்துங்கள். நட்பைப் பெற எத்தனையோ பேர் இருக்கிறார்கள். சிலகாலம் கழித்து, நீங்கள் மறந்துவிட்டு புதிய நபரிடம் செல்வீர்கள். நம் மனம் ஒரு அழகான, நெகிழ்வான தன்மையைப் பெற்றுள்ளது. உங்கள் எதிர்பார்ப்புகளை யாராவது நிறைவேற்றினால் மகிழ்ச்சியாக இருங்கள். இல்லையெனில், அதை ஏற்றுக்கொண்டு வாழ்வை தொடருங்கள். எல்லாம் நன்மைக்கே நடக்கும்.

சுவாச அடிப்படையிலான கிரியாக்கள் மற்றும் தியானத்தின் மூலம் உணர்ச்சிகளையும் எதிர்பார்ப்புகளையும் கட்டுப்படுத்துவது சாத்தியமாகும். க்ரியாக்கள், தியானத்தின் கலவையானது உங்கள் மனதை அமைதிப்படுத்துகிறது. வாழ்க்கையின் யதார்த்தங்களை உங்களுக்கு உணர்த்துகிறது.

என்னை அறியாமல் ஏதாவது தவறு செய்து விடுவேன் என்று நினைக்கிறேன். இதனால் நான் மக்களைச் சந்திக்கும் போது, அதைப் பற்றி அதிகமாகச் சிந்தித்துக் கொண்டே இருக்கிறேன். இதற்கு நான் என்ன செய்வது?

நீங்கள் சந்திக்கும் பழகும் நபர்களுக்கு நீங்கள் குறைபாடின்றி கச்சிதமாகத் தெரிய எல்லா வகையான நல்ல காரியங்களையும் செய்து அவர்களை மகிழ்விக்க விரும்புகிறீர்கள். நீங்கள் அவர்களை வெறித் தனமாக விரும்பினால், சில சமயங்களில் நிறைய நல்ல விஷயங்களைச் செய்ய விரும்புகிறீர்கள். அவர்கள் உங்களுக்கு நெருக்கமாக வருவதற்காக நீங்கள் பல விஷயங்களைச் செய்ய விரும்புகிறீர்கள். நீங்கள் அவர்களிடமிருந்து நிறைய எதிர்பார்ப்புகளை உருவாக்கிக் கொள்கிறீர்கள். உங்கள் சொந்த வேலையிலும் நிறைய எதிர்பார்ப்புகளை வைத்திருக்கிறீர்கள். இவைதான் நீங்கள் மக்களைச் சந்திப்பதற்கு முன் இருக்கக் கூடிய சூழ்நிலைகள்.

இந்த மாதிரியான மனநிலை உங்களுக்குள் மிகுந்த பதட்டத்தை உருவாக்குகிறது. நீங்கள் 95 சதவிகிதம் நல்ல விஷயங்களைச் செய்திருப்பீர்கள், 5 சதவிகிதம் உங்கள் எதிர்பார்ப்புகள் பூர்த்தியாகி இருக்காது. உங்களுக்கு கவலை மற்றும் அது தொடர்பான மன அழுத்தம் இருக்கும்போது, சம்பந்தப்பட்டவர்கள் மகிழ்ச்சியாக இருந்தாலும் உங்களால் உங்கள் எதிர்பார்ப்புகளை நிறைவேற்ற முடியாது. நீங்கள் எப்பொழுதும் 5 சதவிகிதம் எதிர்மறையைப் பற்றியே சிந்தித்து பயப்படுவதால் அவர்களுக்கு உங்களைப் பிடிக்காமல் போகலாம். ஆனால் இந்தப் பதட்ட மனநிலையுடன் உங்கள் எதிர்பார்ப்புகளில் 50 சதவீதத்தை பூர்த்தி செய்யும்படி கூட நல்ல விஷயங்களைச் செய்ய முடியாது.

கவலை மற்றும் அதனுடன் தொடர்புடைய மன அழுத்தம் இவற்றினால் உங்கள் மனம் ஒருமுகப்படாமல் செயலாற்றல் இல்லாமல், உங்களை தவறான செயல்களைச் செய்ய வைக்கிறது. உங்களுக்கு மிகவும் நிதானமான மற்றும் அமைதியான மனம் தேவை. திட்டமிடல், ஒழுக்கம், கடின உழைப்பு ஆகியவை எதையும் வெற்றியடையச் செய்து மற்றவர்களையும் திருப்திப்படுத்தும். தியானம் மற்றும் சுவாசம் சார்ந்த கிரியாக்களை தொடர்ந்து பயிற்சி செய்வதன் மூலம் இந்த அமைதியான மனதை வளர்த்துக் கொள்ளுங்கள்.

மேலும், எதிர்மறைகளுக்குப் பதிலாக நீங்கள் மக்களுக்குச் செய்த நன்மைகளைப் பற்றி சிந்தியுங்கள். மோசமான முடிவுகளைப் பற்றி ஒருபோதும் கவலைப்பட வேண்டாம், ஏனென்றால் நீங்கள் அதை வேண்டுமென்றே செய்யவில்லை. அதைப் பற்றிய குற்ற உணர்ச்சி

வேண்டியதில்லை என்பதால் அதைப் பற்றி சிந்திப்பதையும் நிறுத்துங்கள். அடுத்த முறை, நீங்கள் வேலை செய்யும் போது சரிசெய்து கொள்ளலாம்.

"தேவையற்ற எண்ணங்களை வெறுமையாக்கும்" நுட்பத்தைப் பயன்படுத்துவதன் மூலம் எதிர்மறை எண்ணங்களை வெல்லலாம். தேவையற்ற எண்ணங்களை நீக்க இந்த நுட்பத்தைப் பயன்படுத்தலாம். இந்த எண்ணங்கள் உங்கள் மனதில் வரும்போதெல்லாம் அவற்றை வெறுமையாக்குங்கள். அவை வரும்போதெல்லாம் அவற்றைத் தொடர்ந்து வெறுமையாக்குவது இந்த எண்ணங்கள் உங்கள் மனதில் இருந்து மறைந்துவிடும் ஒரு காலகட்டத்திற்கு வழிவகுக்கும்.

நான் படிக்கும் போது குறிப்பாக, என் மனம் என்னை அதிகமாக சிந்திக்க வைக்கிறது. நான் என் மனநிலையை மாற்ற விரும்புகிறேன். தயவுசெய்து உதவுங்கள்.

நீங்கள் படிக்கும் போது உங்களை அதிகமாக சிந்திக்க வைக்கும் 2 விஷயங்கள் உள்ளன - ஒன்று உங்கள் திறன்கள் மற்றும் எண்ணங்களின் மீது சந்தேகங்களை ஏற்படுத்திக் கொள்கிறீர்கள்.

இரண்டாவதாக, நீங்கள் சிறந்ததைக் கொடுக்க விரும்புகிறீர்கள், ஆனால், உலகில் எதுவும் நடப்பதாகத் தெரியவில்லை. நீங்கள் முடிவு செய்ய முடியாமல் எல்லாவற்றையும் தள்ளிப்போடுவீர்கள். உங்கள் திறமையின்மைக்காக மக்கள் உங்களை விமர்சிக்கத் தொடங்குவார்கள். நீங்கள் இப்போது அழுத்தத்தில் தள்ளப் படுவீர்கள். அழுத்தத்தின் கீழ், நாம் வேலையை மோசமாகச் செய்கிறோம். அது நம்மை மேலும் மனச்சோர்வடையச் செய்கிறது, ஏனென்றால் வேலை பயனற்றது என்று மற்றவர்கள் சொல்கிறார்கள்.

இந்த செயல் சுழற்சியை சமாளிக்க, உங்களுக்கு அமைதியான உணர்ந்த மனம் வேண்டும். நீங்கள் காலையில் எழுந்ததும், நல்ல உறக்கத்திற்குப் பிறகு, நீங்கள் முடிவு செய்ய அல்லது செய்ய விரும்பும் சில விஷயங்களைப் பற்றி சிந்தியுங்கள். உங்கள் மனதில் தோன்றுவதை நீங்கள் எழுதலாம். மனம் அமைதியாக இருக்கும்போது, அது ஆக்கப்பூர்வமாக இருக்கும். உங்கள் எண்ணங்களும் தெளிவாக இருக்கும். இப்போது அனைத்து முடிவுகளும், திட்டமிடல்களும், காரியங்களைச் செய்வதற்கான வழியும் சரியாக அமையும். இதை செயல்படுத்துவது மிகவும் முக்கியமானது. அதை உடனடியாக செயல்படுத்தத் தொடங்குங்கள். காலப்போக்கில், நீங்கள் இதைப் பழக்கப்படுத்திக்கொள்வீர்கள், உறுதியாக இருக்கத் தொடங்குவீர்கள். நீங்கள் குழப்பம் இல்லாமல் செழிக்கத் தொடங்குவீர்கள்.

மனம் எப்போதும் முடிவுகள், மற்றவர்கள் உங்கள் செயலைப் பற்றி எடுத்துரைப்பது அல்லது கருத்து தெரிவிப்பது இவற்றை எல்லாம் எண்ணி பயப்படும். இருப்பினும், நீங்கள் அதைச் செய்யத் தொடங்கினால், அது எளிதாக இருக்கும். எதையும் பொருட்படுத்தாமல் ஏற்றுக்கொள்ளத் தொடங்குவீர்கள். உணர்ந்து கொள்ளவும், செயல்படுத்தவும் அமைதியான மனம் ஒன்றே தேவை. தியானம் மனதை அமைதிப்படுத்தவும், விரைவாக உணர்ந்து கொள்ளவும் உதவுகிறது. செயல்படுத்துவதும் எளிதாகி, அதிகப்படியான சிந்தனையைத் தவிர்க்கலாம்.

ஒரு மாதத்தில் 24×7 ஒரே சிந்தனை எண்ணங்கள் வருகின்றன. அவை என்னைத் தொந்தரவு செய்யாதவாறு, அந்த எதிர்மறை எண்ணத்தை எப்படி நிரந்தரமாக என் மனதில் இருந்து நீக்குவது?

உளவியல் ரீதியாக, நீங்கள் எதையாவது விரும்பவில்லை என்றால், அதைப் பற்றி அதிகம் சிந்திக்கிறீர்கள். திரும்ப வந்துவிடும் என்ற அச்சத்தை அது உங்களுக்குள் உருவாக்குகிறது. இது உங்கள் சிந்தனையை அதிக நேரம் ஆக்கிரமித்து மற்ற விஷயங்களைச் செய்வதில் உங்களைத் திறமில்லாமல் ஆக்குகிறது. “நீங்கள் விரும்பாத” இந்த விஷயம் உங்கள் மனதை ஆக்கிரமித்துள்ளதால், ஈர்ப்பு விதியின் கோட்பாட்டின்படி நீங்கள் அதைப் பெறுவதற்கான வாய்ப்புகள் அதிகம்.

ஒரு உதாரணமாக, ஒருவர் உங்களை விரும்பவில்லை என்றும், அவர்கள் அருகாமையிலிருந்து உங்களை நீக்குவது அவர்களுக்கு ஒரு தீர்வைக் கொடுக்கும் என்றும், உங்களிடம் கூறுவதாக வைத்துக்கொள்வோம். நிச்சயமாக இது உங்களை ந எரிச்சலடையச் செய்து, உங்கள் ஈகோ பாதிக்கப்படுவது போல் உணர்கிறீர்கள். நீங்கள் அவர்களைப் பழிவாங்க வேண்டும் என்றும் அவர்கள் துன்பப்பட வேண்டும் என்று நீங்கள் விரும்புகிறீர்கள். எங்காவது நீங்கள் இருப்பது அவர்களை எரிச்சலூட்டும், மகிழ்ச்சியற்றதாக்கும் வாய்ப்பு இருந்தால், நீங்கள் அங்கே இருக்க முயற்சி செய்வீர்கள். உண்மையில், இது உங்களுக்கு சாதகமான சூழ்நிலை ஏனெனில் அவர்கள் முன் நீங்கள் இருக்கும் போது அவர்கள் அதை இழப்பார்கள் என்ற நம்பிக்கை உங்களுக்கு உள்ளது. அவர்கள் இழப்பதை உறுதிப்படுத்த நீங்கள் அங்கு இருக்க முயற்சிப்பீர்கள். அவருக்கு இது நிச்சயமாக சாதகமில்லை, ஏனெனில் அவர்களின் மகிழ்ச்சி அல்லது சோகம் உங்கள் கையில் இருக்கிறது.

இந்த இரண்டு விஷயங்களிலும் - முக்கியத்துவம் கொடுப்பது, நீங்கள் தவிர்க்க விரும்பும் ஒன்றைப் பற்றி அதிகம் சிந்திப்பது, இரண்டும் அவற்றை அடிக்கடி உங்கள் நினைவுக்கு வர வைக்கிறது. எனவே, அதற்கு முக்கியத்துவம் கொடுத்து யோசிப்பதை நிறுத்துங்கள்.

பொதுவாக உங்கள் மனதில் குழப்பமான எண்ணம் வரும்போது, அதை வளர்க்க அல்லது அதைத் தீர்க்க வேண்டும் என்று நீங்கள் உணர்கிறீர்கள். அதற்கு பதிலாக, இந்த தேவையற்ற, எதிர்மறை எண்ணங்களை நீக்க “தேவையற்ற எண்ணங்களை வெறுமையாக்குதல்” நுட்பத்தைப் பயன்படுத்தலாம்.

நான் விரும்பும் ஒரு புத்தகம் வெற்றியடைவது நின்று போகப் போகிறது என்று நான் நினைத்தால், என்னுடைய எதிர்மறையான சிந்தனையால் அது வெற்றியடைவது நின்று போகுமா?

அது நடக்காது. ஆனால், நீங்கள் அதைப் பற்றி அதிகம் சிந்திக்கும்போது, ஈர்ப்பு விதி எதிர்மறையான விதத்தில் இயங்குகிறது. ஏதாவது நடக்குமோ என்ற பயத்தைப் பற்றி நீங்கள் எவ்வளவு அதிகமாகச் சிந்திக்கிறீர்களோ, எவ்வளவு அதிகமாக அதைப் பற்றி நீங்கள் கவலைப்படுகிறீர்களோ, அவ்வளவு அது நடப்பதற்கான சாத்தியங்களையும், தளத்தையும் உருவாக்குகிறது. உங்கள் சுயநினைவின்றி நீங்கள் அதை நோக்கி செல்கிறீர்கள். அது நடக்காமல் கூட நடந்தது போல் எண்ணி நடிக்க ஆரம்பிப்பீர்கள். மனதை அப்படியே விடுவது ஆபத்துதான்.

இந்த தேவையற்ற பதட்டம் சார்ந்த எண்ணங்களை நீங்கள் காலி செய்ய வேண்டும். இதிலிருந்து விடுபட இரண்டு மந்திரங்கள் உள்ளன:

1. தற்போதைய தருணத்தில் சில முக்கியமான செயல்களில் கவனம் செலுத்த உங்களை கட்டாயப்படுத்துங்கள்.
2. தேவையற்ற, எதிர்மறை எண்ணங்களில் இருந்து விடுபட கற்றுக்கொள்ளுங்கள்.

இந்த நுட்பத்தை எளிதில் அடைய தியானம் உதவுகிறது. தியானப் பயிற்சி என்பது ஒரு மந்திரத்தில் கவனம் செலுத்துவதும் தேவையற்ற எண்ணங்களிலிருந்து விடுபடுவதும் ஆகும். நீங்கள் உட்கார்ந்து கண்களை மூடும்போது, நீங்கள் ஒரு மந்திரத்தில் கவனம் செலுத்த ஆரம்பிக்க வேண்டும். ஆனால் மனம் மற்ற எண்ணங்களுக்குச் செல்லும்போது, மந்திரத்தில் கவனம் செலுத்த நீங்கள் உணர்வுபூர்வமாக திரும்பி வர வேண்டும். இது உண்மையில் ஆன்மீக பயிற்சி என்பதை விட மனப் பயிற்சி என்பதே சரி. இந்த தியானத்தின் தொடர்ந்த மனப் பயிற்சியானது தேவையற்ற எண்ணங்களிலிருந்து விலகி, எதிலும் எளிதாக கவனம் செலுத்தும் நுட்பத்தை அடைய உதவுகிறது.

தேவையற்ற எண்ணங்களை வெறுமையாக்குவது இந்த தேவையற்ற எதிர்மறை எண்ணங்களை நீக்க பயன்படுகிறது. அவற்றை உருவாக்க அல்லது அவற்றைத் தீர்க்க வேண்டும் என்று நீங்கள் நினைக்கும் போது, அதையெல்லாம் செய்யாதீர்கள். இந்த எண்ணங்கள் உங்கள் மனதில் வரும்போதெல்லாம் அவற்றை வெறுமையாக்குங்கள். அவை வரும்போதெல்லாம் அவற்றைத் தொடர்ந்து வெறுமையாக்குவது, இந்த எண்ணங்கள் உங்கள் மனதில் இருந்து மறைந்துவிடும் ஒரு காலகட்டத்திற்கு வழிவகுக்கும்.

மனிதர்கள் ஏன் வருத்தமடைந்து சிறிது நேரம் தனியாக ஒரு அறையில் தங்களைப் பூட்டிக் கொள்கிறார்கள்?

அவர்கள் கஷ்டப் படும் போது பிறர் பார்ப்பதை விரும்பாமல் இதைச் செய்கிறார்கள். எல்லாமே அவர்களுக்கு எரிச்சலாகவே தோன்றும். உலகம் முழுவதும் அவர்களுக்கு எரிச்சலாகத் தெரிகிறது. அவர்கள் தங்கள் பிரச்சனைகளை மற்றவர்கள் தெரிந்து கொள்வதை விரும்பவில்லை. அவர்களின் மனநிலை மிகவும் மோசமாக இருப்பதால், மற்றவர்களிடம் கத்துவதைத் தவிர்ப்பதற்காக, அவர்கள் ஒரு தனி இடத்தை விரும்புகிறார்கள்.

மக்கள் மனதளவில் வலுவாக இருந்தால், அவர்கள் தனியாக சிறிது நேரம் செலவிடுவது நல்லது. ஆனால் சிலர் ஆழமான, இருண்ட ஆபத்தான எண்ணங்களுக்கு செல்கிறார்கள். ஏதாவது ஒன்றில் ஈடுபடுவது அல்லது யாரிடமாவது பேசுவது தான் சிறந்த தீர்வாகும். இதைப் பற்றி ஆழமாக சிந்திக்காமல் இருக்க இது நமக்கு உதவுகிறது. யாரோ ஒருவருடன் பழக அல்லது சில முக்கியமான செயல்களைச் செய்ய உங்களை கட்டாயப்படுத்துங்கள். காலப்போக்கில், நீங்கள் இதில் மூழ்கி, எதிர்மறையான விஷயம் நடந்ததை மறந்துவிடுவீர்கள்.

உங்களுக்கு இதுபோன்ற எண்ணங்கள் வரும்போதெல்லாம், அந்த எண்ணங்களை வெறுமையாக்குங்கள். நீங்கள் அதை வளர்த்துக் கொள்ள நினைத்தாலும், செய்யாமல் அவற்றை வெறுமையாக்குங்கள். ஒரு நல்ல தூக்கத்திற்குப் பிறகோ தியானம் செய்த பிறகோ, நீங்கள் அமைதியான மனதைப் பெறும்போது, அந்தப் பிரச்சினையைப் பற்றி சிந்தியுங்கள். அதைத் தீர்ப்பதற்கான பல்வேறு வழிகளை எழுதி வைத்து, செயல்படுத்தத் தொடங்குங்கள்.

மனச்சோர்வு என்பது ஒரு கவனிக்கப்பட வேண்டிய மருத்துவ நிலையா அல்லது கண்டுகொள்ளாமல் விட வேண்டிய தலைக்குள்ளிருக்கும் வெறும் கற்பனையா?

பொதுவாக எதிர்மறை எண்ணங்கள் கற்பனையே. இப்படிப்பட்ட எண்ணங்கள் எல்லோருக்கும் வரும். நீங்கள் ஒரு எதிர்பார்ப்பை உருவாக்கிக் கொள்ளும் போது அல்லது ஒரு குறிப்பிட்ட விஷயம் ஒரு குறிப்பிட்ட வாறு நடக்க வேண்டும் என்று நீங்கள் விரும்பினால், எதிர்மறை எண்ணங்கள் எழுகின்றன. இது ஒரு கற்பனை மட்டுமே.

ஆனால் எதிர்மறை எண்ணங்களை வளர அனுமதித்தால், அவை உங்களுக்கு கவலையையும் பயத்தையும் உருவாக்குகின்றன. இவை வளர்ந்தவுடன், அதிலிருந்து வெளிவருவது கடினமாகி அது மனச்சோர்வு என்ற இருண்ட உலகை உருவாக்குகிறது.

நேர்மறையான நிகழ்வுகள், நேர்மறை எண்ணங்கள் மற்றும் எதிர்மறை எண்ணங்களை வளர்க்காமல் இருப்பதன் மூலம் நீங்கள் மனச்சோர்விலிருந்து வெளியே வரலாம்.

மனச்சோர்வு நிலை நீண்ட காலத்திற்கு நீடிக்க அனுமதிப்பது உங்களை தீவிர மருத்துவ நிலைக்குக் கொண்டுவிடும். தேவையற்ற எதிர்மறை எண்ணங்களை வெறுமையாக்கி, அதை வளர்த்துக் கொள்ளாமல், தேவையான சில நல்ல செயல்களில் கவனம் செலுத்தினால், மனச்சோர்விலிருந்து வெளிவரலாம்.

மக்கள் தங்கள் பிறந்தநாளில் மனச்சோர்வு அடைவார்களா?

எதிர்பார்ப்புகள் உள்ளவர்கள் பிறந்தநாளில் மோசமாக பாதிக்கப்படுகிறார்கள். இப்போதெல்லாம், பிறந்தநாள் என்பது ஒரு வருடத்தில் மிக முக்கியமான நாள் என்பது போன்ற ஒரு பரபரப்பு உருவாகிறது. அதை பிரமாண்டமாக மாற்ற நிறைய பேர் உழைக்கிறார்கள். பிறந்தநாட்கள் சுயநலம் சார்ந்தவை - உங்களை மட்டுமே நோக்கி, ஒப்பிட்டுக் கொள்வதற்கும் பிரபலமடைவதற்கும் வழிவகுக்கிறது. எதிர்பார்ப்புகள் தோல்வியடையும் போது, அது மனச்சோர்வுக்கு வழிவகுக்கிறது. அது வெற்றியடையும் போது அதில் பெருமை, பின்னர் பொறாமை, ஈகோ மற்றும் கவலைக்கு வழிவகுக்கிறது.

எல்லோரும் விரும்புவார்களா, நெருங்கியவர்கள் வருவார்களா அல்லது மறந்துவிடுவார்களா என்றெல்லாம் பதட்டம் உருவாகிறது. யாராவது மறந்துவிட்டால், நாம் உணர்ச்சிவசப்பட்டு மிகவும் மோசமாக உணர்கிறோம். அதைப் பற்றிய எண்ணம் கூட நமக்கு மிகுந்த கவலையையும் மன அழுத்தத்தையும் உருவாக்குகிறது. உங்கள் உடை, ஏற்பாடுகள் குறித்து கருத்து எப்படி வருமோ, செலவு உங்களை பொருளாதார ரீதியாக பாதிக்குமோ போன்ற பிற அச்சங்களும் உள்ளன.

சிலர் ஒவ்வொரு வருடமும் கலந்துகொள்ளும் அல்லது விரும்பும் நபர்களின் எண்ணிக்கையைக் கணக்கிடுகிறார்கள். எண்கள் குறைந்துவிட்டால், அது அவர்களைப் பாதிக்கிறது, மேலும் அவர்கள் தங்கள் பிராபல்யத்தைப் பற்றியும், மக்கள் அவர்களை விரும்பாமலிருக்கத் தொடங்கி விட்டார்களோ என்றெல்லாம் கவலைப்படுகிறார்கள். உடன்பிறந்தவர் அல்லது நண்பரின் பிறந்தநாள் நமதை விட பெரிதாக கொண்டாடப்படுமா என்பது மற்றொரு கவலை. இது பொறாமைக்கு வழிவகுக்கிறது, இறுதியில் மனச்சோர்வையும் கூட ஏற்படுத்துகிறது. கடைசியில் பிறந்தநாள் ஏன் தான் வருகிறதோ, என்னதான் கொண்டாட்டமோ என்று நொந்துகூட போகிறீர்கள்.

இதற்குப் பதிலாக, மக்கள் பண்டிகைகளை பெரிய அளவில் கொண்டாடலாம், ஏனெனில் அது தனி ஒருவருக்கானதாக இல்லாமல் பலருக்கும் பொதுவான காரணத்தை கொண்டுள்ளது.

அதிக எதிர்பார்ப்பு இல்லாமல் இருங்கள். உங்கள் பிறந்தநாளுக்கு அதிக விளம்பரம் கொடுக்க வேண்டாம். கோவில், தேவாலயம் அல்லது மசூதிக்கு சென்று பிரார்த்தனை செய்யுங்கள். பொருளாதார ரீதியாக பாதிக்கப்பட்டவர்கள், அனாதை இல்லங்கள் அல்லது பல

விஷயங்களை இழந்த மக்களுக்கு ஏதாவது சேவை செய்யுங்கள். இது அளவற்ற திருப்தியை அளிக்கிறது. ஒவ்வொரு முறையும் மக்கள் உங்களை மறக்காமல் வாழ்த்துவார்கள் என்று எதிர்பார்க்காதீர்கள். அது உங்களுக்குள் கவலையை உருவாக்குகிறது. அவர்கள் உங்களை நினைவில் வைத்து விரும்பினால், அது பரவாயில்லை, இல்லையெனில் அதை கருணையுடன் ஏற்றுக்கொள்ளுங்கள்.

நான் ஏன் திடீரென்று வாழ்க்கையில் ஊக்கமில்லாமல் உணர்கிறேன்?

எதுவுமே நன்றாக, மகிழ்ச்சியாக இல்லை. பொறுப்புகளைப் பற்றி நான் எவ்வளவு அதிகமாக நினைக்கிறேனோ, அவ்வளவு அழுத்தமாகவும், கனமாகவும், இருண்டும் உணர்கிறேன்.

நீங்கள் சிக்கலில் இருக்கும்போது அல்லது நீங்கள் மனச்சோர்வடைந்த மனநிலையில் இருக்கும்போது, பல எதிர்மறை எண்ணங்கள் சேரும் என்பதை நீங்கள் எப்போதாவது உணர்ந்திருக்கிறீர்களா? நீங்கள் நிறைய சிக்கல் சார்ந்த எண்ணங்களைச் சேர்த்துக் கொண்டு, இறுதியில் முற்றிலும் உடைந்து விட்டது போல உணருவீர்கள். அப்படி விட்டால், அது ஆபத்தாக மாறிவிடும். பின்னர் அதிலிருந்து வெளிவருவது மிகவும் கடினம். அதை நிறுத்த நீங்கள் மருத்துவ சிகிச்சையை நாட வேண்டி வரும்.

மனம் ஒரு உடல் போன்றது. உங்களுக்கு உடல் உறுப்புகளில் நோய் ஏற்பட்டால், சில சிகிச்சைகள் மூலம் அதை நிறுத்தாவிட்டால், அது ஆபத்தான ஒன்றாக வளரும். இப்படி மனச்சோர்வடைந்த சூழ்நிலையில் இருக்கும்போது, நேர்மறையான சூழ்நிலைகளில் கூட எதிர்மறையான விஷயங்களை மட்டுமே பார்க்கத் தொடங்குவீர்கள்.

இதைப் போக்க, இசை கேட்பது, நண்பர்களுடன் பேசுவது, ஏதாவது விளையாட்டு விளையாடுவது, புத்தகம் படிப்பது, நல்ல ஊக்கமளிக்கும் திரைப்படம் பார்ப்பது, உங்களுக்குப் பிடித்த நட்சத்திரங்களின் திரைப்படம் பார்ப்பது, ஜாகிங் செய்வது, கடற்கரைக்குச் செல்வது போன்ற உங்களுக்குப் பிடித்த அல்லது ஆர்வமுள்ள ஏதாவது ஒன்றைச் செய்யத் தொடங்குங்கள். உங்களுக்கு ஆர்வமாக உள்ளதைத் தேர்ந்தெடுக்கவும். அதில் கவனம் செலுத்த உங்களை கட்டாயப்படுத்துங்கள். இது நேர விரயம் என்று உங்கள் மனம் நினைக்கலாம். இருக்கும் பிரச்சனைகளை தீர்த்துவிட்டு இதையெல்லாம் செய்யலாம் என்றும் சொல்லும். அப்படி எதுவும் இல்லை. நிகழ்காலத்தில் கவனம் செலுத்துவதன் மூலம் நூற்றுக்கணக்கான பிரச்சனைகள் இருந்தாலும் மகிழ்ச்சியாக இருக்க முடியும்.

நீங்கள் எதிலாவது கவனம் செலுத்த ஆரம்பித்தால், இந்த எதிர்மறை எண்ணங்கள் உங்களுக்கு வராது. இதற்கிடையில், இந்த எதிர்மறை எண்ணங்கள் உங்களுக்கு வரும்போது, அதை வெறுமையாக்குங்கள். நீங்கள் அதை உருவாக்க அல்லது தீர்க்க விரும்பினால், அதை எல்லாம் செய்ய வேண்டாம். அவை வரும்போதெல்லாம் அவற்றைத் தொடர்ந்து வெறுமையாக்குவது இந்த எண்ணங்கள் உங்கள் மனதில் இருந்து

மறைந்துவிடும் ஒரு காலகட்டத்திற்கு வழிவகுக்கும். இந்த நுட்பத்தை எளிதில் அடைய தியானம் உதவுகிறது. தியானத்தின் பயிற்சி என்பது ஒரு மந்திரத்தில் கவனம் செலுத்துவதும் தேவையற்ற எண்ணங்களிலிருந்து விடுபடுவதும் ஆகும். தியானத்தின் தொடர்ச்சியான பயிற்சி இந்த நுட்பத்தை எளிதாக அடைய உதவுகிறது.

உங்களால் இதைச் செய்ய முடிந்தவுடன், நீங்கள் எதைச் செய்யத் திட்டமிட்டாலும் அதை நேர்மறையாகக் காட்சிப்படுத்தத் தொடங்குங்கள். கண்களை மூடிக்கொண்டு 5 முதல் 10 நிமிடங்கள் வரை செலவிடுங்கள். நீங்கள் திட்டமிட்டதைச் சாதிப்பதற்கான சாத்தியக்கூறுகளையும் வாய்ப்புகளையும் இது உருவாக்கும். நேர்மறை எண்ணத்துடன் நட்பு வட்டத்தை உருவாக்குங்கள், நீங்கள் 100 சதவீதம் நேர்மறையாக மாறுவீர்கள். உங்கள் இலக்கை எவ்வாறு அடைவது என்பதைத் திட்டமிட்டு எழுதுங்கள். அதைச் செய்யத் தொடங்கி, குறிப்பிட்ட நாளில் நீங்கள் எதைத் திட்டமிட்டாலும் அது நிறைவேறியதா என்பதை உறுதிப்படுத்திக் கொள்ளுங்கள். இவை அனைத்தையும் கொண்டு, நீங்கள் 100 சதவீதம் நேர்மறையாக மாறி மகிழ்ச்சி அடைவீர்கள்.

தேக்கம் அடைந்து நின்று போன நிலையிலிருந்து நான் எவ்வாறு என்னை மீட்டு ஊக்கப்படுத்திக் கொள்வது? சில நேரங்களில், நான் ஒரு சுழற்சியாக மனச்சோர்வுகளை அடைகிறேன். எளிமையான பணிகளைச் செய்வதே எனக்கு கடினமாகி விடுகிறது, மேலும் நான் சிக்கிக்கொண்டதாக உணர்கிறேன்.

இது பெரும்பாலான மக்களுக்கு நடக்கிறது. அவர்கள் 10 நாட்களுக்கு நேர்மறையான விஷயங்கள் நடந்தால், திடீரென்று அவர்கள் மிகவும் வலுவாகவும் ஆற்றலுடனும் உணர்கிறார்கள். அவர்கள் ஒரு ராஜா போல உணர்கிறார்கள். சுற்றியிருப்பவர்களின் பாராட்டுக்களை பெற்று அனுபவித்து தன்னம்பிக்கை நிலை அவர்களுக்கு ஒன்றுமே ஆகாது என்று தோன்றச் செய்கிறது. ஆனால் திடீரென்று, ஏதோ ஒன்று எதிர்பார்ப்புகளுக்கு எதிராகச் சென்று, அவர்கள் போக்கில் சந்தேகம் வந்து, அவர்களின் தன்னம்பிக்கையை அசைக்கிறது. இது ஒரு பயம் மற்றும் பதட்டம் சார்ந்த விஷயமாக உருவாகிறது. அவர்கள் உடனடியாக அதிலிருந்து வெளியே வரவில்லை என்றால், அது அவர்களை மிகவும் மனச்சோர்வு நிலைக்கு கொண்டு போகும். மீண்டும், ஒரு பெரிய நேர்மறையான சூழ்நிலைக்குப் பிறகு, அவர்கள் மகிழ்ச்சியாகிறார்கள். ஆனால் எதிர்காலத்தில் ஏற்படக்கூடிய எதிர்மறையான நிகழ்வுகளைப் பற்றிய ஒரு கவலை மனதில் பயத்தை ஏற்படுத்தும். இந்த விஷயங்கள் கிட்டத்தட்ட அனைவருக்கும் நடக்கும்.

எனவே, ஒரு நேர்மறையான விஷயம் நடக்கும்போதெல்லாம், உங்கள் மனதை அமைதிப்படுத்துங்கள். நேர்மறை நிகழ்வுகளால் உற்சாகமடைய வேண்டாம். முழு உலகமும் பாராட்டினாலும், அதை உங்கள் தலையில் எடுத்துக் கொள்ளாதீர்கள். அமைதியாக இருந்து நேர்மறையாக நடக்கும் அனைத்தையும் எல்லாம் வல்ல இறைவனுக்கு அர்ப்பணிக்கவும். இந்த மனநிலையை நீங்கள் வளர்த்துக் கொண்டால், எதிர்மறையான நிகழ்வுகளின் போதும் நீங்கள் அமைதியாக இருக்க முடியும். இது மகிழ்ச்சியையும் துன்பத்தையும் சமநிலைப்படுத்துதல் என்று அழைக்கப்படுகிறது.

எனது அடையாளம், ஆளுமை, உணர்ச்சிகள் மற்றும் போக வேண்டிய திசையை இழந்துவிட்டதாக உணரும்போது நான் எப்படிச் செல்வது?

கடந்த காலத்தை சுமந்தால், மகிழ்ச்சியாக வாழ முடியாது. எல்லாவற்றையும் பெற்றிருந்தாலும், கடந்து போன ஒரு சம்பவத்தைப் பற்றி கவலைப்படுபவர்களும் வருத்தப்படுபவர்களும் இருக்கிறார்கள். எனவே, நீங்கள் மட்டும் இப்படி நினைக்கவில்லை. உங்களைப் போல் நிறைய பேர் இருக்கிறார்கள். ஆனால் உண்மை என்னவென்றால், நீங்கள் ஒரு அழகான வாழ்க்கையை வாழத் தயாராக இருந்தால், அது எந்த நேரத்திலும் சாத்தியமாகும்.

ஒரு பயங்கரமான கடந்த காலம் இருந்தாலும், நீங்கள் மறந்துவிட்டு அழகான நிகழ்காலத்தையும் எதிர்காலத்தையும் தொடங்கலாம். இது முழுக்க மனதைப் பற்றியது. முழுக்க முழுக்க வெற்றி பெற்றவர்களும், நிகழ்காலம் மற்றும் எதிர்காலத்தைப் பற்றி கவலைப் படுகிறார்கள். அப்போது, இது வரைக்கும் கிடைத்த வெற்றி எல்லாம் இருந்து என்ன பயன்?

நீங்கள் வாழ்வதற்கான மனநிலைக்குத் தயாராகிவிட்டால், தற்போதைய தருணத்தில் கவனம் செலுத்தி, கடந்த காலத்தின் எதிர்மறைகளை மறந்து, வருத்தமில்லாத மனதை வளர்த்துக் கொண்டால், நீங்கள் இந்த பூமியில் மிக மகிழ்ச்சியான நபராக இருப்பீர்கள்.

என் பெற்றோரிடம், நான் செய்ய விரும்பாத ஒன்றை சொல்ல முடியாததால் நான் மனச்சோர்வடைந்துள்ளேன். அவர்கள் என்னை கைவிட்டால் என்ன செய்வது? இதை நான் எப்படி அவர்களிடம் சொல்லி அவர்களின் மனதை புண்படுத்தாமல் இருக்க முடியும்?

இது மிகவும் சரியானது, நெறிமுறையானது என்று நீங்கள் உணர்ந்தால், அதைச் செய்யாவிட்டால் உங்கள் மனதைத் தொந்தரவு செய்யும் என்றால் அதை நீங்கள் உறுதியாகச் சொல்லலாம். சரியான நேரத்தில் சொல்லவோ, செயல்படவோ இல்லாததால் நாம் வாழ்க்கையில் பல விஷயங்களுக்கு வருந்துகிறோம். நாம் இதையெல்லாம் நினைக்கிறோம்:

1. மற்றவர்கள் என்னைப் பற்றி என்ன நினைப்பார்கள்
2. மற்றவர்களிடமிருந்து எதிர்மறையான எதிர்வினை வந்தால் என்ன செய்வது?

நாம் அன்றாட வாழ்க்கையில் விஷயங்களைப் பேசலாம், விவாதிக்கலாம். ஆனால் திடீரென்று சில வித்தியாசமான, அசாதாரணமான விஷயங்களைப் பற்றி

பேச சங்கடமாக உணர்கிறோம். பிறர் நம்மைப் பற்றித் தவறாக நினைப்பார்களா அல்லது பிறர் மனதில் நம் கண்ணியம் தாழ்ந்து விடுமா என்று எண்ணுகிறோம். இதனால் தான் இது போன்ற விஷயங்களை வெளிப்படுத்த நாம் தயங்குகிறோம். ஆனால் மன அழுத்தம் அதிகரித்து, ஒரு கட்டத்தில், நீங்கள் வெடிக்கும்படி ஆகிவிடும். சில நேரங்களில், விஷயங்கள் முடிந்த பிறகு அது தவறான நேரத்தில் நிகழலாம். காலம் தாழ்ந்து தெரிந்தோ தெரியாமலோ வெடிப்பது, உறவுகளுக்கு தீங்கு விளைவிக்கும். கவனம் செலுத்தப்படும், பேசப்படும் மற்றும் விமர்சிக்கப்படும் என்பதால் அதை வெளிப்படையாகச் சொல்வதை நாம் தவிர்க்கிறோம்,

உண்மையில், அது சரியான நேரத்தில் வெளிப்படுத்தப்பட்டால், மக்கள் அதைப் புரிந்துகொண்டு பாராட்டுவார்கள். சிலர் கொஞ்ச நேரம் அதிர்ச்சியில் இருப்பார்கள். பிறகு, அதை ஏற்றுக் கொள்கிறார்கள். கொஞ்ச காலம் கழித்து, நீங்கள் நினைக்கும் அளவு கவனம் செலுத்தப்படாது. அவர்கள் அதை ஏற்றுக்கொண்டு, உங்களுக்கு சரியானதைச் செய்து, அடுத்த விஷயத்திற்குச் சென்று விடுகிறார்கள். இதில் மிகப் பெரிய நேர்மறை விஷயம் என்னவென்றால், முடிவுகளைப் பொருட்படுத்தாமல் உங்கள் மனம் திருப்தியடையும், எந்த வருத்தமும் இருக்காது.

என்னை திசை திருப்பயாரும் இல்லாத போது நான் மனச்சோர்வடைகிறேன். இது மனச்சோர்வா அல்லது என் மனம் தரும் குழப்பமா?

தேவையான விஷயங்களுக்கு உங்களை ஆக்கிரமித்து வைத்திருக்கும் நபர்களுடன் இருக்க முயற்சி செய்யுங்கள். ஆனால் எதிர்மறையான தேவையற்ற விஷயங்களில் உங்களை ஆக்கிரமிப்பவர்கள் உள்ளனர். அவர்களைத் தவிர்க்கவும். உங்கள் மனம் நல்ல விஷயங்களில் ஈடுபடுவது நல்லது.

உங்கள் பிரச்சனை மனச்சோர்வு அல்ல. நீங்கள் மனதை அதன் சொந்த வழியில் அனுமதிக்கிறீர்கள். இது சில சமயங்களில் தேவையற்ற, பயம் சார்ந்த, பதட்டம் சார்ந்த எண்ணங்களுக்கு பயணிக்கிறது. மற்ற நேரங்களில், உங்கள் சாதனைகள், நேர்மறை எண்ணங்கள், மற்றவர்களின் பாராட்டுகள் ஆகியவற்றிற்கு பயணிக்கிறது. நீங்கள் நீண்ட காலமாக இந்த நேர்மறையான எண்ணங்களில் இருந்தால், அது உங்களை அது தொடர்பான எதிர்மறை எண்ணங்களுக்கு அழைத்துச் செல்லும். இறுதியில், நீங்கள் சோகமாகவும் மனச்சோர்வுடனும் ஆகிவிடுவீர்கள். மனதை அதன் சொந்த வழியில் அனுமதிப்பதால் ஏற்படும் விளைவு இந்த மனச்சோர்வுக்கு வழிவகுக்கிறது.

உங்கள் எண்ணங்களை நீங்கள் கட்டுப்படுத்த வேண்டும். இதைப் போக்க இரண்டு மந்திரங்கள் உள்ளன.

1. தற்போதைய தருணத்தில் சில முக்கியமான செயல்களில் கவனம் செலுத்த உங்களை கட்டாயப்படுத்துங்கள்.
2. தேவையற்ற, எதிர்மறை எண்ணங்களில் இருந்து விடுபட கற்றுக்கொள்ளுங்கள்.

இந்த நுட்பத்தை எளிதில் அடைய தியானம் உதவுகிறது. தியானத்தின் பயிற்சி என்பது ஒரு மந்திரத்தில் கவனம் செலுத்துவதும் தேவையற்ற எண்ணங்களிலிருந்து விடுபடுவதும் ஆகும். நீங்கள் உட்கார்ந்து கண்களை மூடும்போது, நீங்கள் ஒரு மந்திரத்தில் கவனம் செலுத்த ஆரம்பிக்க வேண்டும். மனம் எண்ணங்களுக்குச் செல்லும்போது, மந்திரத்தின் மீது கவனம் செலுத்த நீங்கள் உணர்வுடன் திரும்பி வர வேண்டும். இது உண்மையில் ஆன்மீக பயிற்சியை விட மனப் பயிற்சியாகும். தியானத்தின் தொடர்ச்சியான மனப் பயிற்சியானது தேவையற்ற எண்ணங்களிலிருந்து விடுபடுவதற்கான நுட்பத்தை அடைய உதவுகிறது மற்றும் எளிதாக ஏதாவது ஒன்றில் கவனம் செலுத்த உதவுகிறது.

தேவையற்ற எண்ணங்களை வெறுமையாக்குவது இந்த எதிர்மறை எண்ணங்களை நீக்க பயன்படுகிறது. அவற்றை உருவாக்க அல்லது அவற்றைத் தீர்க்க வேண்டும் என்று நீங்கள் நினைக்கும் போது, அதையெல்லாம் செய்யாதீர்கள். இந்த எண்ணங்கள் உங்கள் மனதில் வரும்போதெல்லாம் அவற்றை வெறுமையாக்குங்கள். அவை வரும்போதெல்லாம் அவற்றை தொடர்ச்சியாக வெறுமையாக்குவது, இந்த எண்ணங்கள் உங்கள் மனதில் இருந்து மறைந்துவிடும் ஒரு காலகட்டத்திற்கு வழிவகுக்கும்.

எனது NEET தேர்வு மதிப்பெண்கள் குறைவாக இருந்ததால் நான் முற்றிலும் மனச்சோர்வடைந்துள்ளேன். தற்போது நான் எதையும் படிக்கவில்லை. எனது பெற்றோரும் எனது குடும்பத்தின் மற்ற உறுப்பினர்களும் என்னை பயனற்றவர் என்றும் எதற்கும் லாயக்கு இல்லை என்றும் சொல்கின்றனர். நான் என்ன செய்வது?

எதிர்வினையாற்றாத இயல்பில் இருக்கும் மனோபாவத்தை நீங்கள் வளர்த்துக் கொண்டால், அத்தகைய சூழ்நிலையில் வாழ்வது எளிது. சுவாசத்தை அடிப்படையாகக் கொண்ட கிரியாக்கள், வழக்கமான தியானப் பயிற்சி இவற்றின் மூலம் பக்குவப்படும் அமைதியான, உணர்ந்த மனம், தேவையற்ற கருத்துக்களுக்கு உங்களை எதிர்வினையாற்றாமல் செய்ய முடியும். எதிர்வினையாற்றாத இயல்பைப் பெற இதைச் செய்ய முயற்சிக்கவும், இது உங்கள் வாழ்க்கையை முழுவதும் அமைதியானதாக மாற்றும்.

நீங்கள் அதைச் செய்யாததால், இதை முயற்சி செய்யலாம். உங்களை வற்புறுத்த வேண்டாம் என்றும், "பயனில்லாதது எதற்கும் லாயக்கில்லை" எனச் சொல்லாதீர்கள் என்றும் உங்கள் பெற்றோரிடம் கேட்டுக் கொள்ளுங்கள். அந்த உரிச்சொற்களைப் பயன்படுத்த வேண்டாம் என்று மிகக் கடுமையாகச் சொல்லுங்கள். இதை அவர்களிடம் சொல்வதில் தவறில்லை. இதை அவர்களிடம் சொல்வதை சங்கடமாக உணர வேண்டாம், ஏனெனில் இது உங்களையும் பாதிக்கிறது, அவர்களையும் பாதிக்கிறது. இதுபோன்ற விஷயங்களை பெரியவர்களிடம் எப்படிச் சொல்லலாம் என்று பலர் நினைக்கிறார்கள். பெரியவர்கள் தவறு செய்தால், அதை சுட்டிக்காட்டுவதில் தவறில்லை. அவர்களிடம் பணிவாகச் சொல்லுங்கள், அவர்கள் அதைக் கேட்கவில்லை என்றால், அவர்களிடம் கடுமையாகச் சொல்லுங்கள். இதைச் செய்த பிறகு, அப்படி சொல்வதற்கு முன் அவர்கள் இருமுறை யோசிப்பார்கள்.

இதற்கிடையில், நீங்கள் கடந்த காலத்தை மறந்துவிட வேண்டும். நிகழ்காலத்தில் கவனம் செலுத்துங்கள். உங்கள் படிப்பைத் திட்டமிடுங்கள். படிக்க வேண்டியவை எல்லாவற்றையும் எடுத்து, காலத்தில் பிரிக்கவும். திட்டமிட்டுப் படித்தால், மிகக் குறைந்த மணிநேரங்களை மட்டுமே படிப்பதற்காகச் செலவிட்டால் போதும். மீதமுள்ள நேரத்தை நீங்கள் நல்ல குடும்ப நேரம், இசை கேட்பது, விளையாட்டு விளையாடுவது மற்றும் உங்கள் நண்பர்களுடன் நல்ல நேரத்தை செலவிடுவதற்கு பயன்படுத்தலாம். வாழ்க்கை சமநிலையில் இருக்க வேண்டும். எப்பொழுதும் படித்துக் கொண்டே இருக்கக் கூடாது. ஏனென்றால் எந்தச் செயலையும் அதிகமாகச்

செய்தால் அலுத்துவிடும். எனவே தினமும் படிப்பதற்கு ஒரு அளவைத் திட்டமிடுங்கள். சிறிது நேரம் ஒதுக்கி 2 முதல் 4 மணி நேரம் என்று சொல்லிப் படிக்கத் தொடங்குங்கள். கவனம் முக்கியம்.

கடந்த காலத்தை முழுவதுமாக மறந்து விடுங்கள். கடந்த கால எதிர்மறை எண்ணங்கள் வரும்போதெல்லாம் அதை வெறுமையாக்கி விடுங்கள். நீங்கள் அதை உருவாக்க அல்லது தீர்க்க விரும்பினால், அதை எல்லாம் செய்ய வேண்டாம். அவை வரும்போதெல்லாம் அவற்றைத் தொடர்ந்து வெறுமையாக்குவது இந்த எண்ணங்கள் உங்கள் மனதில் இருந்து விலகிச் செல்லும் ஒரு கட்டத்திற்கு வழிவகுக்கும். தியானம் நீங்கள் கவனம் செலுத்தவும் தேவையற்ற எண்ணங்களிலிருந்து விடுபடவும் உதவுகிறது. தியானத்தின் பயிற்சி என்பது ஒரு மந்திரத்தில் கவனம் செலுத்துவதும் தேவையற்ற எண்ணங்களிலிருந்து விடுபடுவதும் ஆகும். எனவே, மனதை ஒருமுகப்படுத்தவும் தேவையற்ற எண்ணங்களில் இருந்து விடுபடவும் இந்த மனப் பயிற்சி உதவுகிறது.

எப்பொழுதும் திட்டமிட்டு உங்கள் உண்மையான முயற்சிகளை ஒரு ஒழுக்கமாகச் செய்யுங்கள். பெரும்பாலும் விஷயங்கள் நடந்துவிடும். அது நடக்கவில்லை என்றால், ஏற்றுக்கொள்ளுங்கள். எந்தவொரு பிரச்சனைக்கும், கவலைக்கும் ஏற்றுக் கொள்வது சிறந்த தீர்வாகும். நீங்கள் உங்கள் முயற்சியில் ஈடுபடும்போது, நீங்கள் நினைத்தபடி விஷயங்கள் நடக்கவில்லை என்றாலும், உங்களுக்கு குற்ற உணர்வு இருக்காது. ஆனால் கர்மாவினைப் படி விஷயங்கள் எங்காவது செயல்பட்டு நீங்கள் வெற்றியடைவீர்கள்.

நான் தனியாக இருக்கும் போது மழையைப் பார்த்துக் கொண்டிருக்கும் போதெல்லாம் நான் ஏன் இங்கே இருக்கிறேன், வாழ்க்கை என்பது என்ன போன்றவற்றைக் கேட்க ஆரம்பிக்கிறேன். என் கண்கள் கண்ணீரால் நிரப்பப்படுகின்றன. நான் ஏன் இப்படி உணர்கிறேன்?

மிகவும் வெற்றிகரமான மனிதர்கள் கூட சில சமயங்களில் இதை எதிர்கொள்கின்றனர், இருப்பினும் அவர்கள் வாழ்க்கையை அழகாக வாழ சரியான மன நிலையைக் கண்டறிந்துள்ளனர். வாழ்க்கை சொர்க்கமாக இருந்தாலும், இங்கு நிரந்தரமாக வாழ வேண்டும் என்ற மனநிலை நமக்கு வரலாம். வருடங்கள் கடந்து, வயதாகும்போது, மரண பயமும் இவ்வுலகை விட்டுப் போக வேண்டுமே என்ற பயமும் ஏற்பட்டு கவலை கொள்ளத் தொடங்குகிறோம். நீங்கள் மனதை நிறைய யோசிக்க அனுமதித்தால், அது தொடர்ந்த பயம் மற்றும் பதட்டம் போன்ற மனம் தொடர்பான பிரச்சினைகளாக உருவாகும்.

நீங்கள் ஒரு நல்ல வாழ்க்கையைப் பெற்று மகிழ்ச்சியாக இருப்பது அதிர்ஷ்டம், ஆனால் பலர் துன்பப்படுகிறார்கள், அவர்கள் சில கடமைகளைச் செய்துவிட்டு இந்த பயங்கரமான உலகத்தை விட்டு வெளியேற விரும்புகிறார்கள். உங்களுக்குக் கொடுக்கப்பட்ட அல்லது ஆசீர்வாதமாக தரப்பட்டவைக்காக மனநிறைவுடனும் எல்லாம் வல்ல இறைவனுக்கு நன்றியுடனும் இருங்கள். இந்த உணர்தல்கள் உங்களை இந்த குழப்பமான மனநிலையிலிருந்து வெளியே வரச் செய்யும்.

சில நேரங்களில், நீங்கள் இயற்கையுடன் இருக்க வேண்டும், பல இடங்களுக்கு பயணம் செய்ய வேண்டும், மற்றவர்களால் கட்டுப்படுத்தப்படாமல் இருக்க வேண்டும், உணர்ச்சிகள், இணைப்புகள் போன்றவற்றிலிருந்து விலகி இருக்க வேண்டும் என்றெல்லாம் விரும்புகிறீர்கள். இது ஒரு காரணமாக இருக்கலாம். மனம் எப்பொழுதும் இழந்ததையே விரும்புகிறது என்பதை உணருங்கள். நீங்கள் குடும்பங்கள், இணைப்புகள் மற்றும் உணர்ச்சிகளுடன் இருந்தால், நீங்கள் அதிலிருந்து விலகி இருக்க விரும்புகிறீர்கள், ஆனால் நீங்கள் ஆன்மீக வாழ்க்கையை நடத்தும்போதோ, குடும்பம், இணைப்புகளிலிருந்து விலகி வாழும்போதோ, அவர்களுடன் தொடர்பு கொண்டு கொண்டாடி மகிழ விரும்புவீர்கள். வாழ்க்கை என்பது இதுதான். மனம் எப்போதும் எதை இழக்கிறதோ அதையே விரும்புகிறது.

கட்டுப்பாடான, அமைதியான, கலக்கமில்லாத மனம் இருந்தால், நீங்கள் எங்கு வேண்டுமானாலும் வாழலாம். மனிதர்களுடனும் உணர்ச்சிகளுடனும் வாழ்வதே மனித வாழ்வின் சாராம்சம். இது அவர்களுடன் இணைந்து வாழும் போதே, அமைதியான மற்றும்

குழப்பமில்லாத மனதை வளர்ப்பது. தியானப் பயிற்சியின் மூலம் இது சாத்தியமாகும்.

மற்றவர்களுக்கு உதவுவதில் ஈடுபடுங்கள். மற்றவர்களுக்காக உதவுவது, வாழ்வது போல வேறு எதுவும் மனிதர்களை திருப்திப்படுத்தாது. அதைச் செய்தால் அர்த்தமுள்ள வாழ்க்கை அமையும். சில லட்சியங்களைத் திட்டமிட்டு அதை நோக்கிச் செயல்படுங்கள். நம் மனம் சும்மா இருக்கும் போது இந்த மாதிரியான எண்ணங்கள் நமக்கு வரும். சில வேலைகளில் உங்களை ஈடுபடுத்திக் கொள்ளுங்கள், இதுபோன்ற எண்ணங்கள் உங்களுக்கு ஒருபோதும் வராது.

கோபம், பயம், குற்ற உணர்வு, பொறாமை, தனிமை மற்றும் துக்கத்தை எதிர்கொள்வது

என் கோபம் ஏன் அவ்வளவு எளிதில் தூண்டப்படுகிறது?

இது எல்லாம் முன்னரே கட்டமைத்துக் கொண்ட சிந்தனை. நீங்கள் சில விஷயங்களைப் பற்றி அல்லது ஒரு குறிப்பிட்ட நபரைப் பற்றி ஒரு குறிப்பிட்ட மனநிலையோடு யோசித்திருக்கலாம். இது உங்கள் எதிர்பார்ப்பு சார்ந்தது.

சில விஷயங்கள் நடக்கக்கூடாது அல்லது சில வார்த்தைகளை சொல்லப்படக் கூடாது என்று உங்கள் மனதில் முடிவு செய்து கொண்டிருக்கலாம். இவை நீங்கள் விரும்பாத விஷயங்கள். ஆனால் அது நடந்தால், நீங்கள் கோபத்தால் தூண்டப்படுவீர்கள். அதே போல, நீங்கள் ஒரு குறிப்பிட்ட வழியில்தான் நடக்க வேண்டும் என்று நினைக்கும் சில விஷயங்கள் உள்ளன. அந்த எதிர்பார்ப்புகள் தோல்வியடையும் போது, ஏதேனும் சிறிய எதிர்மறை விஷயங்கள் அல்லது தொடர்பில்லாத நிகழ்வுகள் கோபத்தைத் தூண்டும்.

இவை அனைத்தும் சில விஷயங்களைப் பற்றிய அல்லது சிலரைப் பற்றிய உங்கள் எண்ணத்துடன் தொடர்புடையது. நீங்கள் அதைப் பற்றி ஆழமாக சிந்தித்து, அதை வளர்த்து, உங்கள் மனதில் வைத்துக் கொள்கிறீர்கள். இது உங்கள் எண்ணங்களில் வெடிப்பதற்குத் தயாரான வெடிகுண்டை வைத்திருப்பது போன்றது. அந்த வெடிகுண்டை செயலிழக்கச் செய்வதும் எண்ணங்களால்தான் செய்யப்பட வேண்டும்.

உங்கள் கோபத்தைத் தணிக்க சில உணர்தல்கள் உள்ளன:

1. மக்களின் மீது, அவர்கள் சூழ்நிலைகளின் மீது பச்சாதாபம் காட்டுவது உங்கள் கோபத்தைக் குறைக்கும். அவர்கள் ஏன் அதைச் செய்கிறார்கள் மற்றும் இதைச் செய்ய அவர்களைத் தூண்டியது என்ன என்பதைப் பற்றிய பகுப்பாய்விற்கு இது செல்கிறது. ஒருவர் நமக்கு கோபம் வரவழைக்கும் ஒரு செயலைச் செய்யக் காரணம் அவரது சுயநலமும், வெறுப்பும்தான் என்று மக்கள் நினைக்கிறார்கள். ஆனால் ஆழமாகச் சென்று அவர்கள் ஏன் இதைச் செய்கிறார்கள், அவர்கள் இதைச் செய்யக் காரணமான சந்தர்ப்பங்களும், சூழ்நிலைகளும் என்ன என்று பார்க்கும் போது அந்தக் கோபம் குறையும்.
2. அந்த நபரின் நேர்மறைகள் அல்லது அந்த நபர் உங்களுக்காக செய்த நல்ல விஷயங்களைப் பற்றி சிந்தியுங்கள். இதனால் கோபத்தை குறைக்கலாம்.
3. கோபத்திற்கு வழிவகுக்கும் எண்ணங்களை, தொடர்ச்சியாக, அவை வரும்போதெல்லாம் வெறுமையாக்குவது, இந்த எண்ணங்கள் உங்கள் மனதில் இருந்து மறைந்துபோகும் காலகட்டத்திற்கு வழிவகுக்கும்.

நீங்கள் இதை உணர்ந்து இதையெல்லாம் செய்தால், நீங்கள் ஒருபோதும் கோபத்தால் தூண்டப்பட மாட்டீர்கள்.

சில கடந்த கால நிகழ்வுகளைப் பற்றி நான் நினைக்கும் போது கோபம், ஆத்திரம், குற்ற உணர்வு மற்றும் காயம் எப்போதும் என் மனதில் இருக்கிறது. நான் எப்படி மறந்து முன்செல்வது?

கடந்த காலத்தை நினைத்து எதுவும் நடக்கப் போவதில்லை. சில நினைவுகள் கோபத்தையும் குற்ற உணர்வையும் ஏற்படுத்துகின்றன. நீங்கள் ஏதாவது ஒரு போட்டியிலோ, பந்தயத்திலோ வெற்றியின் நுனியில் இருந்து வென்றிருக்கலாம் என நினைக்கிறீர்கள். குறிப்பிட்ட வாறு கையாண்டிருந்தால் ஒருவரின் காதலை வென்றிருக்கலாம் என உங்கள் மனது நினைக்கிறது. இப்போது இருக்கும் குற்ற உணர்விலிருந்து விடுபட மிக எளிய விஷயங்களைத் தவிர்த்திருக்கலாம் என்று நினைக்கிறீர்கள். நீங்கள் ஒரு குறிப்பிட்ட எளிய வழியில் நகர்ந்திருந்தால் நீங்கள் ஒருவருடன் நெருக்கமாகி இருக்கலாம் என்று நினைக்கிறீர்கள். ஒரு சிறிய நடத்தை மாற்றத்தின் மூலம் உங்களை புண்படுத்தும் சில கருத்துக்களை நீங்கள் தவிர்த்திருக்கலாம் என்று நினைக்கிறீர்கள். இப்போது, உங்கள் நடத்தை, அணுகுமுறை, சரிசெய்தல் ஆகிய எல்லாவற்றையும் ஒரு சிறு இழையில் தவறவிட்டது போல் தோன்றும். உங்களுக்கு அதில் அனுபவம் இருந்ததால் எல்லாம் இப்போது எளிதாகத் தெரிகிறது. அனுபவம் உங்களுக்கு எளிய தீர்வுகளை வழங்குகிறது மற்றும் அதை மிகவும் எளிதாகத் தெரிய வைக்கிறது.

ஆனால் அதை மாற்ற நீங்கள் ஏதாவது செய்ய முடியுமா? உங்கள் அணுகுமுறை அல்லது மன்னிப்பு மூலம் உறவைப் புதுப்பிக்க வாய்ப்பு இருந்தால், நீங்கள் எப்போதும் அதைச் செய்யலாம். உங்கள் குணத்தை மாற்றிய ஆழமான உணர்தல் எதிர்கால உறவுகளிலும் செயல்களிலும் உங்களுக்கு உதவக்கூடும். ஆனால் முன்பு நடந்ததை மாற்ற முடியாது என்பதை நீங்கள் உணர வேண்டும்.

கடந்த காலத்துடன் தொடர்புடைய எண்ணங்கள் உங்களை கோபத்தடனும், குற்ற உணர்வுடனும் வைத்து காயப்படுத்தவும் செய்கின்றன. நீங்கள் இந்த எண்ணங்களைத் தவிர்த்தால், அது தொடர்பான இந்த உணர்ச்சிகளை நீங்கள் பெற மாட்டீர்கள். முடிந்த போதெல்லாம் அந்த எண்ணங்களை மனதில் இருந்து நீக்குங்கள். அந்த எண்ணங்கள் உங்கள் மனதில் வரும்போதெல்லாம் அவற்றை வெறுமையாக்குங்கள். அவை வரும்போதெல்லாம் அவற்றைத் தொடர்ந்து வெறுமையாக்குவது இந்த எண்ணங்கள் உங்கள் மனதில் இருந்து மறைந்துவிடும் ஒரு காலகட்டத்திற்கு வழிவகுக்கும்.

நான் ஏன் கோபத்தைத் தவிர வேறு எதையும் உணர்வதில்லை? இது வெறுமனே என்னை பைத்தியமாக்குகிறது. நான் வேறொன்றை உணர விரும்புகிறேன்.

பொதுவாக, கோபத்தை உண்டாக்கிய விஷயத்தை எவ்வளவு ஆழமாகப் பார்க்கிறீர்களோ, அவ்வளவு அதிகமாக அதிலிருந்து வெளிவர முடியாது. ஒரு குறிப்பிட்ட சிந்தனையில் அதிக நேரம் இருப்பது உங்களை பைத்தியமாக ஆக்கிவிடும். கோபத்தை உண்டாக்கும் அந்த எண்ணத்திலிருந்து மாறுபட்ட சிந்தனைக்கு மாறுவதில் தவறில்லை. நீங்கள் நியாயப்படுத்தவோ, தீர்க்கவோ அல்லது அதிகமாக சிந்திக்கவோ தேவையில்லை. திடீரென்று வேறு சிந்தனைக்கு மாறுங்கள்.

உங்கள் கோபத்திற்கு ஏ அல்லது பி அல்லது சி தான் காரணம் என்று நினைக்காதீர்கள். உங்கள் கோபத்திற்கு நிலையான காரணம் உங்கள் மனம்தான். உதாரணமாக, அவர் சில மோசமான கருத்துக்களை அனுப்புவதால், உங்கள் கோபத்திற்கு A காரணம் என்று நீங்கள் நினைக்கிறீர்கள். திடீரென்று, அவர் கருத்துகளைத் திரும்பப் பெற்று, உங்களைப் பாராட்டுகிறார். நீங்கள் இப்போது அவருடன் மகிழ்ச்சியாக இருக்கிறீர்கள். பி சில கருத்துக்களைச் சொன்னால் நீங்கள் கோபப்படுகிறீர்கள். நீங்கள் இப்போது B மீது கோபமாக இருக்கிறீர்கள். A யோ, B யோஉங்கள் எதிரிகள் அல்ல. உங்கள் மனம் தான் கட்டுப்படுத்தப்பட வேண்டும்.

சூழ்நிலைகளும், சந்தர்ப்பங்களும்தான் மக்களை அவர்கள் எப்படி இருக்க வேண்டும் என்பதை நிர்ணயிக்கிறது என்ற பச்சாதாபம் கோபத்தை குறைக்க உங்களுக்கு உதவும். இந்த உணர்தல்கள் அனைத்தும் கோபத்தைக் குறைக்கும்.

எனக்கு கோபப் பிரச்சனைகள் இருக்கும்போது, இன்னொருவருடன் தொடர்பு கொள்ளும்போது நான் மிகவும் உணர்ச்சி ரீதியாக நிலையற்றதாக உணர்கிறேன். நான் எவ்வாறு சிறப்பாக தொடர்புகொள்வது?

சில சிக்கல்கள் உங்களைத் தொந்தரவு செய்தால், அதை சம்பந்தப்பட்ட நபர்களிடம் தெரிவித்து சிக்கலைத் தீர்க்க வழி உள்ளதா என்பதைக் கண்டறியவும். கோபமாகப் பேசுவதற்குப் பதிலாக, அதே செய்தியை அமைதியாகவும் சமாதானமாகவும் தெரிவிக்கலாம். அமைதியான முறையில் சொல்லப்பட்டால் மக்கள் கேட்கும் வாய்ப்பு அதிகம்.

உங்கள் கோபத்தை வெளிப்படுத்த விரும்பினால் கத்தி கூப்பாடு போட்டு வெளிப்படுத்த வேண்டாம். மன அழுத்தத்துடன், பதட்டம் உருவாகி கத்த வேண்டும் போல உணருவீர்கள். ஆனால் மக்கள் அதனால் உடைந்து போய், உறவுகளும் முற்றிலும் உடைந்து போகும் வாய்ப்பு உள்ளது. மற்றொரு குறைபாடு என்னவென்றால், மக்கள் கோபத்தில் உங்கள் பேச்சைக் கேட்பதற்கான வாய்ப்பு மிகக் குறைவு. ஆனால் எதையாவது நிதானத்துடனும், பச்சாதாபத்துடனும் வெளிப்படுத்தினால், அவர்கள் அதை எடுத்துக்கொள்வார்கள். மற்றவர்கள் அதைக் கேட்டு ஏற்றுக்கொள்ளும் வாய்ப்பு அதிகம். அதைக் கேட்காவிட்டாலும் உறவு உடையாமல் காக்கப்படுகிறது.

அவர்களுடன் பேசுவது மிகவும் சங்கடமானது என்று நீங்கள் நினைத்தால், நீங்கள் எதைச் சொல்ல விரும்புகிறீர்களோ அதை மரியாதையான முறையில் தயார் செய்து அனுப்பவும். சில சமயங்களில், செய்திகளைத் தயாரித்த பிறகு அதை அனுப்ப உங்களுக்குத் தோன்றாது. தயார் நிலையில் வைத்தால் போதும். அந்தப் பிரச்சினைகளால் உங்களுக்கு எரிச்சல் ஏற்படும் போதெல்லாம், அதை அனுப்ப நீங்கள் ஆசைப்படுவீர்கள். அந்த நேரத்தில் அனுப்புங்கள்.

செய்தியைத் தயாரிப்பதில் உள்ள மற்றொரு உளவியல் நன்மை என்னவென்றால், நீங்கள் அதை எழுதும்போது, உங்கள் மனம் இந்த எல்லா சிக்கல்களிலிருந்தும் விடுவிக்கப்படும். நீங்கள் எழுதும் போது, உளவியல் ரீதியாக, அது யாரோ ஒருவருடன் பகிர்ந்து கொள்வது போல் உள்ளது. எழுதி முடித்த பிறகு, சில சமயங்களில் அனுப்பத் தோன்றாது.

இந்த கோபப் பிரச்சனைகள் தொடர்பான எண்ணங்களைத் தவிர்ப்பதற்கான மற்றொரு தீர்வு, தேவையற்ற எண்ணங்களை வெறுமையாக்கும் நுட்பத்தைப் பயன்படுத்துவதாகும். எண்ணங்கள் இந்த சிக்கல்களை மட்டுமே உங்களுக்கு நினைவூட்டுகின்றன. அவை வரும்போதெல்லாம் அவற்றைத் தொடர்ந்து வெறுமையாக்குவது இந்த எண்ணங்கள் உங்கள் மனதில் இருந்து மறைந்துவிடும் ஒரு காலகட்டத்திற்கு வழிவகுக்கும்

அ.தி.ராஜ்குமார்

ஒருபோதும் நடக்காத ஆனால் நடக்கக்கூடிய விஷயங்களைப் பற்றி நான் ஏன் கோபப்படுகிறேன்? என்ன நடந்திருக்கக்கூடும் என்பதற்கான மாற்று யதார்த்தத்தை நான் உணர்கிறேன், அதற்கு என்னை தயார்படுத்த என் மனம் முயற்சிக்கிறது.

சிலர் இன்னும் நடக்கவிருக்கும் விஷயத்திற்கு முன்னதாகவே தயாராகி கூடுதல் எச்சரிக்கையுடன் இருக்க விரும்புகிறார்கள். அவர்கள் பாதுகாப்பாகவும் புத்திசாலியாகவும் இருக்க முடியும் என்று நினைக்கிறார்கள். இதற்காக அவர்கள் அதிக சக்தியைச் செலவழித்து, அது அவர்களின் விருப்பப்படி நடக்கவில்லை என்றால், சோர்வடைகிறார்கள். இத்தகைய எண்ணங்கள் பெரும்பாலும் எதிர்மறை இயல்புடையவை.

இலக்குகள் மற்றும் லட்சியங்களை அடைவதில் இத்தகையவர்களின் வெற்றி விகிதம் மிகவும் குறைவாகவே இருக்கும். அவர்கள் ஒருபோதும் நிகழ்காலத்தில் கவனம் செலுத்த மாட்டார்கள். எதிர்மறையாக சிந்தித்து முன்கூட்டியே தயார் செய்து அதிலேயே நிறைய ஆற்றலை இழக்கிறார்கள். வெற்றியடையும் பலர் நிகழ்காலத்தில் கவனம் செலுத்தும் தன்மையைக் கொண்டிருப்பதால் வெற்றியடைகிறார்கள்.

மிகவும் எச்சரிக்கையாக இருப்பவர்கள் எதிர்மறையான சிந்தனை கொண்டவர்கள். இவர்கள் எதிர்மறையான சூழ்நிலைகளை எதிர்கொள்கின்றனர். எதை நினைக்கிறார்களோ அதுவே கிடைக்கிறது. நீங்கள் எதை அதிகம் நினைக்கிறீர்களோ அதுவே உங்களுக்கு கிடைக்கும். அவர்களின் கணிப்புகள் உண்மையாகின்றன என்ற உணர்வைப் பெறுகிறார்கள். அவர்கள் வாழ்க்கையில் அரிதாகவே முன்னேற்றம் அடைகிறார்கள் மற்றும் நிறைய எதிர்மறையான விஷயங்கள் நடப்பதால், ஒரு கட்டத்தில் அவர்கள் சோர்வடைகிறார்கள்.

எனவே, இதை நாம் எப்படி கடப்பது?

வாழ்க்கை ஆச்சரியங்கள் நிறைந்தது. எந்த நேரத்திலும் எதுவும் நடக்கலாம். உங்கள் அறிவு, பொது அறிவுக்கு ஏற்ப, நீங்கள் சில விஷயங்களை எதிர்பார்க்கலாம். இதற்கு என்ன செய்ய வேண்டும் என்று தெரிந்து கொண்டால் போதும். அதற்காக அதிகமாக யோசித்து சக்தியை வீணாக்காதீர்கள். நீங்கள் நினைப்பது நடந்தாலும் நடக்கும். அதைப் பற்றி நேர்மறையாக சிந்தியுங்கள், அதைப் பற்றி அதிகமாக சிந்திக்க வேண்டாம்.

எச்சரிக்கையாக இருப்பது பாதுகாப்பது போன்றாகிவிடுவதால் குறைவான வெற்றியைக் கொண்டுவருகிறது. செயல்படுத்துவதில்

ஆர்வமும், தாக்கும் குணமும் உள்ளவர்கள் வெற்றி பெறுவார்கள். நிகழ்காலத்தில் கவனம் செலுத்துங்கள், கடந்த காலத்தைப் பற்றியோ எதிர்காலத்தைப் பற்றியோ சிந்திக்க வேண்டாம். கடந்த காலத்தைப் பற்றி சிந்திப்பது உங்களை சோம்பேறியாக்குகிறது. எதிர்காலத்தைப் பற்றிய சிந்தனை உங்களை கவலையடையச் செய்கிறது.

உங்கள் செயல்பாடுகளைத் திட்டமிடுவதற்கு நேரத்தைச் செலவிடுங்கள், அவற்றை எழுதி அவற்றை செயல்படுத்தத் தொடங்குங்கள். உங்கள் மனதில் எதிர்மறை எண்ணங்கள் வரும்போதெல்லாம், அவற்றை வளர்த்துக் கொள்ளாமல், அவற்றை வெறுமையாக்கிக் கொண்டே இருங்கள். இது வெற்றிக்கான சூத்திரம்.

அன்பானவர்களிடம் இருந்து "இல்லை" என்று கேட்கும்போது என் கோபத்தை எப்படி கட்டுப்படுத்துவது?

இது அவர்களுடனான நமது பற்றுதல், உடைமையாக்குதல் மற்றும் நெருக்கமான உணர்ச்சிகளின் காரணமாக நிகழ்கிறது. நெருங்கியவர்கள் நாம் விரும்பும் விதத்தில் நடந்து கொள்ள வேண்டும் என்று நாம் விரும்புகிறோம். பெரும்பாலும் அது நடக்கும். அதன் காரணமாகத்தான் அவர்கள் நமக்கு நெருக்கமாகி இருக்கின்றனர். ஆனால் இது நீண்ட காலத்திற்கு நீடித்தால், அவர்கள் நம்மிடம் ஏதேனும் எதிர்மறையாகச் சொல்வதையோ காட்டுவதையோ நம்மால் தாங்க முடியாது. அவர்களிடமிருந்து எந்த எதிர்மறையும் வராமல் இருக்க மிகுந்த அழுத்தத்தில் இருப்போம். அதனால், அவர்கள் வேண்டாம் என்று சொன்னால், நம்மால் தாங்கிக் கொள்ள முடியவில்லை.

இந்த உண்மைகளை உணர்ந்து கொள்ளுங்கள்:

1. உங்களுக்கிடையில் சில பரஸ்பரம் இருந்ததால் அவர்கள் உங்களுடன் நெருக்கமாகிவிட்டார்கள். அவர்கள் பல விஷயங்களில் உங்களுக்கு சாதகமாக இருந்தார்கள், மேலும் உங்கள் பெரும்பாலான தேவைகளை உணர்ச்சி ரீதியாகவும் பொருள் ரீதியாகவும் அவர்களால் பூர்த்தி செய்ய முடிந்தது. எல்லாம் நன்றாக இருந்தது, அவர்களால் அதைச் செய்ய முடிந்தது. ஆனால் அவர்கள் அதைச் செய்ய முடிந்த சூழ்நிலைகளும் சந்தர்ப்பங்களும் எல்லா நேரத்திலும் ஒரே மாதிரியாக இருக்காது. வெவ்வேறு சூழ்நிலைகள், சந்தர்ப்பங்கள் மற்றும் மக்கள் அவர்கள் வாழ்க்கையில் வருவார்கள், பெரும்பாலான மனிதர்கள் தங்கள் தேவைக்கும், விருப்பங்களுக்கு ஏற்ப மாற விரும்புகிறார்கள். அது தங்களுக்குப் பிரியமானவர்களை பாதிக்காதபடி பார்த்துக்கொள்கிறார்கள். தங்கள் சொந்த ஆசைகள், வசதி ஆகியவைக்கு பங்கம் வரும்போது அவர்கள் தங்கள் அன்பானவர்களுடன் சமரசம் செய்ய விரும்புவதில்லை. இதுபோன்ற சூழ்நிலைகள் ஏற்படும் போது நீங்கள் கூட அப்படித்தான் இருப்பீர்கள். உங்களை அவர்கள் நிலையில் வைத்து பாருங்கள்.
2. அவர்கள் ஏன் இல்லை என்று சொல்கிறார்கள் என்பதை நினைத்து அவர்கள் மீது அனுதாபம் கொள்ளுங்கள். சூழ்நிலைகளும், சந்தர்ப்பங்களும் அவர்களை மாற்றுகிறது என்ற உண்மையைப் புரிந்துகொள்ளுங்கள். இதை உணர்ந்து கூலாக இருங்கள்.
3. உங்கள் மனதை அமைதியாகவும், உணர்ந்து கொள்ளும் படியும் ஆக்குங்கள். அப்போது அது உணர்ச்சிகளை, பாசத்தைக் கட்டுப்படுத்தியும் எதிர்பார்ப்புகள் இல்லாமலும் இருக்கும்.

தியானம் மற்றும் சுவாச அடிப்படையிலான கிரியாக்களின் வழக்கமான பயிற்சியின் மூலம் உங்கள் மனதை அமைதியாகவும் உணரும்படியும் செய்யலாம்.

இந்த உணர்தல்கள் அனைத்தும் கோபத்தைக் கட்டுப்படுத்தி, எல்லாவற்றையும் எளிதில் ஏற்றுக்கொள்ளத் தொடங்க உதவும்.

என் கோபத்தால் நான் வெறித்தனமாக இருக்கிறேன். கோபம் என் குணத்தின் ஒரு பகுதி என்று நான் எப்போதும் சொல்லிக் கொள்கிறேன், ஆனால் அது விஷயங்களை உடைக்கிறது என்பதை நான் அறிவேன். நான் அதை எவ்வாறு சரிசெய்வது?

சிலர் கோபம் என்பது உங்கள் உண்மைத் தன்மை, நேர்மையை வெளிப்படுத்துவது என்று நினைக்கிறார்கள். ஆனால் அது உங்களை பாதிக்காமல் பார்த்துக் கொள்ளுங்கள். மற்றவர் உங்கள் பேச்சைக் கேட்டால் பரவாயில்லை. ஆனால் எதிராக வாக்குவாதம் எழும் போது இரு தரப்பினரும் பாதிக்கப்படுகின்றனர். அதன் முடிவில் நீங்கள் பாதிக்கப்படவில்லை என்றால், பரவாயில்லை. சிலர் கட்டாயப்படுத்த கோபத்தைக் காட்டுகிறார்கள். அது ஒரு நல்ல காரணத்திற்காக இருந்தால், மீண்டும் பரவாயில்லை. அமைதியாக இருப்பது, காரியங்களை ஆக விடாமல் செய்தால், நல்லது நடக்க வேண்டும் என்பதற்காக நீங்கள் கோபத்தை வெளிப்படுத்தலாம். ஆனால் ஒட்டுமொத்தமாக, கோபம் ஒரு சிறந்த உணர்ச்சி அல்ல.

பொதுவாக நாம் சொல்வது சரி என்றுதான் நினைப்போம். ஆனால் மற்றவர்கள் அதை எதிர்க்கும்போது நமக்கு கோபம் வரும். அவர்களின் பார்வையில் அவர்கள் சொல்வது சரியானதாக இருக்கலாம் என்பதை நீங்கள் உணர வேண்டும். இந்த உண்மையைப் புரிந்துகொண்டு, அமைதியான, உறுதியான முறையில் விஷயங்களைத் தெரிவிக்க முயற்சிக்கவும்.

கோபம் என்பது ஈகோவின் தோற்றம். அது சரியா தவறா என்று பொருட்படுத்தாமல், மற்றவர் நம் பேச்சைக் கேட்காததால் கோபப்படுகிறோம். இது ஈகோவிலிருந்து வருகிறது. நம் கருத்து சரியானதா இல்லையா என்பதைப் பொருட்படுத்தாமல் ஈகோ நம்மைக் குருடாக்குகிறது. உங்களை மற்றவரின் இடத்தில் வைத்துப் பாருங்கள். அவரிடமும் ஈகோ இருக்கும். அவரும் உங்களைப் போலவே அவர் சொல்வதுதான் சரி என்று நினைப்பார். இதை உணர்ந்து, மற்றவர் சொல்வதைக் கேட்டு, அமைதியான முறையில் உங்கள் செய்தியைத் தெரிவிக்கவும்.

உங்கள் கோபத்தைக் குறைக்கும் படியான 5 உணர்தல்கள் உள்ளன:

1. மக்களின் மீது, அவர்கள் சூழ்நிலைகளின் மீது பச்சாதாபம் காட்டுவது உங்கள் கோபத்தைக் குறைக்கும். அவர்கள் ஏன் அதைச் செய்கிறார்கள் மற்றும் இதைச் செய்ய அவர்களைத் தூண்டியது என்ன என்பதைப் பற்றிய பகுப்பாய்விற்கு இது செல்கிறது. ஒருவர் நமக்கு கோபம் வரவழைக்கும் ஒரு செயலைச்

செய்யக் காரணம் அவரது சுயநலமும், வெறுப்பும்தான் என்று மக்கள் நினைக்கிறார்கள். ஆனால் ஆழமாகச் சென்று அவர்கள் ஏன் இதைச் செய்கிறார்கள், அவர்கள் இதைச் செய்யக் காரணமான சந்தர்ப்பங்களும், சூழ்நிலைகளும் என்ன என்று பார்க்கும் போது அந்தக் கோபம் குறையும்.

2. அந்த நபரின் நேர்மறை குணங்கள் அல்லது அந்த நபர் உங்களுக்காக செய்த நல்ல விஷயங்களைப் பற்றி சிந்தியுங்கள். இதனால் கோபத்தை குறைக்கலாம்.

3. உங்கள் செய்தியை கோபமாக இல்லாமல் அமைதியான முறையில் தெரிவிக்கவும். அமைதியான முறையில் தெரிவிக்கப்பட்டால், மக்கள் உங்கள் பேச்சைக் கேட்கும் வாய்ப்பு அதிகம். கோபமான முறையில் சொல்லப்படும் எதுவும் மற்றவரின் ஈகோவையும் பாதிக்கும் என்பதால் கேட்கப்படாது.

4. கோபத்திற்கு வழிவகுக்கும் எண்ணங்களை, தொடர்ச்சியாக, அவை வரும்போதெல்லாம் வெறுமையாக்குவது, இந்த எண்ணங்கள் உங்கள் மனதில் இருந்து மறைந்துபோகும் காலகட்டத்திற்கு வழிவகுக்கும்.

5. இறுதியாக உங்கள் சுவாசத்தை அமைதியாக்குவதே முக்கியம்.. நீங்கள் கோபமாக இருக்கும்போது உங்கள் சுவாசம் சிரம்மாகிவிடும். ஒருமுறை கோபம் வந்தால் உணர்வுபூர்வமாக ஆழ்ந்து மூச்சை உள்ளிழுத்து, குறைந்தது 5 முறையாவது மூச்சை வெளியே விடவும். இது கோபத்தை உடனடியாகக் குறைத்து, அதைத் தள்ளிப் போடும்.

இதையெல்லாம் செய்தால் கோபம் பறந்துவிடும்.

எந்த காரணமும் இல்லாமல் நான் ஏன் கோபப்படுகிறேன்? நான் கோபமாக இருக்கும்போது, என்னால் எதையும் கற்றுக்கொள்ள முடியவில்லை, என் தலையில் ஒரு கனமான எடை இருப்பது போல உணர்கிறேன்.

உங்களுக்குள் தீர்க்கப்படாத, அகங்காரப் பிரச்சினைகள், காயம், அறியப்படாத அச்சங்கள் மற்றும் கவலைகள் இருக்கும்போது, உங்கள் மனம் எப்போதும் அதைப் பற்றியே சிந்திக்கிறது. அதைத் தீர்க்காமல், மற்ற விஷயங்களில் கவனம் செலுத்த முடியாது. இருக்கும் பிரச்சினைகளைத் தீர்க்காமல், வேறு விஷயங்களில் ஈடுபடக் கூடாது என்று உங்கள் மனம் நினைக்கிறது. எனவே, அந்த சமயத்தில் எது வந்தாலும், காரணமே இல்லாமல் கோபப்படுவீர்கள்.

உதாரணமாக, யாரோ ஒருவர் உங்களைப் புண்படுத்தியிருக்கிறார். நீங்கள் எப்பொழுதும் அதைப் பற்றி யோசித்து, பழிவாங்க அல்லது நியாயப்படுத்த முயற்சிக்கிறீர்கள். அந்த நபர் வந்து மன்னிப்பு கேட்கும் வரை, நீங்கள் அதைப் பற்றி சிந்திக்கிறீர்கள். அவர் மன்னிப்பு கேட்டால், நீங்கள் மகிழ்ச்சியாக இருக்கிறீர்கள், அது தீர்ந்துவிடுகிறது. ஆனால் இது தற்காலிகமானது தான். ஒரு சூழ்நிலையை கற்பனை செய்து பாருங்கள், அந்த நபர் முன்வரவில்லை - உங்கள் கோபமும் ஈகோவும் இருக்கும். சில சமயங்களில், அந்த நபர் வெளியில் சென்றால், சிறிது நேரம் அதை மறந்து விடுவீர்கள். உங்கள் தொடர்புகள் மூலம் அவர் எப்படியாவது மீண்டும் இணைந்தால், மன்னிப்பு கேட்கவில்லை என்றால், இந்த காயம் எப்போதும் உங்களுக்குள் இருக்கும். சில சமயம் பழிவாங்கி ஜெயித்தால் சந்தோஷப் படுகிறீர்கள். ஆனால் கர்மா மீண்டும் தாக்கும் என்றும் பயப்படுகிறீர்கள்.

காயம், ஈகோ, தெரியாத பயம் மற்றும் பதட்டம் உங்களை மற்ற விஷயங்களில் கவனம் செலுத்த அனுமதிக்காது. காரணம் இல்லாமல் கோபம் வருவதற்கு இதுவே முக்கிய காரணம். இந்த உணர்ச்சிகளை சிந்திக்காமல் அல்லது வளர்க்காமல் விடுவிப்பது நல்லது.

என்னால் கோபப்பட முடியாவிட்டால் என்ன செய்வது?

ஒரு விஷயத்தை கடுமையான கோபத்துடன் கூச்சலாகத் தெரிவிக்கவில்லை என்றால், பெறுபவர் அதை பெரிதாக எடுத்துக் கொள்ளாமல் போகலாம் என்று மக்கள் நினைக்கிறார்கள். இது உங்கள் எண்ணங்களையும் பார்வைகளையும் அவர்கள் மீது திணிப்பது போன்றது. மனித மனப் போக்கு என்னவென்றால், ஒன்றை மற்றவர் மீது கட்டாயப்படுத்தினால் தவிர, அவர்கள் அதை ஏற்றுக்கொள்ள மாட்டார்கள்.

இயற்கையாகவே கோபம் கொள்ளாத திறன் பெற்றிருந்தால் நல்லது. ஒரே விஷயம் என்னவென்றால், சில விஷயங்களை வெளிப்படுத்த வேண்டும் என்றால், அவை வெளிப்படுத்தப்பட வேண்டும். வெளிப்பாட்டின் பின்விளைவுகளைப் பற்றி நீங்கள் பயந்து அதை வெளிப்படுத்தாமல் இருந்தால், அது ஆபத்தானது. எனவே, தேவையான போது, பலனுள்ள வழியில் வெளிப்படுத்தக்கூடிய அமைதியான மனதைப் பெற்றிருப்பது பற்றி மகிழ்ச்சியாக இருங்கள்.

கோபம் என்பது வெளிப்பாட்டின் ஒரு வடிவம். நமது எண்ணங்களையும் அமைதியான முறையில் தெரிவிக்கலாம். உண்மையில், ஒரு செய்தியை நிதானமாகச் சொன்னால் மக்கள் நம்மை நன்றாகக் கேட்பார்கள். மக்கள் அதை பெரிதாக எடுத்துக் கொள்ளவில்லை என்றால், அதைப் பற்றி கவலைப்பட வேண்டாம். உங்கள் நிலைப்பாட்டில் உறுதியாக இருப்பதன் மூலம் நீங்கள் வலிமையானவர் என்பதை அவர்களுக்கு இது உணர்த்துகிறது. இது உறவைக் கெடுக்காமல் மிகவும் வலுவான கோபமான முறையில் வெளிப்படுத்துவதற்கு சமம்.

கோபம் என்பது அதை வலுவாக வெளிப்படுத்துவது அல்லது அதைப் பற்றி கத்துவது என்று மக்கள் நினைக்கிறார்கள். நம் நிலைப்பாட்டில் சமரசம் செய்யாமல் அமைதியாகப் பேசுவது, குரலை உயர்த்தி கோபத்தை வெளிப்படுத்துவதற்குப் பதிலாக நம்பிக்கையுடன் தொடர்புகொள்வதற்கான சிறந்த வழியாகும்.

நான் ஒரு விளையாட்டு வீரர். போட்டிகளில் விளையாடும் போது மிகவும் பயப்படுகிறேன். என் பயத்தைப் போக்க நான் என்ன செய்ய வேண்டும்?

நீங்கள் கார் ஓட்டும்போது கூட, உங்களுக்கு நிறைய சிந்தனைகள் இருக்கும். நீங்கள் வாகனம் ஓட்டுவதிலோ, செல்லும் பாதையிலோ கவனம் செலுத்த மாட்டீர்கள். ஆனாலும் நீங்கள் காரை சரியாக ஓட்டி, அது சரியான பாதையில் கச்சிதமாகச் செல்கிறது. இதற்கு என்ன காரணம்? உங்கள் ஆழ் மனதிற்கும் வழக்கமான, கடுமையான பயிற்சி அல்லது அனுபவத்திற்கும் இடையே ஒரு தொடர்பு உள்ளது. வழக்கமான நடைமுறையில் இருந்து எழும் நம்பிக்கை அல்லது அனுபவமே இதற்குக் காரணம்.

நிறைய பேர் பேசும் போது மேடை பயத்தை எதிர்கொள்கிறார்கள் அல்லது விளையாடும் போது மேட்ச் பயத்தை எதிர்கொள்கிறார்கள். அவர்களைப் பலர் பார்க்கிறார்கள் என்பதே இதற்குக் காரணம். பலர் தன்னுணர்வு பற்றிய பயத்தை அகற்ற விரும்புகிறார்கள். உங்களால் அதனை செய்ய முடியாது; அது இன்னும் மோசமாகவே ஆகும். வழக்கமான, கடுமையான பயிற்சி உங்களை நம்பிக்கையுடனும், உணர்வு இல்லாமல் விளையாடவும் செய்கிறது. தீவிரமான பயிற்சி உங்களை பயத்திலிருந்து மெதுவாக வெளிக்கொணரும் நம்பிக்கையை அளிக்கிறது.

எண்ணங்கள் உங்களை குழப்பமடையச் செய்யும். பார்க்கப்படுமோ என்ற பயம் உங்களை தோற்ற விழிப்புணர்வுடன் இருக்கச் செய்கிறது. அதை வளர்ப்பதற்குப் பதிலாக, அந்த எண்ணங்கள் வரும்போதெல்லாம் அவற்றை வெறுமையாக்குங்கள். சிறிது நேரம் கழித்து, அது உங்கள் மனதில் இருந்து மறைந்துவிடும். இந்த எண்ணங்கள் அனைத்திற்கும் உங்கள் மனதை முடக்குங்கள். இந்த பயத்தை நீங்கள் எளிதாக சமாளிக்க முடியும்.

பயம் காரணமாக, முக்கியமான போட்டிகளை விளையாடவோ அல்லது மேடையில் பேசவோ மக்கள் தயங்குகிறார்கள். இதுபோன்ற போட்டிகளை நீங்கள் எவ்வளவு அதிகமாக விளையாடுகிறீர்களோ அல்லது மேடைகளில் பேசுகிறீர்களோ, அவ்வளவுக்கு நீங்கள் அத்தகைய சூழ்நிலைக்கு பழகிவிடுவீர்கள். இது போன்ற அச்சங்களில் இருந்து வெளிவரவும் இது உதவுகிறது.

எனது செயல்களுக்கு பிறர் அளிக்கும் தீர்ப்புக்கு பயப்படுவதை நான் எவ்வாறு போக்குவது?

உங்கள் மனசாட்சியின்படி ஏதாவது சரியாக இருப்பதாக நீங்கள் உணர்ந்தால், அதைச் செய்யுங்கள். எது சரி அல்லது தவறு என்பதைப் பொருட்படுத்தாமல் மக்கள் எப்போதும் தீர்ப்பளிக்கிறார்கள். அது சரியாக இருந்தாலும், சில சமயங்களில், அது குறித்து கருத்து தெரிவிக்கப்படும். மக்கள் தங்கள் பலவீனம், எதிர்மறை மற்றும் பாதுகாப்பின்மையைப் போக்க கருத்து தெரிவிப்பார்கள். உங்கள் வாழ்க்கை உங்கள் கையில் இருக்க வேண்டும். ஒருவரின் கருத்து உங்களை பாதித்தால், உங்கள் வாழ்க்கை அவர்கள் கையில் இருப்பதாகிறது.

நீங்கள் அமைதியான மனதைக் கொண்டிருக்கையில், எடுக்கும் முடிவு அல்லது செயலைப் பற்றி சிந்தித்து, அதற்கான செயல்முறையை எழுதுங்கள். செயல்படுத்த அல்லது செய்யத் தொடங்குங்கள். மற்றவர்களின் எதிர்வினைகள் அல்லது கருத்துகளைப் பற்றி கவலைப்பட வேண்டாம். அது நல்லதாக இருந்தாலும் சரி, கெட்டதாக இருந்தாலும் சரி, அமைதியாக இருங்கள். சில ஆக்கபூர்வமான கருத்துகளை ஏற்று மேம்படுத்தலாம்.

இந்த பயத்தைப் போக்க மற்றொரு வழி, உங்களுக்கும் கடவுளுக்கும் இடையே ஒரு தொடர்பை உருவாக்குவது. அவர் உங்கள் செயல்களைப் பார்க்கிறார், நீங்கள் அவருக்கு மட்டுமே பதிலளிக்க வேண்டும் என்பது போன்றதான தொடர்பு. இது மற்றவர்களின் கருத்துகளைப் பற்றி கவலைப்படாமலிருக்கும் நம்பிக்கையை உங்களுக்கு அளிக்கிறது.

எனது செயல்கள் ஏற்படுத்தியிருக்க வாய்ப்பில்லாத விஷயங்களில் என் குற்ற உணர்வை நான் எப்படி சமாளிப்பது?

உங்கள் கேள்வியிலேயே பதில் இருக்கிறது. உங்கள் செயல்கள் சிக்கலை ஏற்படுத்தவில்லை என்று நீங்கள் உறுதியாக நம்பினால், நீங்கள் ஏன் குற்ற உணர்ச்சி கொள்ள வேண்டும்?.

சாத்தியமேயில்லை என்றாலும், அவர்களின் செயல்கள் பிரச்சினை அல்லது தோல்விக்கு காரணமாக இருந்திருக்குமா என்ற சந்தேகத்தோடு எப்போதும் தங்கள் செயல்களைப் பற்றியே சிந்திக்கும் மனிதர்கள் இருக்கிறார்கள். இது அவர்கள் ஆழ் மனதில் எப்போதும் இருக்கும். பொதுவாக, இவர்கள் இயல்பிலேயே நல்லவர்களாகவும், மென்மையான உள்ளம் கொண்டவர்களாகவும் இருப்பார்கள், ஆனால் இந்த தேவையற்ற குற்ற உணர்ச்சியால் அவதிப்படுவார்கள்.

இதை சமாளிக்க சில சிந்தனை முறைகள் உள்ளன:

1. உங்களுக்கும் மற்றவர்களுக்கும் பச்சாதாபத்தையும் இரக்கத்தையும் வளர்த்துக் கொள்ளுங்கள். மற்றவர்கள் தவறு செய்யும் போது அவர்கள் மீது பச்சாதாபம் கொள்ளுங்கள். சூழ்நிலைகளும், சந்தர்ப்பங்களும் மட்டுமே மக்களை தவறு செய்ய வைக்கிறது என்று நம்புங்கள்.
2. பிறர் ஏற்படுத்திய எந்தப் பிரச்சனைகளுக்கும் அவர்களைக் குறை கூறுவதை நிறுத்துங்கள்.
3. மற்றவர்களுக்குப் பிரச்சனைகளை உண்டாக்கும் விதமாக உங்களைப் பற்றியும், உங்கள் செயல்களைப் பற்றியும் மட்டுமே சுயநலமாகச் சிந்திப்பதை நிறுத்துங்கள்.
4. பிரச்சனைகளுக்கு வழிவகுக்கும் மற்றவர்களின் செயல்களைப் பற்றி மகிழ்ச்சியாக இருப்பதை நிறுத்துங்கள்.
5. பிரச்சனைகளை உருவாக்க யாராவது வேண்டுமென்றே விஷயங்களைச் செய்தால், அதைப் பற்றி அவர்கள் ஒருபோதும் குற்ற உணர்ச்சியடைய மாட்டார்கள் என்பதை உணருங்கள்.
6. இறுதியாக, உங்கள் செயல்கள் குற்றத்திற்கான காரணம் அல்ல என்று நீங்கள் உறுதியாக நம்பியவுடன், அது தொடர்பான எண்ணங்களை வளர்ப்பதை நிறுத்துங்கள். இந்த எண்ணங்களின் வளர்ச்சிதான் சந்தேகங்களுக்கு வழிவகுக்கும்.

மற்றவர்கள் தங்களைப் பற்றி அதிகம் சிந்திக்கிறார்கள் மற்றும் தங்கள் வாழ்க்கையில் நிறையச் செய்கிறார்கள். நான் என்னைப் பற்றி சிந்திக்கவோ, எனக்காக எதையும் செய்யவோ விரும்பவில்லை. அப்படிச் செய்தால் நான் குற்ற உணர்ச்சி அடைகிறேன். நான் மற்றவர்களைப் பற்றி அதிகம் நினைக்கிறேன். இது ஏன்?

எதிர்மறையான பக்கத்தில், நீங்கள் மனச்சோர்வை விரும்புகிறீர்கள். மற்றவர்களின் கருத்துகள், எதிர்வினைகள் போன்றவற்றுக்கு பயந்து, மற்றவர்களிடம் உங்கள் வாழ்க்கையைப் பகிர்ந்துகொள்ளவோ அல்லது வெளிவந்து ஏதாவது ஒன்றைச் செய்யவோ நீங்கள் விரும்பாமல் இருக்கலாம். நேர்மறையான பக்கத்தில், மற்றவர்கள் நன்றாகச் செய்வதைக் கண்டு நீங்கள் மகிழ்ச்சியடைகிறீர்கள். ஆனால் மொத்தத்தில் இந்த எண்ணம் நல்லதல்ல.

உங்கள் பிழைப்புக்காக நீங்கள் வெளிச்சத்திற்கு வர வேண்டியிருக்கும் போது, இந்த மனநிலையிலிருந்து வெளியே வருவது மிகவும் கடினமாக இருக்கும். வெளிச்சத்திற்கு வர ஏதாவது செய்ய முயற்சி செய்யுங்கள். மற்றவர்களின் கருத்துகள் மற்றும் மற்றவர்கள் உங்களைப் பற்றி என்ன நினைக்கிறார்கள் என்று பயப்பட வேண்டாம்.

ஒவ்வொருவரும் தங்கள் சொந்த தொழில், எண்ணங்கள், வேலைகளில் பிஸியாக இருக்கிறார்கள். நீங்கள் எப்பொழுதும் கவனிக்கப்பட வேண்டிய அளவுக்கு முக்கியமானவர் அல்ல. இவ்வுலகில் உள்ள அனைவரும் பரஸ்பரம் பயனில்லாதவரை மற்றவர்களுக்கு முக்கியமில்லை. அவர்கள் சும்மா இருக்கும்போது, அவர்கள் உங்களைப் பற்றி நினைப்பார்கள். அவர்கள் உங்களைப் பற்றி கருத்து தெரிவித்தாலும், சிறிது நேரம் கழித்து, அதில் சலித்து, வேறு ஒருவருக்கு மாறுகிறார்கள்.

அவர்கள் அந்தந்த கர்மாக்களை எதிர்கொள்ள வேண்டியிருக்கும். அதைப் பற்றி நீங்கள் கவலைப்படத் தேவையில்லை. கடவுள் பார்த்துக்கொள்வார். உங்களுக்கும் கடவுளுக்கும் இடையே ஒரு தொடர்பை உருவாக்குங்கள், நீங்கள் அவருக்கு மட்டுமே பதிலளிக்க வேண்டும் மற்றும் அவர் உங்களைப் பார்த்துக் கொண்டிருப்பது போல. இந்த மனநிலை உங்களை தேவையில்லாத விஷயங்களுக்கு எதிர்வினையாற்றாமல் இருக்க வைக்கும்.

தியானம் மற்றும் சுவாச கிரியாக்கள் மூலம் உணர்ச்சிகளைக் கட்டுப்படுத்தவும். உங்கள் மனம் அமைதியாகிவிடும். நீங்கள் அமைதியாக இருந்தால், உங்கள் இலக்கை முடிவு செய்து, ஒரு திட்டத்தை வைத்து, ஒவ்வொரு நாளும் அதைச் செய்யத் தொடங்குங்கள். இந்த மனநிலையிலிருந்து வெளியே வர இது உதவும்.

மற்றவர்களுக்கு உதவாதபோது அல்லது என்னைச் சாதகமாக்கிக் கொள்ளும் நபர்களிடமிருந்து என்னை விலக்கிக் கொள்ளும் போது நான் ஏன் குற்ற உணர்ச்சி கொள்கிறேன்?

மக்கள் ஏதாவது உதவியை நாடினால், அதைச் செய்யுங்கள். நீங்கள் 20 முறை உதவியிருந்தாலும், 21வது முறை அதற்கான வசதி இல்லாத காரணத்தால் உங்களால் அவர்களுக்கு உதவ முடியவில்லை என்றால், 99 சதவீத மக்கள் அதை விரும்ப மாட்டார்கள். உங்களைப் பற்றி முடிவு எடுப்பார்கள். அவர்கள் உங்களை விமர்சிக்க ஆரம்பிக்கலாம். இதுதான் யதார்த்தம்.

இவர்களிடம் இருந்து விலகி இருப்பதில் தவறில்லை. ஆனால் உறவை விட்டு விலகுவது மற்றும் உறவு பாராட்டாதது போன்ற குற்ற உணர்வு உங்களுக்கு இருந்தால், வெளிப்படையாக சொல்லுங்கள். உண்மையான கோரிக்கையாக இருந்தால் மட்டுமே உங்களால் உதவ முடியும் என்று சொல்லுங்கள். தேவையற்ற விஷயங்களுக்கு உதவியை நாட வேண்டாம் என்று சொல்லுங்கள். அவர்கள் தேடும் உதவியின் உண்மையான தன்மையை உங்களால் கண்டுபிடிக்க முடிந்தால், அது பரவாயில்லை. அவர்கள் உங்கள் உதவியை தவறாகப் பயன்படுத்துவதாக நீங்கள் உணர்ந்தால், உங்கள் இயலாமைக்கான காரணத்தை அவர்களிடம் சொல்ல ஒரு வழியைக் கண்டறியவும். அவர்கள் அதற்குப் பழகிவிடுவார்கள். நீங்கள் அதை நாசூக்காக கையாண்டால், உறவுகளும் இருக்கும்.

எப்படியிருந்தாலும், உங்கள் உண்மையான இயல்பு காரணமாக அவர்கள் சிறிது நேரம் கழித்து உங்களிடம் திரும்பி வருவார்கள். மனிதர்களுக்கு ஞாபக மறதி உள்ளது. அவர்கள் பல விஷயங்களில் ஈடுபடுவதால் பல விஷயங்களையும், உணர்ச்சிகளையும் கூட மறந்து விடுகிறார்கள்.

இந்த நடவடிக்கைகள் மூலம், பின்வரும் நன்மைகள் நிகழ்கின்றன:

1. தேவையற்ற விஷயங்களுக்கு நீங்கள் உதவாததால், அவர்கள் சோம்பேறிகளாக மாறாமல் சுதந்திரமாகவும், தன்னம்பிக்கையுடனும் இருக்க முயற்சிப்பார்கள்.
2. தேவையற்ற விஷயங்களுக்கு உதவி செய்த குற்ற உணர்ச்சி கொள்வதை நிறுத்துவீர்கள், மேலும் உங்களை சாதகமாக பயன்படுத்துவதை நிறுத்துவீர்கள்.
3. நீங்கள் நல்லவராகவும், உண்மையான இயல்புடையவராகவும் இருப்பதால், மக்கள் முதலில் தவறாகப் புரிந்து கொண்டாலும், சிறிது காலம் கழித்து உங்களிடம் திரும்பி வருவார்கள்.

மற்றவர்களுக்கு ஏதாவது கெட்டது நடக்கும் போது நான் ஏன் குற்ற உணர்ச்சி அடைகிறேன்? அதை நிறுத்த அல்லது முடிவை மாற்ற நான் ஏதாவது செய்திருக்கலாம் என்று நினைக்கிறேன்.

இது மிகவும் சாதாரணமானது. ஒரு திரைப்படத்தைப் பார்த்து பல விஷயங்களைச் செய்யத் தூண்டுதல் அடைவது போல. ஆனால் மறுநாள் சாதாரண வேலையில் மூழ்கி அதை மறந்து விடுவோம். இது நமது உணர்ச்சி நிலைகளுடன் தொடர்புடையது. மிக உயர்ந்த உணர்ச்சி நிலைகள் உள்ளவர்கள், பின்விளைவுகளைப் பற்றி சிந்திக்காமல் உடனடியாக செயல்படுகிறார்கள். இது சில சமயங்களில் நல்லது, சில சமயங்களில் சில கெட்ட காரியங்களுக்கு வழிவகுக்கும். சில நேரங்களில், இது சம்பந்தப்பட்டவர்களுக்கு உண்மையில் உதவுகிறது. பகுப்பாய்வு செய்யாமல் சிக்கலில் நுழைந்து அது அவர்களுக்கு மோசமானதாக ஆகிவிட்டால் ஏன் முதலில் உதவினார்கள் என்று அவர்கள் கூட யோசிக்கத் தொடங்கலாம்.

இது பகுத்தறிவு சிந்தனையுடன் தொடர்புடையது. உங்களிடமிருந்து உண்மையான தேவை இருந்தால், அல்லது உங்களுக்கு உதவ வசதிகள் இருந்தால், நீங்கள் நுழையலாம். சில நேரங்களில், அது சம்பந்தப்பட்ட நபருடனான உங்கள் நெருக்கத்தைப் பொறுத்தது. அவர் உங்களுக்கு மிகவும் நெருக்கமானவராக இருந்தால், நீங்கள் புகுந்து உதவலாம். மற்றவர்களுக்கு அவரவர் வேலை காரணமாக மக்கள் விலகிச் செல்கிறார்கள்.

உங்களுக்கு இருக்கும் நேரம், முன்னிருக்கும் வேலைகள், மற்றும் நபருடனான நெருக்கம் ஆகியவற்றைப் பொறுத்து ஈடுபடலாமா வேண்டாமா என்பதை நீங்கள் தீர்மானிக்கலாம். மற்றபடி, சிறிது குற்ற உணர்வு சார்ந்த உணர்ச்சிகளுக்குப் பிறகு மறந்துவிட்டு மேலே நகர்வது மிகவும் சாதாரணமானது.

பொறாமை என்பது ஒரு எண்ணமா அல்லது உணர்ச்சியா?

ஆழமாகப் பார்த்தால், பொறாமை என்பது ஒரு உணர்ச்சி. ஆனால் அதை ஒரு பிரச்சனையாக வளர்த்து விட்டால் எண்ணங்கள் மூலம் தான் அதற்கு தீர்வு காண முடியும்.

பொறாமை என்பது ஒரு வகையான பாதுகாப்பின்மை, இதில் உங்களை விட இன்னொருவருக்கு அதிக முக்கியத்துவம் கொடுக்கப்படும் என்று நீங்கள் எப்போதும் உணர்கிறீர்கள். நீங்கள் அதைப் பற்றி எவ்வளவு அதிகமாக நினைக்கிறீர்களோ, அவ்வளவு அதிகமாக நடக்கும். மேலும் நீங்கள் பதற்றம், மன அழுத்தம், எரிச்சல் அடைந்து மற்றவர்களிடம் கத்தலாம்.

அப்படியானால், இதை ஒருவர் எப்படி சமாளிப்பது?

அனைவரும் சமம் என்று உறுதியாக எண்ணுங்கள், இது 100 சதவீதம் உண்மை. அனைவரையும் சமமாக நடத்துங்கள், அதனால் நீங்களும் சமமாக நடத்தப்படுவீர்கள். இது கர்மா அடிப்படையிலானது. எல்லோரும் சமமான திறமைசாலிகள் என்று நம்புங்கள், ஒவ்வொருவருக்கும் சாதனைக்கான வாய்ப்பை கடவுள் தருகிறார். இது உங்களை அடக்கமாகச் செய்யும்.

உங்கள் தலைக்குள் எந்த கனத்தையும் எடுத்துச் செல்ல வேண்டாம். வெற்றி அல்லது சாதகமான சூழ்நிலை ஏற்பட்டால், வெகுவாகக் கொண்டாடாதீர்கள். அமைதியாக இருங்கள் மற்றும் நேர்மறை சூழ்நிலையை இறைவனுக்கு அர்ப்பணிக்கவும், இதனால் எதிர்மறையான சூழ்நிலை ஏற்பட்டாலும் நீங்கள் அமைதியாக இருப்பீர்கள்.

எல்லாம் வல்ல இறைவனின் கூற்றுப்படி, வெற்றி என்பது பணம் சம்பாதிப்பதோ, அதிகாரத்தைப் பெறுவதோ, புகழ் பெறுவதோ அல்ல. பணம், அதிகாரம், புகழ் போன்றவற்றின் அடிப்படையில் மனிதர்கள்தான் வெற்றியை வரையறுக்கிறார்கள். சர்வவல்லமையுள்ளவரின் கூற்றுப்படி, வெற்றி என்பது நீங்கள் எடுக்கும் உண்மையான முயற்சிகள், பல்வேறு சூழ்நிலைகளில் நீங்கள் எவ்வளவு நெறிமுறையுடன் இருக்கிறீர்கள், மற்றவர்களுக்கு நீங்கள் செய்யும் சேவை ஆகியவையாகும். இந்த மனோபாவங்கள் அனைத்தையும் நீங்கள் வளர்த்துக் கொண்டால், பொறாமை உங்கள் எண்ணங்களிலிருந்து வெகு தொலைவில் இருக்கும்

மற்ற எல்லா உணர்ச்சிகளையும் போலவே பொறாமையும் ஒரு உணர்ச்சி என்றால், அது ஏன் கெட்டதாக நோக்கப் படுகிறது?

ஒரு உணர்ச்சியாக பொறாமை உங்களையும் மற்றவரையும் பாதிக்காமல் இருந்தால் பரவாயில்லை. எந்த உணர்ச்சிகள் உங்களுக்கு நல்லது மற்றும் கெட்டது என்பதை அறிவதும் அடையாளம் காண்பதும் நல்லது. சில பழக்கவழக்கங்கள் உங்களுக்கு தற்காலிகமாக மகிழ்ச்சியைத் தந்து, நீங்கள் அதற்கு அடிமையாகிவிட்டால், அவை விசாரிக்கப்பட வேண்டும். எதற்கும் அடிமையாகிவிட்டால், அது உணர்ச்சிகளுக்கு வழிவகுக்கிறது. இந்த உணர்வுகள் கட்டுப்படுத்தப்பட வேண்டும். உங்களால் அவற்றைக் கட்டுப்படுத்த முடியாவிட்டால், அது ஒரு துன்பமாக மாறும். உதாரணமாக, சிலருக்கு, மற்றவர்கள் கஷ்டப்படும்போது மகிழ்ச்சி ஏற்படுகிறது. அது ஒரு மோசமான உணர்ச்சி.

பொறாமை சில சமயங்களில் உங்களுக்குள் போட்டியையும் ஊக்கத்தையும் தருகிறது. ஒருவரை வெல்ல கடுமையாக உழைக்கிறீர்கள். அப்போது, அதை ஒரு நல்ல உணர்ச்சி என்று அழைக்கலாம். நீங்கள் மற்றவரை வெல்ல முடியாமல், இயலாமை கோபமாக மாறும் போது, அது நல்லதல்ல. இயலாமை உங்களுக்கு பாதுகாப்பின்மை மற்றும் மனச்சோர்வை ஏற்படுத்தினால், அந்த பொறாமை ஒரு நல்ல உணர்ச்சி அல்ல. ஒருவரை வெல்ல முடியாமலிருப்பது உங்களுக்கு எதிர்மறையை கொண்டு வந்தால், அது ஒரு நல்ல உணர்ச்சி அல்ல. அது உத்வேகத்தைக் கொண்டு வந்து நீங்கள் வெற்றி பெறும் வரை, அது ஒரு நல்ல உணர்ச்சி. உங்களால் வெற்றிபெற முடியாமல் இருந்தும் அதை மகிழ்ச்சியுடன் ஏற்றுக்கொண்டு பாராட்டினால், அதுவும் ஒரு நல்ல பொறாமை/ உணர்ச்சி.

எனவே, நீங்கள் எந்த பொறாமையில் உள்ளீர்கள் என்பதைக் கண்டறிந்து அதற்கேற்ப செயல்படுங்கள்.

நான் ஏன் என்னைப் பாராட்டும்போது மகிழ்ச்சியாக உணர்கிறேன், ஆனால் மற்றவர்கள் பாராட்டப்படும்போது பொறாமைப்படுகிறேன்?

இந்த இயல்போடு வாழும் மக்களிடையே மனிதர்கள் பிறக்கிறார்கள். அவர்களில் குறைந்தது 80 சதவீதம் பேர் சாதித்தால் மட்டுமே பாராட்டப்படும்நபர்களுடன்வாழ்கின்றனர்.மக்கள்சாதனையாளர்கள், சாதிக்காதவர்கள் என்று வேறுபடுத்தப்படுகிறார்கள். பணம், புகழ் மற்றும் அதிகாரத்தை அடையும்போது, நாம் சாதனையாளர்களாக வகைப்படுத்தப்படுகிறோம். நல்லவனாக இருந்தும், நெறிமுறையில் இருந்தும் சாதிக்காதவர்கள் சாதனையாளர்கள் என்று அழைக்கப்படுவதில்லை. சமூகத்தில் சாதிக்காதவர்களை விட சாதனையாளர்கள் உயர்வாக மதிப்பிடப்படுகிறார்கள். எனவே, நீங்கள் என்ன செய்கிறீர்கள் அல்லது சாதிக்கிறீர்கள் என்பது வெற்றிக்கான அடையாளம். நிறைய அழுத்தங்களோடு உழைத்து நீங்கள் எதையாவது சாதித்தவுடன் பாராட்டப்படும்போது நீங்கள் மகிழ்ச்சியாக இருப்பீர்கள்.

இப்போது, மற்ற சாதிக்காதவர்கள் நினைப்பது என்னவென்றால், அவர்கள் இன்னும் எதையும் சாதிக்காததால், அவர்கள் மதிக்கப்படுவதில்லை என்று. அவர்கள் பாதுகாப்பற்ற உணர்வடைகிறார்கள். சமூகத்தால் மோசமாக நடத்தப்படுவோம் என்று பயப்படுகிறார்கள். இந்த பாதுகாப்பின்மை சமூகத்தால் நன்கு நடத்தப்படும், மதிக்கப்படும் சாதனையாளர்கள் மீது பொறாமை கொள்ள வைக்கிறது. சாதிக்காதவர்கள் சாதனையாளர்களுக்கு இணையாக எதையாவது சாதிக்க விழைகிறார்கள். அந்த சாதனை உணர்வு வரும் வரை, சாதனையாளர்கள் மீது பொறாமை படுகிறார்கள்.

இதற்கிடையில், சாதனையாளர்கள் தாங்கள் உருவாக்கிய பிம்பத்தைத் தக்க வைத்துக் கொள்ள வேண்டிய அழுத்தத்தில் உள்ளனர். முந்தைய சாதனையாளர்களை விட யாராவது அதிகமாக சாதித்தால், அவர்கள் தங்கள் அங்கீகாரத்தை இழக்க நேரிடும் என்ற அச்சத்தில் உள்ளனர். அவர்கள் எதையாவது சாதித்திருந்தாலும், மற்றவர்கள் தங்களை விட அதிகமாக சாதிப்பதை அவர்கள் விரும்பவில்லை, ஏனெனில் அவர்கள் குறைவாக ஒப்பிடப்படுவதையும், தங்கள் அங்கீகாரத்தை இழப்பதைப் பற்றியும் பயம் கொள்கிறார்கள். வெளிப்படையாக, இது அதிகம் சாதிக்கும் மற்றவர்களைப் பற்றி பொறாமைக்கு வழிவகுக்கிறது. இந்த மனநிலையுடன், சாதித்தாலும் சாதிக்காவிட்டாலும் யாரும் மகிழ்ச்சியாக இருக்க முடியாது.

நடுநிலை மனப்பான்மையுடன் இருப்பதே சிறந்த தீர்வு. யாராவது புகழ்ந்து பேசும்போது, உற்சாகமடையாதீர்கள். எதையும்

அ.தி.ராஜ்குமார்

பொருட்படுத்தாமல் அனைவரும் சமம் என்ற மனநிலையுடன் அமைதியாக இருங்கள். நேர்மறையாக நடப்பவை, சாதனை அல்லது வெற்றிகரமான சூழ்நிலையை எல்லாம் வல்லவருக்கு அர்ப்பணித்து அமைதியாக இருங்கள். நேர்மறையான நிகழ்வின் போது நீங்கள் அமைதியாக இருக்க முடிந்தால், எதிர்மறையான நிகழ்வின் போதும் நீங்கள் அமைதியாக இருக்க முடியும். இந்த மனநிலையுடன், நீங்கள் எப்போதுமே அமைதியாக இருக்க முடியும்.

நான் தேர்ந்தெடுக்கப் படாமல் என் நண்பர் ஒரு நேர்காணலில் தேர்ந்தெடுக்கப்பட்டதைக் கேள்விப்பட்டபோது நான் பொறாமைப்பட்டேன். இதற்கு நான் என்ன செய்ய முடியும்?

பொறாமைக்கு காரணம், நாம் மற்றவர்களை விட தாழ்வாக நடத்தப்படுவோம் என்று எண்ணுவதும், குறைந்த முக்கியத்துவம் கொடுக்கப்படுவதைப் பற்றி கவலைப்படுவதும் ஆகும். நம் நண்பர்கள் அடையும் நிலையை நாம் அடையவில்லை என்றோ, ஒப்பீட்டுக்கோ நாம் பயப்படலாம். இவை பொறாமைக்கு முக்கிய காரணங்கள்.

நாம் செய்ய வேண்டிய ஒன்று, அது போலியானதாக இருந்தாலும், மற்றவர்களை முழு மனதுடன் வாழ்த்துவதுதான். தாராளமாக அவர்களைப் பாராட்டத் தொடங்குங்கள், அந்த பாராட்டை உண்மையாக மாற்றத் தொடங்குங்கள். காலப்போக்கில், நீங்கள் அவற்றை ஏற்றுக்கொள்வீர்கள். இப்போது, நீங்கள் பொறாமைப்படுகிறீர்கள் என்று மற்றவர் நினைப்பதும் குறையும்.

என்னதான் சாதித்திருந்தாலும், உங்கள் நண்பர் யாரையும் விட பெரியவராக முடியாது. அனைவரும் சமம் என்பதில் நம்பிக்கை கொள்ளுங்கள். நீங்கள் சாதிக்கும் போதும் இந்த சமத்துவ மனப்பான்மையைக் கடைப்பிடிக்க வேண்டும். அவரது இயல்பு, சூழ்நிலைகள், சந்தர்ப்பங்கள் மற்றும் நேரம் ஆகியவற்றுக்கு ஏற்ப, உங்கள் நண்பர் எதையாவது சாதித்துள்ளார். அதிலிருந்து வேறுபட்ட இயல்பு, சூழ்நிலைகள், சந்தர்ப்பங்கள் உள்ள உங்களுடன் ஒப்பிட முடியாது. இது சதுரங்கத்தின் ஆனந்தையும், கிரிக்கெட்டின் கபில்தேவையும் ஒப்பிடுவது போன்றது. இது முழு முட்டாள்தனம். இருவரும் அவரவர் துறையில் அரசர்கள். ஒரே துறையில் இருந்தாலும் சச்சின் டெண்டுல்கரையும் விராட் கோலியையும் ஒப்பிட முடியாது. இருவரும் வெவ்வேறு காலங்கள், பந்துவீச்சாளர்கள், ஆடுகளங்கள், சூழ்நிலைகள் மற்றும் சந்தர்ப்பங்களைக் கொண்டிருந்தனர்.

மற்றவர்களுக்கும் உதவ வேண்டும் என்ற கூடுதல் நல்லெண்ணத்துடன் ஒழுக்கமான, நெறிமுறையான வாழ்க்கையை நீங்கள் வாழ முடிந்தால், அது உங்களை சாதனையாளராக ஆக்குகிறது. சாதனையும் வெற்றியும் பணமோ, புகழோ, அதிகாரமோ அல்ல. ஒரு நெறிமுறையான வாழ்க்கையை வாழ்வது மற்றும் பிறருக்கு எதிர்பார்ப்புகள் இல்லாமல் உதவுவது.

பிற்போக்கான பொறாமை கொண்ட ஒருவரை நான் எவ்வாறு கையாள்வது?

இது உங்களையும், உங்கள் கடந்த காலத்தில் இருந்த ஒருவரையும் பற்றியது என்றால் உங்கள் கடந்தகால உறவை நீங்கள் மறந்துவிட்டீர்கள் என்றும், அவர்களைப் பற்றி தெரிந்துகொள்ள உங்களுக்கு விருப்பமில்லை என்றும் அவர்களிடம் சொல்லுங்கள். இந்த உரையாடல்கள் அவர்களுக்கு நம்பிக்கையை ஏற்படுத்தும். இது கவலையளிக்கும் நிலைக்கு வரும் வரை பலர் இதைச் செய்யத் தயங்குகிறார்கள்.

இது இன்னும் நடக்கிறது என்றால், உங்கள் மீதுள்ள பாசமும், பாதிக்கப்பட்ட நபரின் பாதுகாப்பின்மையும் தான் அவர்களை இதைச் செய்ய வைக்கிறது என்பதை உணருங்கள். அவர்களிடம் கோபம் கொள்ளாதீர்கள் அல்லது எரிச்சல் அடையாதீர்கள். நீங்கள் கடந்த காலத்தை முழுவதுமாக மறந்துவிட்டீர்கள் என்றும் அவர்களை மட்டுமே நீங்கள் நேசிக்கிறீர்கள் என்றும் அவர்களிடம் அன்புடன் சொல்லுங்கள். இதுவே தீர்க்க உதவும். அதுவே தீவிரமாக இருந்தால், உளவியல் நிபுணர்களின் வழிகாட்டுதலைப் பெறுங்கள்.

உறவில் ஏமாற்றியவரை நான் பொறாமை கொள்ள வைக்க வேண்டுமா அல்லது என் உண்மையான உணர்வுகளை சொல்ல வேண்டுமா?

பொதுவாக, மற்றவரைப் பழிவாங்குவது போல, அதைப் பற்றிக் கவலைப்படாதது போல் நடந்து கொள்கிறோம். வேறு நம்பிக்கையான நட்புகள் இருப்பது போல் நாம் நடிக்கலாம். நாம் சிறந்தவர், அதைப் பற்றி கவலைப்படவில்லை என்று காட்டும் விதமாக மற்றொரு உறவைத் துவக்கலாம். நமது நடத்தையில் ஈகோவும் முக்கிய பங்கு வகிக்கிறது. இதெல்லாம் அந்த நபரிடம் இன்னும் கொஞ்சம் அன்பு வைத்திருப்பதையே காட்டுகிறது. இறுதியில், அவர் திரும்பி வந்து மன்னிப்பு கேட்க வேண்டும் என்று நாம் விரும்புகிறோம். இனிமேல் அப்படிப்பட்ட காரியங்களில் ஈடுபடமாட்டார்கள் என்ற உறுதியை அவர்களிடமிருந்து எதிர்பார்க்கலாம்.

இது எதிர் திசையிலும் போக வாய்ப்புள்ளது - மற்றவர் விஷயங்களை பெரிதாக எடுத்துக் கொள்ளாமல், அதைப் பற்றி கவலைப்படாமல் இருந்தால், நமக்கு பைத்தியம் பிடிக்கலாம். இது நமது ஈகோவை பாதித்து கோபம் மற்றும் மனச்சோர்வுக்கு ஆளாக்குகிறது.

எனவே, உங்கள் ஈகோவை ஒதுக்கி வைத்துவிட்டு, உங்கள் வருத்தத்தை வெளிப்படையாகப் பேசுவது நல்லது. அது மற்றவரின் தவறா என்பதை மட்டும் கண்டுபிடியுங்கள். அவர் அல்லது அவள் மாறிவிடுவார் என்று நீங்கள் உணர்ந்தால், சில கெட்ட நடத்தையை விட்டுவிடுவதில் தீவிரமாக இருக்கிறார் என்றால், உறவைத் தொடர்வது பற்றி நீங்கள் சிந்திக்கலாம்.

இது உங்களுக்கு அதீத அன்பு இருப்பதாகவும், உறவை விட்டு விலகுவது உங்களை மோசமாக மனச்சோர்வடையச் செய்யும் என்றும் சொல்வதைப் பற்றியதாகும்.

இல்லையெனில், நீங்கள் அந்த நபரை மறக்க ஆரம்பிக்கலாம். அவர் ஒரு முறை ஏமாற்றியதால், அவரைப் பற்றி உங்களுக்கு எப்போதும் சந்தேகம் இருக்கும், அது உறவை இன்னும் மோசமாக்கும்.

பெரும்பாலான உறவுகள் தற்காலிகமானவை. பார்வையிலிருந்து விலகினால் மனதிலிருந்து விலகியது போல. உங்கள் மனதை வேறு சில எண்ணங்களால் நிரப்புங்கள். படிப்படியாக, நீங்கள் அவரைப் பற்றி நினைப்பதை நிறுத்தலாம். எண்ணங்கள் வரும்போதெல்லாம் அவற்றை வளர்த்துக்கொள்ளாமல் வெறுமையாக்கிக் கொண்டே இருங்கள். காலப்போக்கில், நீங்கள் மறந்துவிடுவீர்கள். புதிய நண்பர்களைப் பெறுங்கள், நீங்கள் கடந்த காலத்தை முற்றிலும் மறந்துவிடுவீர்கள்.

என் மீது பொறாமை கொண்ட ஒருவர் மீது நான் பொறாமை கொள்வது தவறா? நான் மகிழ்ச்சிக்கு தகுதியானவன் என்று அவர்கள் நினைக்காத போது, நானும் ஏன் அப்படி நினைக்கக் கூடாது?

ஒருவர் மீதான உங்கள் பொறாமை உணர்வு அவர்களைப் பாதிக்கப் போவதில்லை. பொறாமை என்பது ஒரு கெட்ட எண்ணம் மற்றும் மோசமான அதிர்வு. நீங்கள் ஒருவரிடம் பொறாமை கொண்டிருந்தால், அது உங்களைத்தான் பாதிக்கும், அவரை அல்ல. அதே போல் மற்றவர் உங்கள் மீது பொறாமை கொண்டால் பாதிக்கப்படுவது அவர்/அவள் தான். யாரோ ஒருவர் மகிழ்ச்சிக்கு தகுதியற்றவர் என்று அவர் நினைப்பதால், அவர் பாதிக்கப்படுகிறார். இது நிச்சயமாக உங்கள் மகிழ்ச்சியை பாதிக்காது.

அதே சமயம் யாரிடமாவது நல்ல, நேர்மறை எண்ணங்கள் இருந்தாலோ அல்லது யாராவது உங்களைப் பற்றி நேர்மறையான எண்ணங்களைக் கொண்டிருந்தாலோ, அந்த அதிர்வு உங்கள் இருவருக்கும் நல்லதாக இருக்கும். நீங்கள் மகிழ்ச்சிக்கு தகுதியற்றவர் என்று அவர் நினைத்தாலோ, உங்கள் மீது பொறாமை கொண்டாலோ, நீங்களும் அதையே செய்ய வேண்டும் என்பதில்லை. இதனால் நீங்கள் ஒருபோதும் பாதிக்கப்பட மாட்டீர்கள். நிச்சயமாக அவரது கெட்ட கர்மா அல்லது கெட்ட எண்ணத்தால் அவர் பாதிக்கப்படுவார். பொறாமைப் படாமல் அவன்/அவள் மகிழ்ச்சிக்குத் தகுதியானவர் என்று நீங்கள் நினைத்தால், இன்னும் சிறப்பாக இருக்கும். இது பரஸ்பரம் உங்களிருவருக்கும், அதிலும் குறிப்பாக உங்களுக்கும் நல்லது. நீங்கள் அனுப்பும் நேர்மறை அதிர்வுகளால், அவர் நெருக்கமாக வரக்கூடும். அதுதான் நேர்மறை அதிர்வுகளின் சக்தி.

ஒரு அறிவுசார் விஷயத்தையோ, படிப்பையோ எதையும் பகிர்ந்து கொள்வதில் நான் பாதுகாப்பில்லாமல் பொறாமையோடு இருக்கிறேன். நான் மட்டுமே தெரிந்து கொள்ள வேண்டும், மற்றவர்களுக்குத் தெரிந்துகொள்ள உரிமை இல்லை என்று நினைக்கிறேன். நான் எப்படி என்னை குணப்படுத்திக் கொள்வது?

புத்திசாலிகள் வெற்றியடையாமல் போகலாம், ஆனால் சாதாரண மக்கள் வெற்றியடையலாம் என்பதே நிதர்சனம். நேரம், அதிர்ஷ்டம், விதி மற்றும் தேவை இதை தீர்மானிக்கிறது. சில நேரங்களில் உங்கள் உயர்ந்த அறிவு செல்லுபடி ஆகாமல் போகலாம், அதேசமயம் சாதாரண நடைமுறை அறிவு அதன் தேவை காரணமாக நன்றாக செல்லுபடி ஆகலாம். எதையும் பகிர்வதன் மூலம் நல்ல கர்மாவைப் பெறுவீர்கள். அது உங்களுக்கு பயன் தரும். நீங்கள் அதிக திருப்தியையும் பெறுவீர்கள்.

நீங்கள் மட்டுமே வெற்றிகரமானவராகவும், புத்திசாலியாகவும் இருக்க வேண்டும், வேறு எவரும் இருக்கக்கூடாது என்ற எண்ணம் உங்களுக்கு உள்ளது. இது எப்போதும் மற்றவர்கள் வெற்றியடையாமல் இருக்க வேண்டும் என்ற கவலையை உங்களுக்கு உருவாக்குகிறது. இது உங்கள் பாதுகாப்பின்மை பற்றியது. மற்றவர்கள் வெற்றிபெறும் போது நாம் தாழ்ந்து போய்விடுவோம் என்று நினைக்கிறீர்கள். இது உங்களுக்கு தேவையற்ற மன அழுத்தம்.

அனைவரும் சமம், எல்லோரும் புத்திசாலிகள் என்று நினைப்பது எப்போதும் புத்திசாலித்தனம். உங்கள் அறிவும் கற்றலும் உங்களுக்கோ, பிறருக்கோ ங வெற்றிபெற உதவலாம் அல்லது உதவாமல் போகலாம். இது புத்திசாலித்தனம், வாய்ப்புகள், அதிர்ஷ்டம், நல்ல கர்மாக்கள் போன்றவற்றைப் பொறுத்தது. சில நாடுகள் புத்திசாலிகள் அதிகமாக இருந்தாலும் அறிவில்லாதவர்களால் ஆளப்படுவதை நாம் காணலாம். பல இடங்களில் அறிவாளிகள் அறிவு இல்லாதவர்களின் கீழ் வேலை செய்கிறார்கள். அறிவு என்பது உங்கள் படிப்பைப் பற்றியது மட்டுமல்ல. அது அன்பு, பிறர் மீது அக்கறை, சேவை, தியாகம், புத்திசாலித்தனம் போன்றவை. இதையெல்லாம் உணர்ந்து இந்த மனநிலையிலிருந்து வெளியே வாருங்கள்.

பிரபலமான நட்சத்திரங்களின் ஆடம்பரங்களையும் பிராபல்யத்தையும் அதீத பொறாமையுடன் நான் பார்க்கிறேன். அது என்னையே வெட்கப்பட வைக்கிறது. நான் தூக்கமின்மையால் அவதிப்படுகிறேன், இதைப் பற்றி என் அன்புக்குரியவர்களுடன் சண்டையிடுகிறேன். இதை எப்படி நிறுத்துவது?

இவை அனைத்தும் பாதுகாப்பின்மை உணர்வு பற்றியது. நம் அன்புக்குரியவர்கள் நமக்கு அதிகபட்ச முக்கியத்துவம் கொடுக்க வேண்டும் என்று நாம் விரும்பலாம். நமக்கு நெருக்கமானவர்களுடன் வேறொருவர் நம் இடத்தைப் பிடித்துவிடுவார்களோ என்று நாம் பயப்படலாம். எனவே, நம்மை விட அழகான அல்லது பணக்காரர் ஒருவரைப் பார்க்கும்போது, நம் அன்புக்குரியவர்களின் இதயங்களில் அந்த நபர் நம் இடத்தைப் பிடித்து விடுவார்களோ என்ற பயமான எண்ணங்களை உருவாக்கிக் கொள்கிறோம்.

அதேபோல, ஒரு பிரபலமான ஆளுமையைக் காணும்போதோ அல்லது நினைக்கும்போதோ, அந்த ஜனரஞ்சக ஆளுமைக்கு அதிக முக்கியத்துவம் கொடுக்கப்படுமோ என்ற பயம் நமக்குள் உருவாகும். இதைப் பற்றி நினைக்கும் போது, நமக்குப் பாதுகாப்பின்மை, மன அழுத்தம் மற்றும் எரிச்சல் ஏற்படுகிறது. சிலர் தங்கள் அன்புக்குரியவர்களிடம் இதைப் பற்றி வெளிப்படையாகக் கேட்டு எரிச்சலூட்டுகிறார்கள். சிலர் இந்த விஷயங்களைக் கேட்க வெட்கப்படுகிறார்கள் மற்றும் அலட்சியமாக நடந்துகொள்கிறார்கள் அல்லது தங்கள் நெருங்கியவர்களிடம் எரிச்சல் அடைகிறார்கள்.

முதலாவதாக, அதிகாரம், புகழ், தோற்றம், பணம் போன்றவற்றைப் பொருட்படுத்தாமல் எல்லாம் வல்ல இறைவனின் பார்வையில் அனைவரும் சமம் என்பதை உறுதியாக நம்புங்கள். உண்மையில், நீங்கள் இப்போது நம்புவதை விட இது 200 சதவீதம் உண்மை.

இரண்டாவதாக, உங்கள் உணர்ச்சிகளைக் கட்டுப்படுத்தி, உங்கள் எதிர்பார்ப்புகளைக் குறைக்கவும். கிரியாக்கள் மற்றும் தியானத்தின் ஒருங்கிணைந்த பயிற்சியின் மூலம் இது சாத்தியமாகும்.

இறுதியாக, இது தொடர்பான எண்ணங்களே உங்களைப் பாதுகாப்பற்றதாகவும், எரிச்சல் அடைபவராகவும் ஆக்குகிறது என்பதை உணருங்கள். இந்த எண்ணங்கள் மனதில் தோன்றும் போதெல்லாம் அவற்றை வெறுமையாக்குவது ஒரு காலகட்டத்திற்கு வழிவகுக்கும், இந்த எண்ணங்கள் உங்கள் மனதில் இருந்து முற்றிலும் விலகிவிடும்.

நான் ஏதாவது நேர்மறையாகச் செய்யும்போதோ அல்லது என் வாழ்க்கையில் நல்லதைப் பெறும்போதோ, ஒரு நண்பர் என்னைப் பார்த்து பொறாமைப்படுவார். இது எனக்கு அசௌகரியமாக இருக்கிறது. நான் அதை எப்படி நிவர்த்தி செய்வது?

உங்களுக்கு சங்கடமாக இருந்தால், அதை அவளிடம் சொல்லுங்கள். சிறிது நாட்களுக்கு, அவள் வித்தியாசமாக உணரலாம், ஆனால் பின்னர் அவள் அதை மறந்துவிடுவாள். அவளும் சமம், சாதனை, அதிகாரம், புகழ், பணம் போன்றவற்றைப் பொருட்படுத்தாமல் இந்தப் பிரபஞ்சத்தில் அனைவரும் சமம் என்பதை அவளுக்கு உணர்த்துங்கள். எல்லா சாதனைகளுக்கும் இயற்கை அவர்களுக்கு ஏற்படுத்திய வாய்ப்புகள், சூழ்நிலைகள், சந்தர்ப்பங்கள் மற்றும் வசதிகளே காரணமாகும். எல்லோரும் இந்தப் புரிதலில் இறங்கினால், பொறாமை என்ற வார்த்தையும் உணர்ச்சியும் இந்தப் பிரபஞ்சத்தில் இருக்காது.

உங்கள் சாதனைகளை மக்கள் பாராட்டும்போது, அமைதியாக இருக்க முயற்சி செய்யுங்கள். அதீத உற்சாகம் அடையாதீர்கள்.

யாராவது உங்களைப் பற்றி பொறாமைப்படும்போது அல்லது எதிர்மறையான சூழ்நிலைகளில் கூட இந்த மனநிலை உங்களை பாதிப்பு அடையாமல் வைத்திருக்கும்.

எனக்கு நிறைய அறிவு இருக்கும் ஒரு துறையைப் பற்றி என்னால் பேச முடியாத போது, யாராவது பேசினால், எனக்கு பொறாமை மற்றும் பதட்டம் ஏற்படுகிறது. நான் அதை எப்படி நிறுத்த முடியும்?

மற்றவரை விட உங்களுக்கு அறிவு அதிகம் என்று நினைக்கிறீர்கள். நீங்கள் அவரை விட அதிக பாராட்டு பெற தகுதியானவர் என்று உணர்கிறீர்கள். நீங்கள் பொறாமைப்படுவதற்கு இதுவே காரணம். உங்களிடம் அதிக அறிவு இருப்பதாகவும், முதலில் என்ன சொல்ல வேண்டும் என்று தெரியவில்லை என்றும் உணர்கிறீர்கள். உங்களால் அனைத்து அறிவையும் தெரிவிக்க முடியுமா அல்லது சில தகவல்கள் மறந்துவிடுமா என்ற பயம் உங்களுக்கு இருக்கலாம். இவ்வளவு அறிவு இருந்தும் உங்களை ஏற்றுக் கொள்வார்களோ என்ற பயம் உங்களுக்கு இருக்கிறது. இந்த விஷயங்கள் கவலை மற்றும் பொறாமைக்கு வழிவகுக்கும். இதை நீங்கள் புரிந்துகொண்டு உணர்ந்தால், பொறாமைப்படுவதைக் கடக்க முடியும்.

முதலில், மற்றவர்களை விட உங்களுக்கு அதிக அறிவு இருக்கிறது என்று நினைப்பதை நிறுத்துங்கள். இது உங்களை அடக்கம் உடையவராக ஆக்குகிறது. எதிர்பார்ப்புகளை நிறுத்துகிறது. தெரிவிக்க வேண்டிய விஷயக் குறிப்புகளை எழுதிக் கொள்ளவும். முக்கியமானவை மற்றும் குறைவான முக்கியத்துவம் வாய்ந்தவை இரண்டையும் பட்டியலிடுங்கள். ஒரு ஸ்கிரிப்டைத் தயாரித்து மற்றவர்களுக்குக் கொடுப்பதற்கு முன் நன்றாகப் பயிற்சி செய்யுங்கள். பயிற்சி முக்கியம்.

பலருக்கு மேடை பயமும் மற்றவர்களின் கருத்துகளுக்கு பயமும் இருக்கும். அதைப் பற்றியெல்லாம் கவலைப்பட வேண்டாம். எவ்வளவு அதிகமாக பயிற்சி செய்கிறீர்களோ, அவ்வளவு மறந்துவிடுவதற்கான வாய்ப்புகள் குறைவு. உங்களுக்கு வாய்ப்பு கிடைக்கும் போதெல்லாம் நிறைய பேச்சுகளை வழங்கத் தொடங்குங்கள், நீங்கள் அதில் சௌகர்யமாக இருக்கத் தொடங்குவீர்கள். உரைகளை வழங்க சர்வதேச டோஸ்ட்மாஸ்டர்களுடன் சேருங்கள். இதற்கான சிறந்த தளம் இது. நீங்கள் மற்றவர்களை விட கீழ் நிலையில் இருந்தாலும், அதைப் பற்றி கவலைப்படாமல், தொடர்ந்து பயிற்சி செய்து செயல்படுங்கள். ஒரு நாள் நீங்கள் உச்சத்தில் இருப்பீர்கள். நீங்கள் வெற்றிபெறும்போது, அமைதியாக இருங்கள். உற்சாகமாக கொண்டாட வேண்டாம். அடக்கமாகவும் அமைதியாகவும் இருங்கள். நீங்கள் மற்றவர்களை விட குறைவாக மதிப்பிடப்பட்டாலும், இழப்பின் போது இந்த அணுகுமுறை உங்களை அமைதிப்படுத்துகிறது.

பொறாமை ஒரு நேர்மறையான உந்துதலாக ஏதாவது வெற்றிபெற உதவுமா?

பொறாமையின் ஒரு பகுதி உங்களை சாதிக்கவும் வெற்றிபெறவும் தூண்டும். ஆனால், உங்களை விட வேறு ஒருவர் சிறப்பாகச் செய்யக்கூடாது என்ற எதிர்மறை எண்ணத்தை அது உங்களுக்குள் உருவாக்குகிறது. பொறாமை உங்களை எதையாவது சாதிக்க வைத்து, ஒருவரின் சாதனையை முறியடித்தவுடன், அது உங்களுக்கு ஒரு பெரிய நேர்மறையான பிம்பத்தை உருவாக்குகிறது. ஆனால் அந்தப் படத்தைத் தக்கவைத்துக் கொள்ள நீங்கள் அழுத்தத்தில் இருப்பீர்கள். அழுத்தம் உருவாக்கப்பட்டவுடன், அது உங்களுக்கு மன அழுத்தத்தை உருவாக்குகிறது. பாராட்டுகளைத் திரும்ப இழந்துவிடுவோமோ என்று பயப்படுகிறீர்கள். இப்போது உங்கள் மகிழ்ச்சிக்கு வெற்றியே ஒரு முக்கிய காரணம். சில சமயங்களில், இந்த பிம்பத்தைத் தக்கவைத்துக்கொள்ள உங்கள் திறமையை அதிகரிப்பதற்குப் பதிலாக, உங்கள் போட்டியாளர் சிறப்பாகச் செயல்படக்கூடாது என்று நீங்கள் விரும்புகிறீர்கள். அது உங்களுக்கு எதிர்மறை எண்ணம், கெட்ட கர்மா. மேலும், பொறாமை உங்கள் பாதுகாப்பின்மையைக் குறிக்கிறது, பாதுகாப்பின்மையை மேலும் ஊக்குவிக்கிறது.

மாறாக, உங்களை உங்கள் போட்டியாளராக அமைத்துக் கொள்ளுங்கள். உங்கள் போட்டியாளராக வேறு யாரையும் நினைக்காதீர்கள். மற்றவர்களை அடிப்படையாகக் கொண்டு இலக்கை அமைக்காதீர்கள். மீண்டும் நீங்கள் பொறாமைப்படுவீர்கள். உங்கள் சொந்த இலக்கை வைத்துக் கொள்ளுங்கள். கடைசி போட்டியில் 4 விக்கெட்டுகளை வீழ்த்தியிருந்தால், எதிர்காலத்தில் 5 விக்கெட்டுகளை வீழ்த்த இலக்கு நிர்ணயம் செய்யுங்கள். அதை அடைவதற்கான உங்கள் எண்ணங்களிலும் செயல்களிலும் மற்றவரைப் பற்றி ஒருபோதும் தொடர்பு படுத்திக் கொள்ளவோ, சிந்திக்கவோ வேண்டாம்.

மற்றவர்கள் எதையாவது சாதிக்கும்போது தாராளமாகப் பாராட்டுங்கள். இது உங்களில் சிறந்த நேர்மறையை உருவாக்குகிறது மற்றும் அது உங்களுக்கு நல்லது.

பணம், திறமை, அதிகாரம், பிரபலம் எதுவாக இருந்தாலும் அனைவரும் சமம் என்பது இன்னொரு உண்மை. சூழ்நிலைகள், வாய்ப்புகள் மற்றும் சந்தர்ப்பங்கள் மட்டுமே உங்களையோ அல்லது மற்றவரையோ ஏதாவது சாதிக்க வைக்கிறது. நீங்கள் பெரிய ஒன்றைச் சாதிப்பது உங்களை மற்றவர்களை விட பெரியதாக ஆக்காது. வேறு வார்த்தைகளில் கூறுவதானால், யாரோ ஒருவர் உங்களை விட பெரிய சாதனை படைத்ததால், அவர்கள் உங்களை விட பெரியவர்கள் என்று கூற முடியாது. இந்த மனநிலையை உருவாக்கி பொறாமை இல்லாமல் காரியங்களைச் சாதிக்கத் தொடங்குங்கள்.

பாதிக்கப்பட்ட மனநிலையை கைவிட்டு, மற்றவர்களிடம் பொறாமை மற்றும் வெறுப்பு இல்லாமல் நமது பிரச்சினைகளுக்கு பொறுப்பேற்பதன் நன்மைகள் என்ன?

சாதாரண பிரச்சனையை கூட பெரிய பிரச்சனையாக மாற்ற முனையும் வழக்கம் நமக்கு உண்டு. நாம் விஷயங்களைப் பார்க்கும் விதம் இதற்குக் காரணம்.

வாழ்க்கை உங்கள் சிறந்த நன்மைக்காக நடப்பது போல் ஏற்றுக்கொள்வது, பாதிக்கப்பட்ட மனநிலையை கைவிடச் செய்கிறது. பிரச்சனைகளை எதிர்கொள்ள பலர் பயப்படுகிறார்கள். எதிர்மறையான சிந்தனை மற்றும் ஏற்றுக்கொள்ளாமல் இருப்பது பிரச்சனைகளை எதிர்கொள்வதை கடினமாக்குகிறது. துணிச்சலுடன் பிரச்சனைகளை எதிர்கொள்ள ஆரம்பித்தால் அவை ஒன்றும் இல்லை என்று தோன்றும். பிரச்சனைகளை எதிர்கொள்வதன் மூலம், உங்களுக்கு ஒரு தீர்வு கிடைக்கும். தீர்வு இல்லாவிட்டாலும், ஏற்றுக்கொள்வதன் மூலம், பிரச்சனைகள் ஒன்றுமில்லை என்று தோன்ற ஆரம்பிக்கும். உண்மையில், எல்லாம் எளிதாகத் தோன்றும், மேலும் நீங்கள் பிரச்சினைகளை எதிர்கொள்ள விரும்புவீர்கள்.

பொறாமையை போக்க, சாதனை, அதிகாரம், புகழ், பணம் போன்ற வேறுபாடுகள் இன்றி இந்த பிரபஞ்சத்தில் அனைவரும் சமம் என்று உறுதியாக நம்புங்கள். அனைத்து வெற்றிகளும் வாய்ப்புகள், சூழ்நிலைகள், சந்தர்ப்பங்கள், வசதிகள் போன்றவற்றால் இயற்கை அவர்களுக்குத் தந்தவை. எல்லோரும் இந்த உணர்வில் இறங்கினால், பொறாமை என்ற சொல்லோ உணர்ச்சியோ இந்தப் பிரபஞ்சத்தில் இருக்காது.

உங்கள் சாதனைகளை மக்கள் பாராட்டும்போது, அமைதியாகவும் இருக்க முயற்சி செய்யுங்கள், அதீத உற்சாகமடைய வேண்டாம். யாராவது உங்களைப் பற்றி பொறாமைப்படும்போது அல்லது உங்களை விட ஒருவர் அதிகமாகப் பாராட்டப்படும்போது இந்த மனநிலை உங்களைப் பாதிக்காமல் வைத்திருக்கும்.

இறுதியாக, தற்போதைய தருணத்தில் கவனம் செலுத்துவது எந்த பிரச்சனையிலிருந்தும் எளிதில் விடுபட உதவும். உங்கள் மனம் எதிர்மறையான ஒன்றைப் பற்றி நினைத்தாலும், சில முக்கியமான செயல்களில் கவனம் செலுத்த உங்களை கட்டாயப்படுத்துங்கள். அந்த எதிர்மறை எண்ணங்களை வளர்க்க அல்லது தீர்க்க வேண்டும் என நீங்கள் நினைத்தால், அதையெல்லாம் செய்யாதீர்கள். ஒரு பணி அல்லது செயல்பாட்டில் கவனம் செலுத்த உங்களை கட்டாயப்படுத்துவது எண்ணங்கள் அல்லது பிரச்சனைகளில் இருந்து எளிதில் விடுபட உதவுகிறது.

இலவசமாக வழங்கப்படுவதை விட கடினமாக ஈட்டப்படும் பழிவாங்கல் இனிமையானதா?

நீங்கள் பழிவாங்க முயற்சி செய்தால் அல்லது பழிவாங்க நினைத்தால், நீங்கள் உங்கள் பக்கத்தில் கெட்ட கர்மாவை சேர்க்கிறீர்கள். மற்றவர்களின் செயலால் நீங்கள் பாதிக்கப்படுவதால், நீங்கள் அதை நியாயப்படுத்தினாலும், உங்கள் கணக்கில் கெட்ட கர்மாவைச் சேர்க்கிறீர்கள். உங்களாலும் சமூகத்தாலும் நியாயப்படுத்தப்பட்டாலும், மோசமான கர்மாவின் விளைவை நீங்கள் சந்திப்பீர்கள்.

நல்ல செயலைச் செய்தால் நல்ல பலன் கிடைக்கும் என்கிறது கர்ம விதி. அதேபோல, உங்கள் மோசமான செயல்களின் விளைவுகளை நீங்கள் சந்திக்க வேண்டும். சில நேரங்களில், உங்கள் செயல்களின் பின் விளைவுகள் (கர்மாக்கள்) தாமதமாக நிகழலாம். வேறொருவர் உங்களுக்குச் செய்த செயல் உண்மையில் மோசமான கர்மாவாக இருக்கலாம், அதைச் செய்தவர் உடனடியாக அதைத் திரும்பப் பெற்றிருப்பார். முயற்சி இல்லாமல் நடந்தால், அது கர்மா விதிகளின் அடிப்படையில் நடக்கிறது என்று அர்த்தம். உங்கள் தரப்பிலிருந்து எந்த செயலும் (கர்மா) இல்லாமல் நடக்கும். இறுதியில், நீங்கள் எந்த செயலையும் சேர்க்காததால், நீங்கள் எந்த கெட்ட கர்மாவையும் குவிக்க மாட்டீர்கள்.

பழிவாங்கும் முயற்சியில் ஈடுபட வேண்டிய அவசியமில்லை என்பதே இங்குள்ள கற்றல். கெட்ட கர்மா செய்திருந்தால், அதைச் செய்தவருக்கு இயல்பாகவே நடக்கும். நீங்கள் அமைதியாக இருந்து விஷயங்களை தானாகவே நடக்க அனுமதிக்கலாம். இதைச் செய்வதன் மூலம், நீங்கள் எந்த வெறுப்பையும் சேர்க்கவில்லை. இது மன்னிப்பது போன்றது. உங்கள் வரவுக் கணக்கில் இரண்டு நல்ல விஷயங்கள் சேர்க்கப்பட்டுள்ளன. இதை உணர்ந்தால், மற்றவர் உங்களிடம் அன்புடனும் மன்னிப்புடனும் வருவதற்கான வாய்ப்புகள் அதிகம்.

அ.தி.ராஜ்குமார்

நான் பழிவாங்கினேன், ஆனால் நான் அதைப் பற்றி தொடர்ந்து சிந்திக்கிறேன். அதைப் பற்றி சிந்திப்பதை நான் எப்படி நிறுத்துவது?

நம் வாழ்வில் பிறர் மீது நமக்குப் பற்று இருக்கிறது. நீங்கள் யாரையாவது பார்வையில் முதலில் விரும்பி, அவர்களுடன் பேச முயற்சித்தால், அவர்களும் சமமாகப் பதிலளித்தால், நீங்கள் அடிக்கடி சந்தித்துப் பேசுவீர்கள். நீங்கள் உணர்ச்சிவசப்படுவதோடு மட்டுமல்லாமல், இந்த நபரைப் பற்றி ஒரு உடைமைத்தன்மையையும் வளர்த்துக் கொள்கிறீர்கள். சில சூழ்நிலைகள் மூலம் நீங்கள் ஒருவருடன் நட்பாக பழகலாம். தொடர்ந்து பேசத் தொடங்கலாம். இருவரும் ஒரே சித்தாந்தம்/கருத்துகள் போன்றவற்றை விரும்புவதைக் கண்டறியலாம். வழக்கமான அரட்டைகள் மற்றும் சந்திப்புகள் மக்களை ஒருவரையொருவர் நெருங்க வைக்கின்றன.

இந்த இணைப்புகள் அனைத்தும் பரஸ்பர மரியாதை, பரஸ்பர நன்மைகள், பரஸ்பர அன்பு மற்றும் பரஸ்பர இணைப்புக்கு உட்பட்டவை. இது குறையத் தொடங்கும் போது, இந்த இணைப்புகள் வலுவிழக்கின்றன. உங்கள் உணர்ச்சிகள் மற்றும் தேவைகள் மற்றவர்களால் பூர்த்தி செய்யப்படும் வரை உணர்ச்சி பூர்வமான பற்றுதல்கள் நல்லது. ஆழமாகப் பார்த்தால் அது மிகவும் சுயநலமான செயல்.

முதல் பார்வையில் நாம் யாரையும் வெறுப்பதில்லை. சூழ்நிலைகள் மற்றும் சந்தர்ப்பங்கள் தான் ஒருவரை உங்களுக்கு எதிராக செயல்பட வைக்கிறது. எனவே, யாரும் உங்களுக்கு எதிராக இல்லை. இதை உணர்ந்தால் யாரிடமும் கோபப்பட மாட்டீர்கள். மனிதர்கள் மீதும் அவர்களின் சூழ்நிலைகள் மீதும் பச்சாதாபம் கொள்வது புரிதலுக்கும் கூலாக இருப்பதற்கும் வழி செய்கிறது.

பழிவாங்கும் எண்ணங்கள் கோப எண்ணங்கள். உங்களை கோபப்படுத்தும் மற்றும் பழிவாங்கும் எண்ணங்களைத் தவிர்க்கவும் அல்லது நீக்கவும். இந்த எண்ணங்கள் உங்கள் மனதில் வரும்போதெல்லாம் அவற்றை வெறுமையாக்குங்கள். அவை வரும்போதெல்லாம் அவற்றைத் தொடர்ந்து வெறுமையாக்குவது இந்த எண்ணங்கள் உங்கள் மனதில் இருந்து மறைந்துவிடும் ஒரு காலகட்டத்திற்கு வழிவகுக்கும்.

தியானம் இந்த நுட்பத்தை எளிதாக அடைய உதவுகிறது. தியானப் பயிற்சி என்பது ஒரு மந்திரத்தில் கவனம் செலுத்துவதும் தேவையற்ற எண்ணங்களிலிருந்து விடுபடுவதும் ஆகும். தொடர்ச்சியான தியானப் பயிற்சி இந்த நுட்பத்தை எளிதாக அடைய உதவுகிறது.

நான் எல்லோருடனும் இருக்கும்போது என் உணர்ச்சிகளைக் கட்டுப்படுத்த முடிகிறது, ஆனால் நான் தனியாக இருக்கும்போது என்னால் அவற்றைக் கட்டுப்படுத்த முடியவில்லை. இது ஏன் நடக்கிறது?

நீங்கள் மக்களுடன் இருக்கும்போது, ஏதோ ஒன்றில் ஈடுபட்டு இருக்கிறீர்கள். உங்கள் மனம் ஈடுபாட்டில் இருப்பதால், உணர்ச்சிகளை உருவாக்கும் சில விஷயங்களைப் பற்றி நீங்கள் சிந்திக்க மாட்டீர்கள். நீங்கள் தனியாக இருக்கும்போது உங்கள் மனம் ஆக்கிரமிக்கப்படுவதில்லை. அதனால், உணர்ச்சிகளை உருவாக்கும் தேவையற்ற எண்ணங்களுக்கு மனம் பயணிக்கிறது.

இது ஒரு எளிய கோட்பாடு. எதையாவது வைத்து உங்கள் மனதை ஆக்கிரமித்துக் கொள்ளுங்கள். புத்தகம் படிப்பது, இசையைக் கேட்பது அல்லது நீங்கள் விரும்புவதைச் செய்வது போன்ற சில முக்கியமான செயல்களில் கவனம் செலுத்துங்கள். இவை அனைத்தும் உங்கள் மனதை ஆக்கிரமித்திருக்கும். மனதை ஆக்கிரமித்திருந்தால், உணர்ச்சிகள் தொடர்பான இந்த எண்ணங்கள் உங்களுக்கு வராது.

உங்களுக்கு இன்னும் இந்த எண்ணங்கள் இருந்தால், அவை வரும்போதெல்லாம் அவற்றை வெறுமையாக்கவும். அவை வரும்போதெல்லாம் அவற்றைத் தொடர்ந்து வெறுமையாக்குவது இந்த எண்ணங்கள் உங்கள் மனதில் இருந்து மறைந்துவிடும் ஒரு காலகட்டத்திற்கு வழிவகுக்கும்.

எனக்கு உடன்பிறப்புகள் யாரும் இல்லாததற்கு வருந்துகிறேன் மற்றும் மிகவும் தனிமையாக உணர்கிறேன். இந்த சூழ்நிலையை நான் எப்படி சமாளிப்பது?

மனம் எப்பொழுதும் எது இல்லையோ அதையே விரும்புகிறது. உங்களுக்கு சகோதரர்கள் இருந்து, சகோதரிகள் இல்லை என்றால், சகோதரி உடன்பிறப்புகள் இல்லாததால் மனம் ஏங்குகிறது. உங்களுக்கு எல்லோரும் இருந்து பணம் இல்லை என்றால், அதிக பணம் இருக்க வேண்டும் என்று மனம் நினைக்கும்.

இந்த உண்மையை உணர்ந்து அமைதியாக இருங்கள். உங்களிடம் எது இருக்கிறதோ அதோடு மகிழ்ச்சியாக இருங்கள். உங்களிடம் உள்ள பொருட்கள் இல்லாத கோடிக்கணக்கான மக்கள் உள்ளனர்.

உங்கள் உறவினர்கள் மற்றும் நண்பர்களுடன் நல்ல உறவை உருவாக்குங்கள். இது உங்கள் தேவைகளை பூர்த்தி செய்யும். நெருங்கிய நண்பர்கள் மற்றும் உறவினர்கள் இருப்பதால் இதை மறந்துவிடுவீர்கள். எல்லோரும் ஒன்றே.

உங்களுக்கு இந்த எண்ணங்கள் வரும்போதெல்லாம், அதை வெறுமையாக்கிக் கொண்டே இருங்கள். இந்த எண்ணங்களை நீங்கள் வளர்த்துக் கொண்டால், அவை உங்களை தொந்தரவு செய்யும். நீங்கள் அதை உருவாக்க விரும்பினால், அதைச் செய்ய வேண்டாம். அவை வரும்போதெல்லாம் அவற்றை வெறுமையாக்குவது இந்த எண்ணங்கள் உங்கள் மனதில் இருந்து விலகிச் செல்லும் ஒரு கட்டத்திற்கு வழிவகுக்கும்.

குடும்பம், பணம், நண்பர்கள் மற்றும் சக பணியாளர்கள் இருந்தபோதிலும் ஒரு நபர் ஏன் வாழ்க்கையில் ஒரு கட்டத்தில் தனிமையை உணரத் தொடங்குகிறார்?

மனிதர்கள் குடும்பம் மற்றும் நண்பர்களுடன் பழகுவதன் மூலமும் செயல்படுவதன் மூலமும், எதிர்வினையாற்றுவதன் மூலமும், அவர்களின் தேவைகளை நிறைவேற்றுவதன் மூலமும் இணைந்திருக்கிறார்கள். நம் எதிர்பார்ப்புகளுக்கு எதிராக விஷயங்கள் நடந்தால், நம்மில் பெரும்பாலோர் அதை தனிப்பட்ட முறையில், அகங்காரத்தோடு, உணர்ச்சி ரீதியாக எடுத்துக்கொள்கிறோம். நாம் மற்றவர்களுக்கு உதவும்போதுதான் நமக்கு முக்கியத்துவம் கொடுக்கப்பட்டதாக நினைக்கிறோம். இந்த எதிர்பார்ப்புகளுடன், நாம் மற்றவர்களுக்கு உதவாவிட்டாலும், நமக்கு நல்ல சேவை கிடைக்க வேண்டும் என்று விரும்புகிறோம். வெகு சிலரே அப்படி இருக்கிறார்கள். நம் எதிர்பார்ப்புகள் நிறைவேறாதபோது தனிமையாக உணர ஆரம்பிக்கிறோம்.

நீங்கள் பரஸ்பரம் இருந்தால் தான் மற்றவர்கள் உங்களுடன் இருக்க முடியும் என்பதை உணருங்கள். நீங்கள் தொடர்பு கொண்டால், மற்றவர்கள் உங்கள் மீது ஆர்வமாக இருப்பார்கள். சில விஷயங்களைச் செய்வதன் மூலம், நீங்கள் முக்கியத்துவத்தையும் மரியாதையையும் பெறலாம். நீங்கள் அவற்றைச் செய்வதை நிறுத்தினால், அது மற்றவர்களுக்குச் செல்கிறது. நீங்கள் புத்திசாலியாகவோ அல்லது கவர்ச்சியாகவோ இருந்தால், மற்றவர்கள் உங்களுடன் இருப்பார்கள். நீங்கள் தொடர்பு கொள்ளாதவராகவும், ஊமையாகவும் இருந்தால், எந்த நேரத்திலும், மக்கள் உங்களிடம் வர மாட்டார்கள். மனித மனங்களைப் பற்றிய இந்த உண்மைகளை உணர்ந்து, அதை ஏற்றுக்கொண்டு அமைதியாக இருக்க வேண்டும்.

எந்த நேரத்திலும், நீங்கள் இளமையாகவும் சுறுசுறுப்பாகவும் இருக்கும்போதும், உங்கள் கடமையைச் செய்யுங்கள் அல்லது இந்த உணர்தல்களுடன் மற்றவர்களுக்கு உதவுங்கள். இந்தக் கடமைகளையெல்லாம் செய்யும்போது எதிர்பார்ப்பு இல்லாமல் இருக்கக் கற்றுக்கொண்டு தொடர்ந்து உதவி செய்ய வேண்டும். இந்த மனநிலையை நீங்கள் உருவாக்கினால், நீங்கள் ஒருபோதும் தனிமையை உணர மாட்டீர்கள்.

அ.தி.ராஜ்குமார்

இந்த ஆண்டு நான் எனது மகனை இழந்தேன், எனது வாழ்க்கையையே முடித்துக் கொள்ள விரும்புகிறேன். நான் எப்படி என் மனதை ஒருங்கிணைத்து என் இதயத்தை ஆறுதல்படுத்துவது?

இது உங்களுக்கு மிகவும் கடினமான நேரம். ஜீரணிக்க கடினமான விஷயமும் கூட. எண்ணங்கள் வருத்தமடையச் செய்து, உங்களை நீங்களே கொல்ல வேண்டும் என்ற உணர்வை ஏற்படுத்தலாம். அவரைப் பற்றிய எல்லா எண்ணங்களும் நினைவுகளும் இப்போதைய உங்கள் பரிதாபமான மனநிலைக்குக் காரணம். இந்த எண்ணங்களை முற்றிலும் தவிர்ப்பது கடினம். ஆனால் படிப்படியாக, நீங்கள் விரும்பும் ஒன்றில் கவனம் செலுத்துவதன் மூலம் அதைப் பற்றிய சிந்தனையை குறைக்க வேண்டும். இந்த எண்ணங்கள் திசைதிருப்பப்பட்டு, ஒரு குறிப்பிட்ட காலத்திற்குள், இந்த எண்ணங்கள் குறைவதால், நீங்கள் அதிலிருந்து மெதுவாக வெளிவருவீர்கள்.

தோட்டத்தில் நேரத்தை செலவிடுங்கள், இசையைக் கேளுங்கள் உங்கள் நண்பர்களுடன் பேசுங்கள். இந்த நடவடிக்கைகள் அனைத்தும் உங்களை ஒருமுகப்படுத்துகிறது. கொல்லும் எண்ணங்களில் இருந்து விலகி இருக்க உதவுகிறது. வாழ்க்கை தொடர்கிறது. காலப்போக்கில், சூழ்நிலையின் தீவிரம் மற்றும் எண்ணங்கள் குறைந்து புதிய சூழ்நிலைகளுக்குப் பழகுவீர்கள். தீவிரம் குறைந்த பிறகு, விஷயங்களை ஏற்றுக்கொள்ளத் தொடங்குங்கள். எந்தவொரு பிரச்சனைக்கும் ஏற்றுக்கொள்வது மிகப்பெரிய தீர்வு. சர்வவல்லமையுள்ளவர் இந்த வழியில் வாழ்க்கையை வடிவமைத்துள்ளார், நாம் அதை ஏற்றுக்கொள்ள வேண்டும். புதிய சூழ்நிலைகளும் புதிய வாழ்க்கையும் உங்களை சாதாரணமாக உணர வைக்கும்.

இதை முறியடிக்க இன்னும் ஒரு வழி, ஆன்மா உணர்வில் நம்பிக்கை வைப்பது. அவன் உடல் இவ்வுலகை விட்டுப் பிரிந்தது. அவருடைய ஆன்மா உங்களுடன் வாழ்கிறது என்று நம்பத் தொடங்குங்கள். ஆன்மா சார்ந்த நம்பிக்கைகளின்படி வாழ ஆரம்பித்தால், நிறைய பிரச்சனைகள் இருக்காது. இந்த நம்பிக்கையுடன், உங்கள் உள் உணர்வு திருப்தி அடையும் மற்றும் ஒரு குறிப்பிட்ட காலத்திற்கு பிறகு, நீங்கள் அதை எளிதாக ஏற்றுக்கொள்ளத் தொடங்குவீர்கள்.

உண்மையில் ஒரு காலத்திற்குப் பிறகு, இந்த இழப்பை நீங்கள் ஏற்றுக்கொள்வீர்கள், புதிய சூழ்நிலைகளுக்குப் பழகிவிடுவீர்கள் என்பதே உண்மை. தேவையற்ற எண்ணங்களை வெறுமையாக்கும் நுட்பம் இதை சமாளிக்க பயன்படும். தேவையற்ற, எதிர்மறையான, குழப்பமான எண்ணங்கள் வரும்போதெல்லாம், அதை வெறுமையாக்குங்கள். நீங்கள் அதை உருவாக்க அல்லது தீர்க்க

விரும்பினால், அதை எல்லாம் செய்ய வேண்டாம். அவை வரும்போதெல்லாம் அவற்றை வெறுமையாக்குவது இந்த எண்ணங்கள் உங்கள் மனதில் இருந்து மறைந்துவிடும் ஒரு காலகட்டத்திற்கு வழிவகுக்கும்.

எண்ணங்கள் மற்றும் உணர்ச்சிகள் பற்றிய விழிப்புணர்வு

சிந்தனை என்பது தேர்ந்தெடுக்கும் ஒன்றா?

உங்கள் மனதை உங்களால் கட்டுப்படுத்த முடிந்தால், சிந்தனை என்பது ஒரு தேர்ந்தெடுக்க முடிந்த விஷயம். நீங்கள் கட்டுப்படுத்த முடிந்தவுடன், நீங்கள் ஏதாவது ஒரு விஷயத்தில் கவனம் செலுத்தி தேவையற்ற எண்ணங்களிலிருந்து விடுபடலாம். ஆனால் மிகவும் நேர்மையான மற்றும் ஒழுக்கமான தியானப் பயிற்சிக்குப் பிறகுதான் இதைச் செய்ய முடியும். தியானப் பயிற்சி என்பது ஒரு உருவத்தில் கவனம் செலுத்தி தேவையற்ற எண்ணங்களை அகற்றுவது. தொடர்ச்சியான தியானப் பயிற்சியானது கவனம் செலுத்தவும் தேவையற்ற எண்ணங்களைத் தவிர்க்கவும் உதவுகிறது. இந்த விஷயத்தில், சிந்தனை ஒரு தேர்வாகிறது.

நமக்கு எப்போதும் எண்ணங்கள் இருக்கும். அதை நம்மால் தடுக்க முடியாது. ஒரு விஷயம் என்னவென்றால், ஒரே நேரத்தில் பல விஷயங்களில் எண்ணங்கள் இருக்கக்கூடாது. ஒன்றைப் பற்றி சிந்திக்கும்போது, அந்த நேரத்தில் வேறு எதையும் பற்றி சிந்திக்கக்கூடாது. இது ஒரு நேரத்தில் ஒரு விஷயத்தில் கவனம் செலுத்துவதாகும். ஒரே விஷயத்தில் கவனம் செலுத்துவது தெளிவையும் படைப்பாற்றலையும் கொண்டு வரும். எண்ணங்கள் இருப்பது இயற்கையானது மற்றும் இயல்பாக நடப்பது. அதை பயனுள்ளதாகவும், ஆக்கப்பூர்வமாகவும் உருவாக்குவதுதான் விஷயம்.

நம் எண்ணங்களைக் கட்டுப்படுத்த சிறந்த வழி, நம் மனதைக் கட்டுப்படுத்துவதுதான். நாம் மனதைக் கட்டுப்படுத்திவிட்டால், பிரச்சனைக்கு வழிவகுக்கும் எதிர்மறையான அல்லது தேவையற்ற எண்ணங்களிலிருந்து எளிதாக விடுபடலாம்.

இரண்டு வகையான எண்ணங்கள் உள்ளன:

ஒன்று, கடந்த காலத்தில் நடந்த எதிர்மறையான சூழ்நிலைகளில் இருந்து பிறந்த அல்லது உங்கள் பலவீனமான மனத்தால் உருவாக்கப்பட்ட நேரடி எதிர்மறை எண்ணம்.

இரண்டாவதாக, கடந்த காலத்தின் நேர்மறையான நினைவு அல்லது மற்றவர்களை விட நீங்கள் உயர்ந்தவர் என்று கற்பனை செய்வது போல ஒரு நல்ல வழியில் தொடங்கும் எண்ணங்கள். மனதை அதிகமாக அந்த எண்ணத்தில் இருக்க அனுமதிப்பது, சம்பந்தப்பட்ட நபர்கள் மற்றும் சூழ்நிலைகளின் எதிர்மறையான நினைவுகளுக்கு வழிவகுக்கும். நேர்மறை ஆற்றலை உருவாக்க உணர்வுபூர்வமாக

காட்சிப்படுத்துவது வேறு. ஏனெனில் இது நமது பணிகளை அடைய தேவையான வளங்களையும், வாய்ப்புகளையும் உருவாக்குகிறது.

பின்வருவனவற்றைச் செய்ய நம் மனதைப் பயிற்றுவிக்க வேண்டும்:

1. தேவையற்ற, எதிர்மறை எண்ணங்கள் வரும்போதெல்லாம் அவற்றை வெறுமையாக்குங்கள்
2. உங்களைப் பற்றிய நினைவுகள் அல்லது எண்ணங்களில் மனதை நீண்ட நேரம் இருக்க அனுமதிக்காமல் இருப்பது.
3. உங்களை எப்பொழுதும் மற்றவர்களை விட மேலானவராகவும், உலகம் முழுவதும் உங்களைப் பாராட்டும் சூழ்நிலையிலும் உங்களை கற்பனை செய்வதைத் தவிர்க்கவும்.
4. பணிகளை செய்து முடிக்கத் தேவையானவற்றை உருவாக்க நேர்மறையாக காட்சிப்படுத்துதல். ஆனால் இது நிஜ முயற்சிகளுடன் இருக்க வேண்டும்.

உங்கள் உடலையும் மனதையும் அமைதியாக்கவும், தேவைப்படும் போதெல்லாம் உணர்ச்சிகளைக் கட்டுப்படுத்தவும், தியானம் மற்றும் சுவாச அடிப்படையிலான கிரியாக்களின் தொடர்ந்த பயிற்சி மூலம் இவற்றை எளிதாகச் செய்யலாம்.

நான் எப்போதும் நேர்மறையாக இருக்க முடியுமா? என் எதிர்மறை உணர்ச்சிகளையும், அதிக சிந்தனையையும் கட்டுப்படுத்த நான் என்ன செய்ய வேண்டும்?

நேர்மறையாக மாற:

1. எதிர்மறை எண்ணங்களைத் தவிர்ப்பது அல்லது துடைப்பது உங்களை நேர்மறையாக மாற்றும். 'தேவையற்ற எண்ணங்களை வெறுமையாக்குதல்' நுட்பத்தைப் பயன்படுத்தி எதிர்மறை எண்ணங்களைத் துடைக்க முடியும். உங்களுக்கு எதிர்மறை எண்ணங்கள் வரும்போதெல்லாம், அவற்றை வெறுமையாக்க வேண்டும். அவற்றை உருவாக்க அல்லது தீர்க்க வேண்டும் என்று நீங்கள் நினைத்தால், அதையெல்லாம் செய்யாதீர்கள். அவை வரும்போதெல்லாம் அவற்றைத் தொடர்ந்து வெறுமையாக்குவது, இந்த எண்ணங்கள் உங்கள் மனதில் இருந்து விலகிச் செல்லும் ஒரு கால கட்டத்திற்கு வழிவகுக்கும்.

2. ஒவ்வொரு நாளும் குறைந்தது 10 நிமிடங்களாவது காட்சிப்படுத்துங்கள். உங்கள் கண்களை மூடிக்கொண்டு நீங்கள் என்ன ஆக விரும்புகிறீர்களோ அதை கற்பனை செய்து பாருங்கள். ஏற்கனவே அப்படி ஆகிவிட்டதைப் போல நீங்கள் அதைக் காட்சிப்படுத்த வேண்டும்.

3. தற்போதைய தருணத்தில் கவனம் செலுத்தி, சில முக்கியமான செயல்களில் ஈடுபடுங்கள்.

4. ஒவ்வொரு நாளும் செய்ய வேண்டிய தனிப்பட்ட மற்றும் உத்யோகம் சம்பந்தமான பணிகளை எழுதி, அவை நடக்கும்படி பார்த்துக் கொள்ளவும். இது உங்களுக்கு நிறைய நேரத்தை மிச்சப்படுத்துகிறது. உங்களை ஒழுக்கமாகவும் கவனத்துடனும் ஆக்குகிறது.

உணர்ச்சிகளைக் கட்டுப்படுத்த:

எண்ணங்களைக் கட்டுப்படுத்துவதன் மூலம் உணர்ச்சிகளைக் கட்டுப்படுத்தலாம். எண்ணங்கள் உணர்ச்சிகளுக்கு வழிவகுக்கும். எண்ணங்கள் அன்பு, பாசம், மன்னிப்பு, பாராட்டு போன்ற நல்ல உணர்ச்சிகளுக்கும், கோபம், பழிவாங்குதல், ஏமாற்றுதல், வன்முறை போன்ற மோசமான உணர்ச்சிகளுக்கும் வழிவகுக்கும். அது நேர்மறையாக இருந்தாலும் சரி, நல்லதாக இருந்தாலும் சரி, கெட்டதாக இருந்தாலும் சரி, எந்த உணர்ச்சியிலும் நீண்ட நேரம் இருக்காதீர்கள். தற்போதைய தருணத்தில் கவனம் செலுத்தி, கையில் இருக்கும் செயல்களைச் செய்யத் தொடங்குங்கள். இது ஒரு எதிர்மறை உணர்ச்சியாக இருந்தால், எண்ணங்களை அழிக்க 'தேவையற்ற எண்ணங்களை வெறுமையாக்குதல்' நுட்பத்தைப் பயன்படுத்தவும்.

அதிகப்படியான சிந்தனை பின்வரும் காரணங்களால் ஏற்படுகிறது:

1. நமது முடிவுகள் எதிர்மறையான விளைவுகளுடன் முடிவடையும் என்று நாம் பயப்படுகிறோம்.
2. நமது முடிவுகள் மற்றவர்களால் கருத்து தெரிவிக்கப்படும் அல்லது விமர்சிக்கப்படும் என்று நாம் பயப்படுகிறோம்.
3. பொறுப்புகளை ஏற்க பயப்படுகிறோம்.

இந்த அச்சங்கள் உறுதியற்ற தன்மை, குழப்பம், தள்ளிப்போடுதல் மற்றும் மனச்சோர்வுக்கு கூட வழிவகுக்கும். ஒரு நல்ல இரவு தூக்கத்திற்குப் பிறகு அல்லது தியானத்திற்குப் பிறகு நீங்கள் அமைதியான மனநிலையைப் பெற்றால், உங்கள் செயல்களை எழுதி, அதைச் செயல்படுத்தத் தொடங்குங்கள். செயல் அல்லது காரணத்தை அல்லது சிந்தனையை இறுதி செய்த பிறகு, அது தொடர்பான எண்ணங்களை வெறுமையாக்கத் தொடங்குங்கள். இறுதி செய்யப்பட்ட செயல்களை கேள்வி கேட்கும் விதமாக உங்கள் மனதில் தோன்றுவது தேவையற்ற எண்ணங்கள். எனவே, இந்த தேவையற்ற எண்ணங்களை அவை வரும்போதெல்லாம் வெறுமையாக்குங்கள். அவை வரும்போதெல்லாம் அவற்றைத் தொடர்ந்து வெறுமையாக்குவது இந்த எண்ணங்கள் உங்கள் மனதில் இருந்து மறைந்துவிடும் ஒரு காலகட்டத்திற்கு வழிவகுக்கும்.

கவலை என்பது நிச்சயமற்ற தன்மையுடன் தொடர்புடையது. ஒரு நிகழ்வின் பின்விளைவுகளை அதிகமாக காட்சிப்படுத்துவது மிகையான சிந்தனைக்கு வழிவகுக்கும். அதிகமாகச் சிந்திப்பவர்கள் இரு தரப்பையும் பற்றி சிந்திக்கிறார்கள். மக்கள் எப்படி நடந்துகொள்வார்கள் என்ற கவலை எங்களுக்கு உள்ளது. நீங்கள் நேர்மறையை அடைய வாய்ப்புள்ள போதிலும், மற்றவர்கள் அதை எவ்வாறு பெறுவார்கள் அல்லது ஏற்றுக்கொள்வார்கள் என்ற கவலையை நீங்கள் வளர்த்துக் கொள்கிறீர்கள். எதிர்மறையாக இருந்தால், மற்றவர்கள் அதைப் பற்றி எப்படிக் கருத்து தெரிவிப்பார்கள் அல்லது தவறாகப் பேசுவார்கள் என்று நீங்கள் நினைக்கிறீர்கள். இது அதிக சிந்தனை மற்றும் அதிக கவலைக்கு வழிவகுக்கிறது.

இந்த சூழ்நிலைகள் அல்லது அது தொடர்பான எண்ணங்கள் உங்களுக்கு வரும்போதெல்லாம், அதைப் பற்றிய நேர்மறையான விஷயங்களைக் காட்சிப்படுத்துங்கள். அது நேர்மறையாக நடப்பது போல் காட்சிப்படுத்துங்கள். இதற்குப் பிறகும் ஏதேனும் எண்ணங்கள் வந்தால், அவை தேவையற்ற எண்ணங்கள். அவர்கள் வரும்போதெல்லாம் அந்த எண்ணங்களை வெறுமையாக்குங்கள். அவைவரும்போதெல்லாம் அவற்றைத் தொடர்ந்து வெறுமையாக்குவது இந்த எண்ணங்கள் உங்கள் மனதில் இருந்து மறைந்துவிடும் ஒரு காலகட்டத்திற்கு வழிவகுக்கும்.

தினம் காலை நமது முதல் எண்ணங்கள் என்னவாக இருக்க வேண்டும்? எண்ணங்களை நாம் கட்டுப்படுத்தவோ, விரும்பிய திசையில் மாற்றவோ முடியுமா?

நீங்கள் காலையில் எழுந்தவுடன், படுக்கையில் இருந்து எழும்பும் முன், மனம் புத்துணர்ச்சியுடனும், அதிக படைப்பாற்றலும் தெளிவும் கொண்டு இருக்கும். நீண்ட காலமாக, தீர்க்கப்படாத சிக்கல்கள் இருந்தால், அதை எவ்வாறு தீர்ப்பது அல்லது எவ்வாறு அணுகுவது என்பது பற்றிய யோசனைகளை நீங்கள் எளிதாகப் பெறுவீர்கள். அதைத் தீர்ப்பதற்கான வாய்ப்புகள் குறைவு என்றால், நீங்கள் அதை ஏற்றுக்கொள்ளவும் முடியும்.

சில நேரங்களில் நீங்கள் சிந்திக்கவோ அல்லது தீர்க்கவோ பிரச்சினைகள் இருக்காது. நீங்கள் எழுந்தவுடன் உங்கள் மனம் மகிழ்ச்சியாகவும் ஆனந்தமாகவும் இருக்கும். பொதுவாக, நீங்கள் நிம்மதியான தூக்கத்தின் காரணமாக காலையில் எழுந்தவுடன் மகிழ்ச்சியைத் தேடுகிறீர்கள், மனப்பூர்வமாக மகிழ்ச்சியாக இருக்க விரும்புகிறீர்கள். நீங்கள் அதிகம் கவலைப்பட மாட்டீர்கள். நீங்கள் தேடத் தொடங்கினால், உடனே அது கிடைக்கிறது. உங்களை பாதித்த பழைய பிரச்சனைகள் நினைவுக்கு வர ஆரம்பிக்கும்.

காலையில் மகிழ்ச்சியைத் தேடாமல் இருப்பது நல்லது. தேடினால் மகிழ்ச்சி, கவலை இரண்டும் கிடைக்கும். உங்கள் மனம் ஆனந்தமாகவும் அமைதியாகவும் இருக்கும்போது, மகிழ்ச்சியைத் தேடாதீர்கள். அமைதியையும் ஆனந்தத்தையும் உணர்வுபூர்வமாக அனுபவிக்கவும். ஒரு நல்ல இரவு தூக்கத்திற்குப் பிறகு உங்கள் மனம் அமைதியாக இருக்கும்போது, சில முக்கியமான விஷயங்களில் கவனம் செலுத்தத் தொடங்குங்கள். இது தீர்க்கப்பட வேண்டிய சில சிக்கல்களாக இருக்கலாம் அல்லது முக்கியமான ஒரு செயலாக இருக்கலாம். சில எதிர்மறை எண்ணங்கள் வந்தால், அந்த எண்ணங்களை காலி செய்யுங்கள்.

தேர்ந்தெடுக்கப்பட்ட யோசனைகளை நிஜமாக்கி செயல்படுத்த நம் எண்ணங்களை எவ்வாறு கட்டுப்படுத்துவது?

நம் மனம் இயற்கையாகவே பல எண்ணங்களுக்கு பயணிக்கிறது. நம்மிடம் உள்ள எண்ணங்களின் எண்ணிக்கையை எண்ணுவது மிகவும் கடினம். இது தொடர்புடையவற்றை இணைக்கும் தன்மையைக் கொண்டிருந்தாலும், மனதை அதன் வழியில் பல்வேறு தேவையற்ற எண்ணங்களுக்கு பயணிக்கவும் விடுகிறது. இதை நீங்கள் மிகவும் வயதானவர்களிடம் அனுபவிக்கலாம். அவர்கள் ஒரு தலைப்பில் தொடங்கி, அந்த தலைப்பிற்கு சம்பந்தமான நபர்கள் இருந்தால் அவர்களைப் பற்றி பேச ஆரம்பித்து, பின்னர் பல விஷயங்களுக்குச் செல்கிறார்கள். நீங்கள் எண்ணங்களின் எண்ணிக்கையை உட்கார்ந்து பார்க்க முயற்சித்தால், நீங்கள் மனதில் கவனம் செலுத்துவதால், உங்களுக்கு எந்த எண்ணமும் வராது. அந்த எண்ணத்தில் சிறிது நேரம் இருக்கலாம், பிறகு சுயநினைவு இல்லாமல், மனம் வேறு எண்ணங்களுக்கு பயணிக்கிறது. எனவே, இந்த பணியை செய்வது மிகவும் கடினம்.

எண்ணங்களைக் கட்டுப்படுத்துவது இரண்டு வழிகளில் செய்யப்படலாம். ஒன்று நிகழ்காலத்தில் கவனம் செலுத்துவது, இரண்டாவது தேவையற்ற எண்ணங்களிலிருந்து விலகி இருப்பது. தியானத்தின் மனப் பயிற்சி இரண்டையும் அடைய உதவுகிறது. தியானப் பயிற்சி என்பது ஒரு மந்திரத்தில் கவனம் செலுத்துவதும் தேவையற்ற எண்ணங்களிலிருந்து விடுபடுவதும் ஆகும். தியானத்தின் வழக்கமான பயிற்சி இரண்டையும் அடைய உதவுகிறது.

5 முதல் 10 நிமிடங்கள் வரை உணர்வுபூர்வமாக காட்சிப்படுத்துவது தேர்ந்தெடுக்கப்பட்ட யோசனைகளை நிஜமாக மாற்ற உதவுகிறது. நீங்கள் கண்களை மூடிக்கொண்டு, எதுவாக விரும்புகிறீர்களோ அதைக் காட்சிப்படுத்த வேண்டும். நீங்கள் ஏற்கனவே அப்படி ஆகிவிட்டதைப் போல நீங்கள் அதைக் காட்சிப்படுத்த வேண்டும். இது உங்கள் காட்சிப்படுத்தலுக்கு சம்பந்தமான வாய்ப்புகளை உருவாக்கி விரும்பிய முடிவுகளை அடைய உதவுகிறது. இது ஈர்ப்பு விதி என்று அழைக்கப்படுகிறது.

நம் இலக்குகளை அடைய நமது மனத்தின் விருப்ப சக்தியை ஒரு தசையைப் போல பயன்படுத்த முடியுமா?

உணர்ச்சிகள் இல்லாமல் உங்கள் மன உறுதியைப் பயன்படுத்த சில வழிகள் உள்ளன. நீங்கள் எதையாவது சாதிக்க வேண்டும், அதைச் செய்யும்போது நிறைய தடைகளையும் சவால்களையும் எதிர்கொண்டாலும், அதை அடைய முயற்சிப்பதில் நீங்கள் உறுதியாக இருந்தால், அது விருப்ப சக்தி என்று அழைக்கப்படுகிறது. பலர் அதை உணர்ச்சிகளுடன் இணைத்துக் கொள்வதால் விட்டுவிடுகிறார்கள். தோல்வியடைகிறார்கள்.

நீங்கள் அமைதியான மனநிலையுடன் இருக்கும்போது, குறிப்பாக ஒரு நல்ல இரவு தூக்கம் அல்லது தியானத்திற்குப் பிறகு, நீங்கள் அடைய விரும்புவதை அடைய பல்வேறு வழிகளை எழுதுங்கள். அதைத் திட்டமிட்டு, உங்கள் முயற்சிகளைத் தொடர்ச்சியாகச் செய்யுங்கள். திட்டமிட்ட பிறகு, நீங்கள் அதை இயந்திரத்தனமாக செயல்படுத்த வேண்டும். அதற்கு வித்தியாசமான உத்தி அல்லது யோசனை தேவைப்பட்டால், நீங்கள் அமைதியான மனநிலையில் இருக்கும்போது அதைப் பற்றி சிந்திக்க வேண்டும். உங்கள் திட்டத்தில் அந்த ஞவிஷயங்களைச் சேர்த்து அதைச் செயல்படுத்தத் தொடங்குங்கள்.

இந்த நேரங்களில் மட்டுமே நீங்கள் அதைப் பற்றி சிந்திக்க வேண்டும். மற்ற நேரங்களில், நீங்கள் அதைப் பற்றி சிந்திக்கவே கூடாது. நாம் அடிக்கடி அல்லது எப்பொழுதும் அதைப் பற்றி சிந்திக்கும்போது உணர்ச்சிகள் மற்றும் பிற சிக்கல்களில் சிக்கிக் கொள்கிறோம். சிறிது நேரம் யோசித்துவிட்டு இயந்திரத்தனமாகச் செய்யுங்கள். உங்கள் மன உறுதியும், உங்கள் இலக்குகளையும் அடைவீர்கள்.

அதிக நேரம் சிந்திப்பது அல்லது நேர்மறைகளை காட்சிப்படுத்துவது உங்கள் திட்டங்களையும் இலக்குகளையும் செயல்படுத்துவதில் உங்களை சோம்பேறியாக்குகிறது. நேர்மறை சிந்தனையில் அதிக நேரம் செலவிடுவது, நிறைய முயற்சி செய்யாமல், அதிர்ஷ்டத்திலும் ஈர்ப்பு விதியிலும் நம்பிக்கை கொள்ள வைக்கிறது.

நேர்மறையான சிந்தனையில் குறைந்த நேரத்தைச் செலவிடுதல், வெறுமையாக்குதல் அல்லது எதிர்மறை எண்ணங்களை வளர்த்துக் கொள்ளாதிருத்தல், மிக முக்கியமாக, திட்டமிட்ட செயலை உடனடியாகச் செயல்படுத்துதல் ஆகியவை இலக்கை அடைவதில் முக்கியமானவை. முயற்சிகளுடன் கூடிய முயற்சிகளை மேற்கொள்ளாமல் உங்கள் மனதை அதிர்ஷ்டம் மற்றும் ஈர்ப்பு விதியை நம்ப வைக்கிறது. நேர்மறையான சிந்தனை உங்களை உண்மையிலேயே வெற்றியாளராக மாற்றுகிறது.

மன அழுத்தம் என்றால் என்ன? நாம் அதை எப்படி கடந்து வருவது?

மன அழுத்தம் என்பது எதிர்பார்ப்புகளின் தோல்வி பற்றியது. எல்லாம் ஒரு குறிப்பிட்ட வழியில் நடக்க வேண்டும் என்று நாம் எப்போதும் விரும்புகிறோம், அது அவ்வாறு நடக்காதபோது, அது நமக்குள் ஒரு லேசான மன அழுத்தத்தை உருவாக்குகிறது. பலருக்கு இது மாறி மாறி நிகழ்கிறது. இது சில நேரங்களில் நிகழும். சில நேரங்களில் நிகழாது. எனவே, இது சமநிலையாகிறது. ஒருவரின் எதிர்பார்ப்புகளுக்கு ஏற்ப ஒரு பெரிய நிகழ்வு நடந்தால், அது அவர்களை உற்சாகப்படுத்துகிறது. இதற்குப் பிறகு, எதிர்பார்ப்புகளுக்கு ஏற்ப சிறிய விஷயங்கள் நடக்கவில்லை என்றால், அதை லேசாக எடுத்துக் கொள்ளலாம். இவை பெரிய நிகழ்வுகளுடன் சமன் செய்யப் படுகின்றன. ஆனால் எதிர்பார்ப்புகளுக்கு எதிரான தொடர்ச்சியான நிகழ்வுகள் பெரிய மன அழுத்தம், மனச்சோர்வு மேலும் மனம் முழுவதுமாக உடைந்து போவதற்கும் வழிவகுக்கிறது.

சில நேரம் தொடர்ந்து உங்கள் வழியில் நடக்கும் போது, அது உங்களை நேர்மறையாகவும் நம்பிக்கையுடனும் ஆக்குகிறது. ஆனால் அடுத்தது நம் வழியில் நடக்க வேண்டும் என்று நாம் விரும்புகிறோம். நிகழும் முன் ஏற்படும் பதட்டம் நேர்மறை மன அழுத்தம் எனப்படும். உங்கள் எதிர்பார்ப்புகளுக்கு எதிராக விஷயங்கள் தொடர்ந்து நடக்கும்போது, அது உங்களுக்கு எதிர்மறையான மன அழுத்தத்தை உருவாக்குகிறது.

நிறைய எதிர்பார்ப்புகள் இல்லாமல் இருப்பதே இங்கு தீர்வு. திட்டமிடுங்கள், உங்கள் முயற்சிகளை உண்மையாகச் செய்யுங்கள், மீதமுள்ளவற்றை எல்லாம் இறைவனிடம் விட்டுவிடுங்கள். திட்டமிட்டபடி நடந்தால், அமைதியாக இருங்கள். அது நடக்கவில்லை என்றால், ஏற்றுக்கொள்ளுங்கள். வெற்றி என்பது முடிவுகளைப் பற்றியதோ, நீங்கள் விரும்பும் விதமாக நடப்பது பற்றியதோ அல்ல. இது முடிவுகளைப் பொருட்படுத்தாமல் நீங்கள் செய்யும் உண்மையான, ஒழுங்குமுறையான முயற்சிகள் மற்றும் உங்கள் இறை நம்பிக்கையைப் பற்றியது.

என் மனதின் நேர்மறை மற்றும் எதிர்மறை பகுதிகள் ஒன்றுக்கொன்று சண்டையிடுகின்றன. இந்த சண்டையை நிறுத்த நான் என்ன செய்வது?

மனதை அதன் சொந்த வழியில் செல்ல அனுமதித்தால், இதுதான் நடக்கும். ஒரு சாதாரண நபருக்கு, மனம் பொதுவாக நேர்மறையான எண்ணங்களை நோக்கி பயணிக்கிறது. உதாரணமாக - சாதனையைப் பற்றிய சிந்தனையும், அதன்பின் பிறரிடமிருந்து வரும் பாராட்டும். இது சாதனையை அடைவதற்கு முன்பே பெரும்பாலும் நடக்கும். மனதை அதிக நேரம் இந்த நிலையில் இருக்க அனுமதிப்பது எதிர்மறை எண்ணங்கள், சாதிக்க முடியாதோ என்ற பயம், அதன் விளைவாக மற்றவர்களின் விமர்சனத்திற்கு ஆளாவோமோ என்ற பயம் ஆகியவற்றிற்கு வழிவகுக்கிறது. இதில் மேலும் ஒரு குறை என்னவெனில், ஒரு சாதனையின் பலனை கற்பனையின் மூலம் நீங்கள் அனுபவித்துவிட்டால், அதை செயல்படுத்தும், தொடரும் ஆர்வத்தை அது குறைக்கிறது.

மனதை அதன் சொந்த வழியில் செல்ல அனுமதிக்காதீர்கள். பெரும்பாலான நேரங்களில், நீங்கள் விரும்பும் எண்ணங்களை நீங்கள் கட்டுப்படுத்த முடியும். மன உணர்வுடன் சிறிது நேரம் நேர்மறையாக சிந்திக்க முயற்சி செய்து உடனடியாக அதை செயல்படுத்தத் தொடங்குங்கள். எதிர்மறை எண்ணங்கள் வரும்போதெல்லாம், அவற்றை வளர்த்துக் கொள்ளாதீர்கள், அவற்றை வெறுமையாக்குங்கள்.

நமது எதிர்மறை எண்ணங்கள் எவ்வாறு சூழ்நிலைகளை மாற்றுகின்றன?

உங்கள் வாழ்க்கையில் ஒரு மோசமான அல்லது எதிர்மறையான சூழ்நிலை ஏற்பட்டது என்று வைத்துக் கொள்வோம். நீங்கள் எப்போதும் அதைப் பற்றி சிந்திக்கிறீர்கள். அதை வளர்த்து, மனச்சோர்வடைகிறீர்கள். உங்கள் மனதில் இப்போது கெட்ட எண்ணங்கள் உள்ளன. மோசமான சூழ்நிலைகள் மோசமான, எதிர்மறை எண்ணங்களுக்கு வழிவகுக்கும். அதேபோல், கெட்ட எண்ணங்களும் மோசமான சூழ்நிலைகளுக்கு வழிவகுக்கும்.

இதைப் போக்க இரண்டு முக்கிய விஷயங்களைச் செய்ய வேண்டும்:

1. தற்போதைய தருணத்தில் சில முக்கியமான செயல்களில் கவனம் செலுத்த உங்களை கட்டாயப்படுத்துங்கள். வேறுபட்ட எண்ணங்களின் தொகுப்பு வேறொரு வித்தியாசமான சூழ்நிலை மூலம் மாற்றத்திற்கு வழிவகுக்கும்.
2. தேவையற்ற, எதிர்மறை எண்ணங்களில் இருந்து விடுபட கற்றுக்கொள்ளுங்கள் அதாவது, எதிர்மறை எண்ணங்களை வெறுமையாக்குங்கள்.

தியானம் இதை எளிதாக அடைய உதவுகிறது. தியானப் பயிற்சி என்பது ஒரு மந்திரத்தில் கவனம் செலுத்துவதும் தேவையற்ற எண்ணங்களிலிருந்து விடுபடுவதும் ஆகும். நீங்கள் உட்கார்ந்து கண்களை மூடும்போது, நீங்கள் ஒரு மந்திரத்தில் கவனம் செலுத்தத் தொடங்கவேண்டும். ஆனால் மனம் எண்ணங்களுக்குச் செல்லும்போது, மந்திரத்தில் கவனம் செலுத்த நீங்கள் உணர்வுப்பூர்வமாக திரும்பி வர வேண்டும். இது ஆன்மீகம் என்பதை விட மனப் பயிற்சி என்பதே சரி. தியானத்தின் இந்த தொடர்ச்சியான மனப் பயிற்சி தேவையற்ற எண்ணங்களிலிருந்து விலகி, ஏதாவது ஒன்றில் கவனம் செலுத்துவதற்கான நுட்பத்தை அடைய உதவுகிறது.

தேவையற்ற எண்ணங்களை வெறுமையாக்கும் நுட்பம் தேவையற்ற எதிர்மறை எண்ணங்களை நீக்க பயன்படும். பொதுவாக, இதுபோன்ற எண்ணங்களை வளர்த்துக்கொள்ள அல்லது தீர்க்க வேண்டும் என நினைக்கிறோம். மாறாக, இந்த எண்ணங்கள் உங்கள் மனதில் வரும்போதெல்லாம் அவற்றை வெறுமையாக்குங்கள். அவை வரும்போதெல்லாம் அவற்றைத் தொடர்ந்து வெறுமையாக்குவது இந்த எண்ணங்கள் உங்கள் மனதில் இருந்து மறைந்துவிடும் ஒரு காலகட்டத்திற்கு வழிவகுக்கும்.

எதிர்மறை சிந்தனை எவ்வாறு நமது அன்றாட தொடர்புச் செயல்களை பாதிக்கிறது?

பயம், அல்லது தாழ்வு மனப்பான்மை அல்லது பொறாமை இவற்றோடு எதிர்மறையான சூழ்நிலைகளை எதிர்கொள்பவர்கள், எதிர்மறையான சிந்தனைகளை அதிகம் கொண்டிருப்பார்கள். எப்போதும் மன உளைச்சலில் இருப்பார்கள். அவர்கள் எப்போதும் அதே சூழ்நிலையை மற்றவர்களும் எதிர்கொள்ள வேண்டும் என்று விரும்புவார்கள். அவர்கள் தனியாக இருக்க பயப்படுவார்கள். அவர்கள் கூட்டமாக இருக்க விரும்புவார்கள். இதுபோன்ற சூழ்நிலைகளை மற்றவர்கள் எதிர்கொண்டால்தான் அவர்கள் கூலாகவும் மகிழ்ச்சியாகவும் இருப்பார்கள். தொழில், படிப்பு போன்றவை இல்லாததால் லாக்டவுனில் மகிழ்ச்சியாக இருக்கும் பலர் உள்ளனர். உலகம் முழுவதும் கஷ்டப்படுவது போன்று சூழ்நிலை உருவாகிறது, இந்த மக்கள் அதில் சௌகர்யமாக இருக்கிறார்கள்.

பொறாமை கொண்டவர்கள் எதிர்மறையான சிந்தனையில் ஈடுபடுகிறார்கள். ஏனெனில் அவர்கள் தங்களை விட வேறு யாராவது சிறப்பாகி விடுவதைப் பற்றி கவலைப்படுகிறார்கள். மற்றவர்கள் தங்களை விட குறைவாக செயல்பட வேண்டும் என்று அவர்கள் விரும்புகிறார்கள். அவர்கள் தங்கள் பிம்பத்தை தக்க வைத்துக் கொள்ள விரும்புகிறார்கள் மற்றும் மற்றவர்கள் மோசமாக செய்ய விரும்புகிறார்கள். இதுவே அவர்களின் எதிர்மறை சிந்தனைக்குக் காரணம். அவர்கள் இன்னும் மன உளைச்சலுக்கு ஆளாகின்றனர்.

பணம், அதிகாரம், புகழ் ஆகியவற்றைப் பொருட்படுத்தாமல் அனைவரும் சமம் என்பதை உறுதியாக நம்புங்கள். உங்களை யாரும் தாழ்த்தப் போவதில்லை. நாம் மற்றவர்களை இழிவுபடுத்தினால், அந்தந்த கர்மாவை எதிர்கொள்ள வேண்டும். எதிர்மறை சிந்தனை விஷயங்களை மோசமாக்குகிறது. மற்றவர்களைப் பற்றிய எதிர்மறையான சிந்தனை கெட்ட கர்மாவை உருவாக்குவதால் அதை மோசமாக்குகிறது.

தியானம் மற்றும் கிரியா பயிற்சிகள் மூலம் அமைதியான உணர்ந்த மனதை வளர்த்துக் கொள்வதன் மூலம் எதிர்மறை எண்ணங்களை நாம் வெல்லலாம். அமைதியான மனம் உங்களுக்கு நல்லது/கெட்டது, யதார்த்தம், நெறிமுறையுடன் வாழ்தல், கர்மாவுடன் இணைப்பு ஆகியவற்றை உணரச் செய்கிறது. கெட்டதை ஏற்றுக்கொண்டு நல்லவனாகத் தொடர பொறுமை கொள்ளுங்கள். எதையும் பொருட்படுத்தாமல் அமைதியாக உணர்ந்த மனம் உணர்ச்சித் தொந்தரவுகள், கோபம், எதிர்மறை எண்ணங்கள், பதட்டம் போன்றவற்றைக் கடக்க உதவும். இந்த அமைதியான மனதை வழக்கமான கிரியாக்கள் மற்றும் தியானம் மூலம் அடையலாம்.

என் எண்ணங்கள் வெகுவேகமாக ஓடுகின்றன, அவை என்னை பைத்தியமாக்குமோ என்று நான் பயப்படுகிறேன். நான் என்ன செய்வது?

இவை கட்டுப்படுத்த முடியாத எண்ணங்கள். உங்களை சோகமாகவோ, மகிழ்ச்சியாகவோ அல்லது உங்களைப் பாதிக்கும் எந்த ஒரு எண்ணத்திலும் அதிக நேரம் இருக்காதீர்கள். அளவுக்கு மீறினால் அமிர்தமும் நஞ்சாகும் என்று தமிழில் ஒரு அழகான பழமொழி உண்டு. உங்களை மகிழ்விக்கும் பாராட்டும் தன்மை கொண்ட நல்ல, நேர்மறையான எண்ணங்கள் உங்களுக்குள் ஆணவத்தைத் தூண்டும். எனவே, அதில் மூழ்கிவிடாதீர்கள்.

உங்களை வருத்தப்படுத்தும் ஒரு எண்ணம் கூட, அதன் வழியில் செல்ல நீங்கள் அனுமதித்தால், உங்களை ஆழ்ந்த சோகத்திற்கு அழைத்துச் செல்லும். பொதுவாக, அதை நியாயப்படுத்த முயற்சிக்கவும், அதைக் கடக்க முயற்சிக்கவும் நாம் அதைப் பற்றி அதிகம் சிந்திக்கிறோம். அதைக் கடப்பதின் மூலம் நாம் அடுத்த நிலைக்கு செல்ல முடியும் என்று நினைக்கிறோம். அதைக் கடக்க முயற்சிப்பது அதை நீட்டித்து உங்களை மேலும் தொந்தரவு செய்ய வழிவகுக்கிறது. சட்டென்று முடித்து விடுங்கள். அதை வெறுமையாக்குவதும், மனதில் தோன்றும் போதெல்லாம் அதை வளர்க்காமல் இருப்பதும் இந்த எண்ணங்கள் உங்கள் மனதில் இருந்து மறைந்து போகும் ஒரு காலகட்டத்திற்கு வழிவகுக்கும்.

அப்படியானால் நீங்கள் கேட்கலாம், "நான் இதை எப்போது தீர்ப்பது?" நீங்கள் அமைதியான மனநிலையில் இருக்கும்போது அல்லது உறக்கம் அல்லது தியானத்திற்குப் பிறகு உங்கள் மனம் புத்துணர்ச்சியுடன் இருக்கும்போது. அப்போது யோசியுங்கள். அதைத் தீர்ப்பதற்கான வழிகளை எழுதி, அதை இயந்திரத்தனமாகவும் ஒழுக்கமாகவும் செயல்படுத்தத் தொடங்குங்கள்.

மனிதர்கள் எப்போதும் உச்சநிலைக்குச் செல்கிறார்கள். மகிழ்ச்சியான எண்ணம் அல்லது சூழ்நிலை வந்தால், அதை முழுவதுமாக அனுபவிக்க விரும்புகிறோம். ஒரு சோகமான எண்ணம் அல்லது சூழ்நிலை வந்தாலும், நம்மை அறியாமலேயே, அது நம்மை மறுமுனைக்கு அழைத்துச் செல்வதற்கு இதுவே காரணம். எப்போதும் சமநிலையுடன் இருங்கள். மகிழ்ச்சியான சூழ்நிலை வரும்போது, அமைதியாக இருங்கள். அமைதியைக் கடைப்பிடிப்பதே உண்மையான மகிழ்ச்சி. இந்த அணுகுமுறையை நீங்கள் வளர்த்துக் கொண்டால், எதிர்மறையான சூழ்நிலையின் போது அல்லது எதிர்மறை எண்ணங்களுடனும் நீங்கள் அமைதியாக இருக்க முடியும்.

மகிழ்ச்சி துன்பம் இரண்டின் உச்சத்தையும் சமநிலைப்படுத்துவதே நம் முழு வாழ்க்கைக்கு உண்மையான மகிழ்ச்சி மந்திரம்.

அ.தி.ராஜ்குமார்

எதிர்மறை எண்ணங்கள், உணர்வுகளிலிருந்து நாம் முற்றிலும் விடுபட்டு, எல்லா நேரத்திலும் முழுவதும் ஆனந்தமான மனநிலையில் வாழ்வது சாத்தியமா?

பெரும்பாலான மக்கள் அதிக உணர்ச்சிகள், அதிக எதிர்பார்ப்புகள், எதிர்மறைகள், அதிக பற்றுதல்கள், உணர்ச்சிக் கலக்கங்கள், பதட்டம், மன அழுத்தம் போன்றவற்றைக் கொண்ட ஒரு உலக வாழ்க்கையை வாழ்கிறோம். தியானம், கிரியா போன்ற ஆன்மீகப் பயிற்சிகளைப் பயன்படுத்தி நீங்கள் அமைதியான-உணர்ந்த மனதை வளர்த்திருந்தாலும், மேலே குறிப்பிட்ட இயல்புடையவர்களால் நீங்கள் சூழப்பட்டிருக்கும் போது உங்கள் மனதை எதிர்மறையான எண்ணங்களிலிருந்து விடுவித்துக் கொள்ளவோ, எப்போதும் மகிழ்ச்சியான மனநிலையுடன் இருக்கவோ முடியாது. தியானம் மற்றும் கிரியாக்களை தொடர்ந்து பயிற்சி செய்தால், 90 லிருந்து 95 சதவீதம் வரை உங்கள் மனம் அமைதியாக இருக்கும்.

மீதமுள்ள 5 முதல் 10 சதவீதம் நேரம், இந்தச் சூழல், சுற்றியிருப்பவரின் இயல்புகள் தவறாகப் போகும் போது, உங்களுக்கு தாக்கம் இருக்கும் அல்லது அது உங்களைப் பாதிக்கும். நீங்கள் அமைதியான-உணர்ந்த மனதை வளர்த்துக் கொண்டால், சில நிமிடங்களில் அந்த விளைவை அல்லது அதிர்ச்சியை உங்களால் கடக்க முடியும்.

உண்மையில் நடக்காத விஷயங்களுக்கு நாம் ஏன் மிகையாக எதிர்வினையாற்றுகிறோம்?

இது உணர்ச்சிகள், பற்றுதல்கள், எதிர்மறை பயம், தோல்வி போன்றவற்றால் ஏற்படுகிறது. நீங்கள் யாரிடமாவது அல்லது ஏதோவொன்றுடன் உணர்ச்சி ரீதியாக இணைந்திருந்தால், உங்களது எதிர்மறையோடு சேர்ந்து, அதிகப்படியான எதிர்வினைகள் ஏற்படலாம்.

இதைக் கடந்து வர, அனைவரும், அனைத்தும் தற்காலிகமானவை என்பதை உணருங்கள். எல்லாவற்றிற்கும் உங்கள் அன்பையும் முயற்சியையும் கொடுங்கள். நீங்கள் நிலையாக இருங்கள். விஷயங்கள் கட்டுப்பாட்டை மீறினால், அதை ஏற்றுக்கொள்ளுங்கள். ஏற்றுக்கொள்வது எல்லாவற்றிலிருந்தும் சிறந்த தீர்வை அளிக்கிறது. எதிர்மறை, தோல்வி பயம் அனைத்தும் எண்ணங்களைப் பற்றியது.

அதைப் பற்றி நேர்மறையாக சிந்தித்து, எதிர்மறை எண்ணங்கள் வரும்போதெல்லாம், அதை வெறுமையாக்கிக் கொண்டே இருங்கள். அவை வரும்போதெல்லாம் அவற்றைத் தொடர்ந்து வெறுமையாக்குவது இந்த எண்ணங்கள் உங்கள் மனதில் இருந்து மறைந்துவிடும் ஒரு காலகட்டத்திற்கு வழிவகுக்கும்.

தியானம் இந்த நுட்பத்தை எளிதில் அடைய உதவுகிறது.

தியானப் பயிற்சி என்பது ஒரு மந்திரத்தில் கவனம் செலுத்துவதும் தேவையற்ற எண்ணங்களிலிருந்து விடுபடுவதும் ஆகும். தியானத்தின் தொடர்ச்சியான பயிற்சி இந்த நுட்பத்தை எளிதாக அடைய உதவுகிறது. தியானத்துடன் இணைந்த சுவாச அடிப்படையிலான கிரியாக்கள் உணர்ச்சிகளில் இருந்து வெளியே வரவும், உங்கள் மனதை அமைதிப்படுத்தவும் உதவும்.

உணர்ச்சிகளைக் கட்டுப்படுத்தத் தெரிந்தவர்கள் எப்போதும் வெற்றி பெறுவார்களா?

உணர்ச்சிகள் மனிதகுலத்திற்கு இன்றியமையாதவை. நல்ல விஷயங்களுக்கு வழிவகுக்கும் உணர்ச்சிகள் உள்ளன. உதாரணமாக - நீங்கள் ஒருவரிடம் நீண்ட நாட்களாகப் பேசாமல் இருந்து, அவர்களைப் பார்க்கும் போது உணர்ச்சிகளை ஈகோவைக் கடந்து, அவர்களுடன் பேசத் தொடங்குவீர்கள். ஈகோவை உடைப்பதால் இந்த உணர்ச்சிகள் நல்லவை. விபத்தில் சிக்கியவரைப் பார்த்தால், பின்விளைவுகளைப் பற்றி யோசிக்காமல், அவர்களுக்கு உதவுவது ஒரு நல்ல உணர்ச்சி.

ஆனால் கவலை, பயம் மற்றும் எதிர்மறைக்கு வழிவகுக்கும் சில உணர்ச்சி தூண்டுதல்கள் உள்ளன. சில உணர்ச்சிகள் தவறான முடிவுகளுக்கு வழிவகுக்கும் என்பது நமக்குத் தெரியும். சிலரை அதில் நீங்கள் உதவி செய்வதன் மூலம் கெடுக்கிறீர்கள். சிலர் உங்கள் உணர்ச்சிப்பூர்வமான தன்மையைப் பயன்படுத்திக் கொண்டு சில விஷயங்களைச் செய்து முடித்துக் கொள்வார்கள். எனவே, உணர்ச்சிவசப்படுகையில், எது தீமைக்கு வழிவகுக்கும், எது நன்மைக்கு வழிவகுக்கும் என்பதை நாம் அறிந்து கொள்ள வேண்டும். இங்கே நாம் உணர்ச்சிகளைக் கட்டுப்படுத்த வேண்டும்.

உணர்ச்சிகளை எண்ணங்களாக மாற்ற நீங்கள் அனுமதிக்க வேண்டும். அமைதியான மனதை வளர்த்துக்கொண்டு சிறிது நேரம் சிந்தியுங்கள். முடிவுகளுக்கு சிறிது நேரம் தேவைப்பட்டால், நேரம் எடுத்துக் கொண்டு நிதானமாக முடிவு செய்யுங்கள். அவசரமாக எடுக்க வேண்டும் என்றால் ஒழிய உணர்ச்சிவசப்பட்டு முடிவுகளை எடுக்காதீர்கள்.

உணர்ச்சிகளைக் கட்டுப்படுத்துவதற்கான மற்றொரு வழி, ஒரு நேர்மறையான சூழ்நிலை ஏற்படும் போது பேசாமல் அமைதியாகவும் இருக்க வேண்டும். இது மகிழ்ச்சியையும் துன்பத்தையும் சமநிலைப்படுத்துதல் என்று அழைக்கப்படுகிறது. நேர்மறையான நிகழ்வின் போது நீங்கள் அமைதியாக இருக்க முடிந்தால், எதிர்மறையான நிகழ்வுகளின் போதும் நீங்கள் அமைதியாக இருக்க முடியும்.

உணர்ச்சிகளைக் கட்டுப்படுத்தி, புத்திசாலித்தனமாகச் செயல்படுபவர்கள், விஷயங்களை எளிதில் வெல்வார்கள். சுவாச அடிப்படையிலான கிரியாக்கள் மற்றும் தியானம் உணர்ச்சிகளை அழகாக கட்டுப்படுத்த உதவுகிறது, ஏனெனில் இது நல்ல உணர்தலுடன் கூடிய அமைதியான மனதை உருவாக்குகிறது.

எதிர்மறை உணர்ச்சிகள் இல்லாதவர்கள் யாராவது இருக்கிறார்களா?

முற்றும் உணர்ந்த சன்யாசிகளும் ஸ்வாமிகளும் பற்றுதல்கள் மற்றும் குடும்பங்கள் இல்லாமல் இருப்பதால் எதிர்மறையான உணர்ச்சிகளைக் கொண்டிருக்க மாட்டார்கள். தியானம், கிரியாக்கள் மற்றும் உயர் ஆன்மீக நுட்பங்களைப் பயிற்சி செய்பவர்களும் குடும்பங்கள், பற்றுதல்கள், ஆசைகள் போன்ற உலக வாழ்க்கையில் இருப்பதால் சில எதிர்மறை உணர்ச்சிகளைக் கொண்டிருக்கலாம். இந்த ஆன்மிகப் பயிற்சிகளை அவர்கள் கடைப்பிடிப்பதால், எதிர்மறை உணர்ச்சிகளில் இருந்து உடனடியாக வெளியே வர முடியும். இந்த ஆன்மிகப் பயிற்சிகளைச் செய்யாத, ஆனால் நெறிமுறையாக இருக்கும், வாழும் நன் மக்கள், நல்ல கர்மாவினால், எதிர்மறை உணர்ச்சிகளைக் கொஞ்சம் குறைவாகவே எதிர்கொள்வார்கள். நெறிமுறையற்ற மக்கள் ஆன்மீகப் பயற்சி செய்தாலும், செய்யாவிட்டாலும் எதிர்மறை உணர்ச்சிகளால் மிகமோசமாக பாதிக்கப்படுவார்கள்.

எல்லா நேரத்திலும் உணர்ச்சிகளை உணராமல் இருப்பது இயல்பானதா?

எல்லா நேரத்திலும் உணர்ச்சிவசப்படாமல் இருப்பது மிகவும் சாதாரணமானது. அது சரியே. நீங்கள் நன்றாக உணர்கிறீர்கள் அல்லது மகிழ்ச்சியாக உணர்கிறீர்கள் என்று சொன்னால், அது சரிதான். இது ஒரு நேர்மறையான உறுதிமொழி. ஆனால் எதிர்மறையான சூழல் வரும்போது அதைக் கேள்வி கேட்கிறோம். நான் ஏன் சோகப்பட வேண்டும்? நான் ஏன் இந்த பிரச்சனையை எதிர்கொள்ள வேண்டும்? நீங்கள் நேர்மறையான சூழ்நிலைகளையும் மகிழ்ச்சியையும் அனுபவித்த காரணத்தால், எப்போதும் அப்படியே இருக்க வேண்டும் என்று விரும்புகிறீர்கள். எதிர்மறையான சூழ்நிலைகளை எதிர்கொள்வதில் நீங்கள் சோகம் அல்லது வருத்தத்தை உணர்கிறீர்கள். இதைப் பற்றி அதிகம் யோசிப்பது, உங்களை மேலும் மோசமாக்கும். சில நேரங்களில் நீங்கள் மகிழ்ச்சியாக இருக்கிறீர்கள் என்று சொல்லும் போது, அந்த மகிழ்ச்சியைத் தக்கவைத்துக் கொள்ள அழுத்தம் உருவாகிறது.

அமைதியாக இருப்பது சரியானது. உங்களைச் சுற்றியுள்ள சூழ்நிலைகளுக்கு எதிர்வினையாற்றாமல் அமைதியாக இருப்பது சரியான விஷயம். ஒரே விஷயம் என்னவென்றால், நேர்மறையான நிகழ்வுகளின் போது நீங்கள் அமைதியாக இருக்க வேண்டும். நேர்மறையான சூழ்நிலையின் போது நீங்கள் அமைதியாக இருக்க முடிந்தால், எதிர்மறையான சூழ்நிலையிலும் நீங்கள் அமைதியாக இருக்க முடியும். இது மனதை சமநிலைப்படுத்துதல் எனப்படுகிறது.

ஏன் நம் எண்ணங்களில் சிலவற்றுடன் உணர்ச்சிகளை இணைக்கிறோம் ஆனால் எல்லாவற்றிலும் இல்லை?

நெருங்கிய மற்றும் அன்பானவர்களைப் பற்றி நீங்கள் நினைக்கும்போது, உங்கள் எண்ணங்கள் உணர்ச்சிகளுடன் இணைக்கப்படுகின்றன. ஆனால் அந்த வட்டத்திற்கு வெளியே மற்றவர்களைப் பற்றி நீங்கள் நினைக்கும்போதோ, உணர்ச்சி தொடர்பற்ற பிற செயல்களைச் செய்யும்போதோ கூட அது சம்பந்தமான சில எண்ணங்கள் உங்களுக்கு எழலாம். ஆனால், அந்தச் செயலைச் சிந்திக்கும்போதும் செய்யும்போதும், நீங்கள் உணர்ச்சிகளில் சிக்காமல் இருக்கலாம்.

அது வெற்றிகரமாக முடிவடையும் போது, உங்கள் புத்திசாலித்தனம், அர்ப்பணிப்பு, ஒழுக்கம் ஆகியவற்றைப் பற்றி நினைத்து நீங்கள் சில லேசான உணர்ச்சிகளைப் பெறுவீர்கள். ஆனால் அது வெற்றிகரமாகச் செய்யப்படவில்லை என்றால், அது உங்கள் திறன், அறிவு, புத்திசாலித்தனம் போன்றவற்றை கேள்விக்குள்ளாக்குகிறது. பின்னர், நீங்கள் கவலை, பயம், எதிர்மறை உணர்வு சார்ந்த எண்ணங்களை அடைகிறீர்கள்.

இது சில எண்ணங்கள் உணர்ச்சிகளுடன் நேரடியாக இணைக்கப்பட்டிருப்பதை தெளிவாகக் காட்டுகிறது. அதே போல சில எண்ணங்கள் முடிந்தபின் உணர்ச்சிகளுடன் மறைமுகமாக இணைக்கப்பட்டுள்ளன.

எண்ணங்கள் எதிர்பார்ப்பு அடிப்படையிலானவை, எதிர்பார்ப்புகளுக்கு ஏற்பவோ எதிராகவோ நடந்தாலும், இறுதியில் உணர்ச்சிகளுடன் இணைக்கப்படுகின்றன.

ஒருவரை நல்ல மனிதராக மாற்றுவதற்கு மூளைச்சலவை செய்ய முடியுமா?

ஒருவரை மூளைச்சலவை செய்வது என்பது எதிர்மறையான விஷயம். மற்றவர்கள் ஒரு குறிப்பிட்ட வழியில் நடந்து கொள்ள வேண்டும் என்ற எதிர்பார்ப்பை இது உருவாக்குகிறது. இதைத் தவிர்க்கவும். எது சரியானது எது நெறிமுறை என்பதை மட்டும் தெரிவிக்கவும். கேட்பது மட்டுமே ஒருவரை நல்லவராக மாற்ற முடியாது. கேட்டதை அவர் செயல் படுத்த வேண்டும். ஒருவர் சொல்வது மட்டும் மற்றவரை நல்ல மனிதராக மாற்றாது. நெறிமுறைகளை சொல்வதும் பின் செய்வதுமே ஒருவரை உணர்ந்து நல்ல மனிதராக மாற்ற வைக்கிறது.

ஆனால் இந்த பிரபஞ்சம் நெறிமுறையற்ற செயல்களைச் செய்து நல்லவர்களாக மாறி விடலாம் என்று நினைக்கும் மக்களால் நிரம்பியுள்ளது. அவர்கள் எது நல்லது என்பதை ஒருபோதும் உணர்வதில்லை. பெரும்பாலும் புலன் இன்பங்களால் பாதிக்கப்படுகிறார்கள். சில நேரங்களில், 24x7 அமைதியாக இருப்பதை விட துன்பமும் வாழ்க்கையின் ஒரு பகுதி என்று அவர்கள் நினைக்கிறார்கள். சில புலன் இன்பங்களை வென்று நல்லவர்களாக மாறுவது மிகவும் கடினம், ஏனெனில் இது குறுகிய கால இன்பங்களையும் தற்காலிக தீர்வுகளையும் கைவிடுவதாகும். நீங்கள் சில சிரமங்களையும் துன்பங்களையும் அனுபவிக்காத வரை, நீங்கள் உணர்ந்து நல்லவர்களாக மாற முடியாது.

எதுவானாலும் அமைதியான, நெறிமுறையான மனதை உருவாக்குவதே வாழ்க்கையின் இறுதி விஷயம். இதை நீங்கள் ஆழமாக உணர்ந்து நல்லவர்களாக மாறுவதற்கான நடவடிக்கைகளை மேற்கொள்ள வேண்டும். உங்கள் உடலையும் மனதையும் அமைதிப்படுத்துவதன் மூலம் இந்த ஆழமான உணர்வைப் பெறலாம். மூச்சுப் பயிற்சியும் தியானமும் இதை உங்களுக்குக் கொடுக்கும். நீங்கள் இவற்றை ஒரு நிலையான பயிற்சியாக மாற்றியவுடன், உங்கள் உணர்தல் நீங்கள் நல்லவராக மாற உதவுகிறது. நீங்கள் தொடர்ந்து நல்லவராக இருக்கிறீர்கள்.

ஒரு நபரின் தார்மீக திசைகாட்டி இயற்கையாக இருப்பதா அல்லது அவரது வாழ்க்கை அனுபவங்களால் அது உருவாகிறதா?

சிலர் தங்கள் மரபியல் காரணிகள், அவர்கள் வளர்க்கப்படும் சூழ்நிலைகள், சுற்றுப்புறங்கள் அல்லது அவர்கள் கூட வளரும் மக்களின் இயல்பு ஆகியவற்றின் காரணமாக, சமமான செயல்பாட்டுடன் ஒரு சிறந்த தார்மீக நிலைப்பாட்டை உருவாக்குகிறார்கள். ஆனால் ஒரு காலக்கட்டத்தில், அது பல சூழ்நிலைகள், வெவ்வேறு இயல்புடையவர்கள், பொருள் மற்றும் ஆசை சார்ந்த விஷயங்கள் ஆகியவற்றால் சோதனை செய்யப்படும். ஆசை, பொருளாசை, சிற்றின்பம் சார்ந்த விஷயங்கள் உடனடி இன்பத்தைத் தருவதால், எவரும் அவற்றை நோக்கிச் சாய்ந்து விடும் வாய்ப்பு அதிகம்.

சில சமயங்களில் இவர்கள் கூட சிற்றின்ப அடிப்படையிலான விஷயங்களை நோக்கிச் சென்று சில ஒழுக்கக்கேடான செயல்களைச் செய்யலாம். ஆனால் அந்த கர்மாவின் விளைவுகள் அவர்களை உணர்ந்து தங்கள் இயல்பு நிலைக்குத் திரும்பச் செய்கின்றன. தார்மீக இயல்பைக் கொண்டவர்கள் மிக வேகமாக உணர்தல் அடைகிறார்கள் மற்றும் தொடர்ந்து தங்கள் இயல்பில் உறுதியாக இருக்கிறார்கள்.

எனவே, சிலருக்கு தார்மீக திசைகாட்டி உள்ளார்ந்ததாக இருக்கலாம். ஆனால் வாழ்க்கை அனுபவங்கள் மட்டுமே அதை உறுதியானதாக மாற்றும்.

ஞானம் அல்லது ஆன்மீகப் பாதை என்பது ஒருவருடைய வாழ்க்கையின் இருண்ட பக்கத்தைப் புறக்கணித்து மூளைச் சலவை செய்வதன் விளைவா? கடினமான சூழ்நிலைகளைத் தவிர்ப்பது பற்றியதா?

பொதுவாக, மனிதர்கள் உணர்ச்சிவசப்பட்டு பல விஷயங்களை கையாள விரும்புகிறார்கள். அவற்றில் பெரும்பாலானவற்றை கையாள வேண்டிய அவசியமே இல்லை. எல்லாவற்றையும் மிக எளிதாக எடுத்துக்கொண்டு அமைதியான, பாதிப்பில்லாத வாழ்க்கையை வாழ்வதே ஆன்மீகத்தின் அழகு.

ஏதாவது உங்களை தொந்தரவு செய்தால், அதை நீங்கள் பார்த்துத் தீர்க்க வேண்டும். அது உங்களைத் தொந்தரவு செய்யவில்லை என்றால், நீங்கள் ஏன் அதைத் துரத்த வேண்டும் அல்லது அதைப் பார்க்க வேண்டும்? ஆன்மிகப் பாதை என்பது வாழ்வில் ஏற்படும் எதிர்மறையைத் தவிர்ப்பது. நீங்கள் அதை சமாளிக்கவோ அல்லது சண்டையிடவோ தேவையில்லை. அதை தவிர்ப்பதே ஒரு தீர்வு. எதிர்மறை நபர்களுடன் அல்லது கெட்டவர்களுடன் இருப்பது சிக்கலை உருவாக்கும் போது, அவர்களைத் தவிர்ப்பதுதான் தீர்வு. மற்றவர்கள் எதிர்மறையான விஷயங்களைத் தேடும்போது அதை எவ்வாறு தவிர்ப்பது என்பதை ஆன்மீகம் நமக்குக் கற்றுக்கொடுக்கிறது.

ஆன்மிகம் என்பது குழப்பமில்லாத மனம், அமைதியான மற்றும் உணர்ந்த மனதைக் கொண்டிருப்பது. இது ஏற்றுக்கொள்ளும் இயல்பு, உணர்ச்சிகளின் மீது கட்டுப்பாடு, தேவையற்ற விஷயங்களுக்கு எதிர்வினையாற்றாத மனம் மற்றும் எதிர்பார்ப்புகள் இல்லாமல் உங்கள் கடமைகளைச் செய்வது. எந்த வகையான கொந்தளிப்புகளையும் பொருட்படுத்தாமல், உங்கள் மனதைக் கட்டுப்படுத்துவதும், அமைதியாக வைத்திருப்பதும் ஆகும். கடவுளை வணங்காவிட்டாலும் பரவாயில்லை. இவை அனைத்தும் மனதைப் பற்றியது. ஏறக்குறைய 99 சதவீத ஆன்மீகவாதிகள் கலக்கமில்லாத மனதைப் பெற ஒரு உயர்ந்த சக்தியை நம்புகிறார்கள். அதில் சிலர் வழிபாட்டில் ஈடுபடுவதில்லை என்றாலும், நமது நெறிமுறை வாழ்க்கையின் கட்டமைப்பை வடித்த ஒரு உயர்ந்த சக்தியை நம்புகிறார்கள்.

கடினமான சூழ்நிலை வந்தாலும், சிந்தித்து, திட்டமிட்டு, உங்கள் செயல்களை செயல்படுத்தவும். ஆன்மீகம் இங்கே உதவுகிறது. செயல், திட்டமிடல் மற்றும் செயல்படுத்துவதில் தெளிவு பெற அமைதியான மனம் வேண்டும். தீர்க்கப்பட வேண்டியதை, ஒரு ஆன்மீகவாதி தீர்ப்பார். ஆனால் அதைத் தீர்ப்பது எந்தப் பலனையும் கொண்டு வரவில்லை என்றால், அதைத் தவிர்க்கவும். அவர்கள் கடினமான சூழ்நிலைகளைத் தவிர்க்கிறார்கள் என்று அர்த்தமல்ல. சில நேரங்களில், கடினமான விஷயங்களைப் பற்றி கவலைப்படாமல் இருப்பதும் ஒரு தீர்வாகும்.

அசையாதிருப்பதையும் அமைதியையும் அனுபவித்தல்

மனதிற்கு சிறந்த மருந்து எது?

எல்லாவற்றையும் குணப்படுத்தும் உள் மருந்துகள் உள்ளேயே இருப்பதால் நம் உடலுக்கு குணப்படுத்த எந்த மருந்தும் தேவையில்லை. சர்வவல்லமையுள்ள இறைவனால் ஏற்கனவே வடிவமைக்கப்பட்டு கொடுக்கப்பட்டுள்ள இந்த அமைப்பை பாதுகாக்க வேண்டியது மட்டுமே நாம் செய்ய வேண்டியது.

அதேபோல, நம் மனதில் பயம், பதட்டம், எதிர்மறை, மனச்சோர்வு மற்றும் குறைந்த நம்பிக்கை ஆகியவை அதைத் தீர்க்க முயற்சிக்கும் எண்ணத்தால் உருவாகின்றன. அதைத் தீர்க்க நீங்கள் எதையும் உண்டாக்க வேண்டியதில்லை. மனதுக்கு எல்லாம் தெரியும். மனதுக்கு அதன் சொந்த மருந்து உள்ளது, அது ஏற்கனவே கிடைக்கிறது. ஆனால் நீங்கள் ஒரு சிந்தனையைப் பயன்படுத்தி உங்கள் சொந்த மருந்தைத் தயாரிக்க முயற்சிக்கும்போது, பிரச்சனை தொடங்குகிறது.

எனவே, நீங்கள் எந்த எண்ணங்களையும் வளர்த்துக் கொள்ள வேண்டியதில்லை அல்லது எந்தவொரு பிரச்சினையையும் தீர்க்க வேண்டியதில்லை. உங்களைத் தொந்தரவு செய்யும் எந்தவொரு பிரச்சினையிலும் உங்கள் மனதை வெறுமையாக விடுங்கள். பிரச்சனைகள் மற்றும் அது தொடர்பான எண்ணங்கள் வரும்போதெல்லாம் உங்கள் மனதை வெறுமையாக விட்டுவிட வேண்டும். நீங்கள் இதைச் செய்யும்போதெல்லாம், தானாகவே, உங்கள் பிரச்சினைகளுக்கு ஒரு தீர்வு கிடைத்து, அதை நீங்கள் அறியாமலேயே செயல்படுத்தியிருப்பீர்கள்.

எல்லா எண்ணங்களிலிருந்தும் நம் மனதைக் காலி செய்ய விரைவான வழி எது?

நீங்கள் ஒரு விஷயத்தில் கவனம் செலுத்தும்போது, அதில் முழுமையாக ஈடுபட வேண்டும். எதையாவது கவனம் செலுத்தும் போது வரும் எண்ணங்கள் ஊடுருவும் எண்ணங்கள் எனப்படும். இது சிந்தனையைப் பொறுத்தது ஆனால் அவற்றில் பெரும்பாலானவை தேவையற்றவை. சில எண்ணங்கள் அந்த நேரத்தில் அவசியமான, செய்ய வேண்டிய சில முக்கியமான செயல்களுக்கு உங்களை எச்சரிக்கலாம். இதைத் தவிர மற்றவை அனைத்தும் தேவையற்ற எண்ணங்கள் மட்டுமே. இந்த தேவையற்ற எண்ணங்களை பின்வரும் நுட்பங்கள் மூலம் துடைக்க முடியும்:

தேவையற்ற எண்ணங்களை வெறுமையாக்கும் நுட்பம் இந்த தேவையற்ற எதிர்மறை எண்ணங்களை நீக்க பயன்படுகிறது. அவற்றை உருவாக்க அல்லது அவற்றைத் தீர்க்க வேண்டும் என்று நீங்கள் நினைக்கும் போது, அதையெல்லாம் செய்யாதீர்கள். இந்த எண்ணங்கள் உங்கள் மனதில் வரும்போதெல்லாம் அவற்றை வெறுமையாக்குங்கள். அவை வரும்போதெல்லாம் அவற்றை தொடர்ச்சியாக வெறுமையாக்குவது, இந்த எண்ணங்கள் உங்கள் மனதில் இருந்து மறைந்துவிடும் ஒரு காலகட்டத்திற்கு வழிவகுக்கும்.

இந்த நுட்பத்தை எளிதில் அடைய தியானம் உதவுகிறது. தியானப் பயிற்சி என்பது ஒரு மந்திரத்தில் கவனம் செலுத்துவதும் தேவையற்ற எண்ணங்களிலிருந்து விடுபடுவதும் ஆகும். தியானத்தின் தொடர்ச்சியான பயிற்சி இந்த நுட்பத்தை எளிதாக அடைய உதவுகிறது.

உளவியல் சிக்கல்களைத் தவிர்ப்பதற்கான நடைமுறை வழிகள் யாவை?

உளவியல் சிக்கல்களைத் தவிர்க்க சில தீர்வுகள்:

1. உங்களை கவலையடையச் செய்யும் ஏதேனும் சிக்கல்கள் இருக்கின்றன என வைத்துக் கொள்வோம். அவற்றைத் தீர்த்த பிறகுதான் நீங்கள் மகிழ்ச்சியாக இருக்க முடியும் என்று நினைக்கிறீர்கள். அந்தச் சிக்கல்கள் தீர்க்கப்பட்டு உங்களுக்குச் சாதகமாகத் திரும்புவதைக் காட்சிப்படுத்தத் தொடங்குங்கள். சற்று குளிர்ச்சியாகி விடுவீர்கள். சில முக்கியமான வேலைகளில் தற்போதைய தருணத்தில், கவனம் செலுத்தத் தொடங்குங்கள். அந்த பிரச்சினைகள் தொடர்பான எண்ணங்கள் வரும்போதெல்லாம், அதைப் பற்றிய நேர்மறையான விஷயங்களைக் காட்சிப்படுத்துங்கள்.

2. ஒவ்வொரு நாளும் காட்சிப்படுத்த 5 முதல் 10 நிமிடங்கள் செலவிடுங்கள். நீங்கள் என்ன நடக்க வேண்டும் என்று விரும்புகிறீர்களோ, அது ஏற்கனவே நடந்தது போல் காட்சிப்படுத்துங்கள். நீங்கள் அதை யதார்த்தமான முறையில் அனுபவிப்பது போல் காட்சிப்படுத்துங்கள். இதன் மிகப்பெரிய நன்மை என்னவென்றால், இலக்கு அல்லது லட்சியத்தை அடைவதற்கான ஆதாரங்களையும் வாய்ப்புகளையும் இது உருவாக்கும்.

3. நேர்மறை எண்ணம் கொண்டவர்களை உங்களைச் சுற்றி வையுங்கள். உதாரணமாக, நீங்கள் ஒரு ஐஏஎஸ் அதிகாரி ஆக விரும்பினால், ஐஏஎஸ் அதிகாரியாக ஆக வேண்டும் என்று தீவிரமாக விரும்பும் நண்பர்கள் வட்டத்தை உருவாக்குங்கள். நீங்கள் அதை அடைய முழுவதும் முனைவீர்கள், மேலும் அதை அடைவதில் வெற்றி விகிதம் அதிகமாக இருக்கும்.

4. பொதுவாக காலை நேரங்களில் மனம் சுறுசுறுப்பாக இருக்கும். உளவியல் ரீதியாகப் பார்த்தால், பிரகாசமாகவும் இயற்கையாகவும் இருக்கும் பகல் வெளிச்சத்தில் நாம் வாழ்கிறோம். இயல்பாகவே ஒளி ஆற்றலைப் பெறுகிறோம். பகல் நேரம் என்பது நாம் எப்போதும் வேலை செய்யும் நேரம். பகலில் உயிர் வாழ்வதற்கும், சாப்பிடுவதற்கும், பேசுவதற்கும், பல விஷயங்களுக்காகவும் நம் மனதை ஆக்கிரமிப்பில் வைத்துக் கொள்கிறோம். நீங்கள் விஷயங்களில் ஈடுபடுவதால் எதிர்மறையான, தேவையற்ற எண்ணங்கள் நுழைவதில்லை. ஆனால் மாலையில் இருள் சூழ்ந்தவுடன், நம் மனம் அதன் பிரகாசத்தை இழக்கத் தொடங்குகிறது.

உளவியல் ரீதியாக, இருள் நம் மனதில் பயத்தையும் கவலையையும் கொண்டுவருகிறது. பிரகாசமாக இருக்க செயற்கை விளக்குகளை இயக்க வேண்டும். பெரும்பாலான மக்கள் அன்றைய வேலையைச் செய்துவிட்டு மாலையில் ஓய்வெடுக்கத் தொடங்குவார்கள். இரவு நேரங்களில் அதிக வேலைகள் இருப்பதில்லை. மனம் சும்மா இருக்கும். 'செயலற்ற மனம் ஒரு பிசாசின் பட்டறை' என்று ஒரு ஆங்கில சொலவடை உண்டு. எனவே, இயல்பாகவே, தேவையற்ற சிந்தனையும், எண்ணங்களும் நிறைய நுழைகின்றன. தேவையற்ற, எதிர்மறை எண்ணங்களை எளிதில் பெற மனம் ஆசைப்படும்.

5. நீங்கள் தூங்கும் வரை பிரகாசமான விளக்கு வெளிச்சத்தில் வாழுங்கள். நல்ல இசையைக் கேளுங்கள். தொலைக்காட்சி செய்தி சேனல்களைப் பார்க்காதீர்கள், ஏனெனில் அவை எப்போதும் உங்களுக்குள் பயத்தை உருவாக்குகின்றன. அவர்கள் தங்கள் மதிப்பீட்டை அதிகரிக்க எதிர்மறை செய்திகளில் மட்டுமே கவனம் செலுத்துகிறார்கள். இரவு உணவு சீக்கிரம் சாப்பிடுங்கள். இரவு உணவுக்குப் பிறகு மிதமான நடைக்கு செல்லுங்கள். சரியான நேரத்தில் படுக்கைக்குச் செல்லுங்கள். நீங்கள் தூங்கத் தொடங்குவதற்கு முன், நடந்த எல்லா நன்மைக்கும் எல்லாம் வல்ல இறைவனுக்கு நன்றி கூறுங்கள்.

கவலைப்படுவதை நிறுத்தி மகிழ்ச்சியாக இருக்க உதவும் சில பொழுதுபோக்குகள் யாவை?

கடந்த கால நினைவுகள் எப்போதும் நன்றாக இருக்கும். அந்த காலகட்டத்தில் நீங்கள் உண்மையில் மகிழ்ச்சியாக இருந்தீர்களா அல்லது சோகமாக இருந்தீர்களா என்பதைப் பொறுத்து அது அமைவதில்லை. அந்த எண்ணங்கள் முடிந்துவிட்டன, அதன் முடிவுகள் உங்களுக்குத் தெரியும். அது உங்களைப் பாதிக்காது. எனவே, உங்கள் பள்ளி, கல்லூரி மற்றும் உங்கள் முந்தைய ஆண்டு பற்றி யோசியுங்கள், பேசுங்கள். திரைப்படங்களைப் பார்க்கவும், பாடல்களைக் கேட்கவும் தொடங்குங்கள், நீங்கள் அதில் மூழ்கிவிடுவீர்கள். இது உங்களுக்கு புத்துணர்ச்சியூட்டும் அனுபவமாக இருக்கும். அதற்கு ஒரு குறிப்பிட்ட நேரத்தை ஒதுக்குங்கள். எதையும் அதிகமாகச் செய்வது மந்தமான நிலைக்கு வழிவகுக்கும்.

சில ஒழுக்கங்கள் ஒருபோதும் மாறாது என்ற நிலையான மனநிலையை நாம் கொண்டுள்ளோம். மதிய உணவுக்குப் பிறகு சிறிது நேரம் தூங்கும் வாய்ப்பு கிடைத்தால், அது சிறிது புத்துணர்ச்சியைத் தருகிறது. தூக்கம் என்பது மனதிற்கு ஓய்வு கொடுப்பது. மனம் சுறுசுறுப்பாக மாறி தெளிவு பெறும்.

வார நாட்களில் குடும்பம் அல்லது நண்பர்களுடன் திரைப்படம் அல்லது சுற்றுலா தலத்திற்கு வெளியே செல்வது போன்ற வித்தியாசமான விஷயங்களைச் செய்யுங்கள். இது ஒரு வித்தியாசமான மற்றும் புத்துணர்ச்சியூட்டும் அனுபவமாக இருக்கும். எதையும் ஒரே மாதிரியாக செய்யாதீர்கள். நிலையான ஒழுக்கம் கொண்ட நிலையான மனநிலை வாழ்க்கையை சலிப்படையச் செய்கிறது. வழக்கத்திலிருந்து மாற்றத்தை அனுபவிக்க பல்வேறு செயல்பாடுகளைச் செய்வது வாழ்க்கையை சுவாரஸ்யமாக்குகிறது. வார நாட்களில் வேலை செய்வது, வார இறுதி நாட்களில் ஓய்வு எடுப்பது என வழக்கமான ஒழுக்கத்தால் மனம் சலிப்படைகிறது. வாழ்க்கையை சுவாரஸ்யமாக்குவதற்கு வழக்கத்தை மாற்றவும். ஆனால் வேலையின் அளவு பாதிக்கப்படாமல் பார்த்துக் கொள்ளுங்கள். படுக்கையின் திசையை மாற்றவும், நீங்கள் தூங்கும் அறையை மாற்றவும் மற்றும் ஒரே மாதிரியான விஷயங்களைச் செய்வதைத் தவிர்க்கவும்.

நான் நீண்ட காலத்திற்கு முன்பே "வீட்டிலிருந்து வேலை" கலாச்சாரத்தை கடைப்பிடித்தேன். மக்கள் என்னை கிண்டல் செய்வார்கள் ஆனால் வேலையின் அளவு பாதிக்கப்படவில்லை என்பதை நான் பார்த்தேன். வீட்டிலிருந்து வேலை செய்வது இப்போது

யதார்த்தமாகிவிட்டது, மேலும் இது மிகவும் பயனுள்ளதாகவும் இருக்கிறது. ஃபார்மல்களை அணிவது மன அழுத்தத்தை ஏற்படுத்தும். நீங்கள் சாதாரண உடைகளை அணியலாம்.

அருகிலுள்ள சில கிராமங்களுக்குச் சென்று அப்பாவி கிராம மக்களுடன் நேரத்தை செலவிடுங்கள். இது நல்ல தளர்வை தரும். சில சாலையோர கடைகளில் நிறுத்தி உணவு சாப்பிடுங்கள். இது உங்களுக்கு ஒரு வித்தியாசமான மனநிலையையும் அனுபவத்தையும் தருகிறது. நிச்சயமாக மன அழுத்தத்தை குறைக்கும்.

ஒரு வார நாளில் விடுப்பு எடுத்து, நன்றாக தூங்குங்கள், டென்னிஸ், கிரிக்கெட் அல்லது பேட்மிண்டன் போன்ற ஏதாவது ஒரு விளையாட்டை விளையாடுங்கள். தோட்டத்தில் நேரத்தை செலவழித்து செடி கொடிகளுடன் பேசி அவற்றின் வளர்ச்சியைப் பார்த்து ரசிக்கவும். ஒவ்வொரு நாளும் ஒருவருக்கு உதவ உறுதிமொழி எடுத்துக் கொள்ளுங்கள். இது உங்களுக்கு மிகுந்த திருப்தியைத் தருவதோடு வாழ்க்கையைப் பற்றிய உங்கள் முழு எண்ணத்தையும் மாற்றும். உங்கள் வாழ்க்கைக்கு அழகான அர்த்தத்தை தருவதால், கவலையை நிறுத்த இந்த செயல் மிகவும் சிறந்ததாக இருக்கும்.

பழைய நண்பர்கள், தற்போதைய நண்பர்களுடன் தொடர்பு கொள்ளுங்கள், அவர்களுடன் தொடர்ந்து பேசுங்கள். தினமும் குறைந்தது ஒரு நண்பரிடம் பேசலாம். இது உங்கள் நேரத்தை ஆக்கிரமித்து, நீங்கள் கவலைப்படுவதை நிறுத்துகிறது.

வெற்றி என்பது பணம், அதிகாரம் மற்றும் புகழைப் பெறுவது அல்ல. இது எளிமையான, அமைதியான, நெறிமுறையான வாழ்க்கையை நடத்துவது மற்றும் மக்களுக்கு உதவுவது பற்றியது.

உங்கள் மனதை சில செயல்களில் ஈடுபடுத்திக் கொள்ளுங்கள், அது கவலையை நிறுத்த உதவும்.

ஒரு கணம் நம் மனதை அணைப்பதால் ஏற்படும் நன்மைகள் என்ன?

ஒரு கணம் மட்டுமல்ல, சிறிது நேரம் மனதை அணைப்பது உங்கள் முழு நல்வாழ்வுக்கு நல்லது. கண்களை மூடிக்கொண்டு தியானத்தில் அமர்ந்திருப்பது விஞ்ஞான ரீதியாக மனதிற்கு ஓய்வு தருவதாகும். அதனால்தான் உறக்கம் என்பது ஆண்டவனால் வடிவமைக்கப்பட்டது - உடலுக்கும் குறிப்பாக மனதுக்கும் ஓய்வு கொடுப்பதற்காக. ஒரு நல்ல இரவு உறக்கத்திற்குப் பிறகு, உங்கள் மனம் புத்துணர்ச்சியுடன் இருக்கும், மேலும் நிறைய படைப்பாற்றலும், தெளிவும் இருக்கும்.

பகலில் உங்கள் மனம் எண்ணற்ற எண்ணங்களுக்குள் நுழைந்து சோர்வடைகிறது. அதை மேலும் ஆக்கப்பூர்வமாக்க சீரான இடைவெளியில் ஓய்வு கொடுக்க வேண்டும். தியானத்தை ஒரு நாளைக்கு இரண்டு முறையாவது 20 நிமிடங்கள் செய்ய வேண்டும் என்று சொல்ல இதுவே காரணம். உங்கள் மனதிற்கு தேவையான ஓய்வு கொடுக்கிறது. ஒரு தியானத்திற்குப் பிறகு, நீங்கள் புத்துணர்ச்சி, நேர்மறை, படைப்பாற்றல் மற்றும் மிக முக்கியமாக, நிறைய உணர்தல்களைப் பெறுவீர்கள். உங்கள் எண்ணங்களில் உங்களுக்கு நிறைய தெளிவு இருக்கும், அது உங்களை ஒரு சிறந்த திறனாளியாக மாற்றும்.

மனம், எண்ணங்கள் மற்றும் உணர்ச்சிகளை நான் எப்படி அமைதிப்படுத்துவது? ஓய்வெடுப்பது உதவுமா?

உங்கள் மனம், எண்ணங்கள் மற்றும் உணர்ச்சிகளை உங்களால் நிறுத்த முடியாது. மனம் என்பது எண்ணங்களைத் தவிர வேறில்லை. உங்கள் எண்ணங்களை வெறுமையாக்க முடியாது ஆனால் தேவையற்ற எண்ணங்களை வெறுமையாக்கலாம். நீங்கள் எதை விரும்புகிறீர்கள், எது உங்களுக்கு உயர்ந்த நன்மை தரும் என்பதை நீங்கள் தேர்வு செய்யலாம். ஆனால் அது தியானத்தின் தீவிர பயிற்சிக்குப் பிறகு மட்டுமே சாத்தியமாகும். ஆழ்ந்த உறக்கத்திலோ அல்லது ஆழ்ந்த தியானத்திலோ மட்டுமே நீங்கள் சிந்தனையற்றவர்களாக மாறுவீர்கள். இதுவும் அரிதான நிகழ்வு. உறங்கும் போது கூட கனவு வடிவில் எண்ணங்கள் வரலாம்.

உங்கள் மனம் ஏதாவது ஒன்றில் கவனம் செலுத்தி, அந்த ஒரு விஷயத்தைப் பற்றிய சிந்தனைகளை மட்டும் கொண்டிருக்கும்போதுதான் நீங்கள் ஓய்வெடுக்க முடியும். ஒரே ஒரு விஷயத்தைப் பற்றிய எண்ணங்கள் இருந்தால், உங்கள் மனம் நிம்மதியாக இருக்கும். ஒரு செயலைச் செய்யும் போது, பல எண்ணங்கள் இருந்தால், உங்கள் மனம் நிம்மதியாக இருக்காது. கவலையிலும், அழுத்தத்திலும் இருக்கும். இதனாலேயே உங்களுக்குப் பிடித்த பாடலைக் கேட்கும்போதோ, உங்களுக்குப் பிடித்த நிகழ்ச்சியைப் பார்க்கும்போதோ உங்கள் மனம் தளர்வடைகிறது. நீங்கள் அதில் முழுமையாக கவனம் செலுத்துவீர்கள். நீங்கள் விரும்பும் ஆர்வமுள்ள விஷயங்களில் ஈடுபட்டால், உங்கள் மனம் நிம்மதியாக இருக்கும்.

தியானத்தின் மனப் பயிற்சி என்பது ஒரு மந்திரத்தில் கவனம் செலுத்துவதும் தேவையற்ற எண்ணங்களிலிருந்து விடுபடுவதும் ஆகும். தியானத்தின் தொடர்ச்சியான பயிற்சி, தேவையான பணிகளில் கவனம் செலுத்தவும், தேவையற்ற எண்ணங்களிலிருந்து விலகிச் செல்லவும் உதவுகிறது.

சுவாச அடிப்படையிலான கிரியாக்கள் மற்றும் தியானத்தின் கலவையானது உடலையும் மனதையும் அமைதிப்படுத்த உதவுகிறது. உணர்ச்சிகளும் உங்கள் சுவாசத்துடன் தொடர்புடையவை. நாம் சரியான சுவாசத்தைச் செய்தால், உடலும் மனமும் அமைதியடையும். இது உணர்வுகளை சுயநினைவோடு கட்டுப்படுத்துகிறது. நீங்கள் உணர்ச்சிகளால் செயல்படுத்தப்பட்டாலும், சுவாசம் மற்றும் தியானம் போன்ற பயிற்சிகள் செய்யும் போது, அந்த உணர்ச்சிகளின் அடிப்படையில் உடனடியாக செயல்படாமல் இருக்கத் தேவையான

உடல் மற்றும் மனதின் அமைதியை நாம் அடைகிறோம். இது நிதானமாக இடையே நின்று பகுப்பாய்வு செய்ய உதவுகிறது. உணர்ச்சிகளால் உந்தப்படாமல் புத்திசாலித்தனமான முடிவுகளை எடுக்க இது உதவுகிறது. உங்கள் உணர்ச்சிகளை நீங்கள் நிறுத்தவோ, தள்ளி வைக்கவோ முடியாது. சமநிலையான உடல் மற்றும் மனதைக் கொண்டு நமது உணர்ச்சிகளைக் கட்டுப்படுத்தி, புத்திசாலித்தனமாக சுருக்கச் செயல்பட முடியும்.

தியானம் நம் மனதிற்கு மிகவும் நல்லது என்பதை நாம் அறிவோம், ஆனாலும் இந்த நடைமுறைகளைத் தக்கவைத்துக்கொள்வது ஏன் சிரமமாக உள்ளது?

நமக்கு எது நல்லது எது கெட்டது, அதனால் ஏற்படும் விளைவுகள் என்ன என்பது நம்மில் பலருக்கும் தெரியும். நம்மில் பெரும்பாலோர் அதைத் தொடர்ந்து செயல்படுத்த முடிவதில்லை என்பதுதான் உண்மை. நல்ல நடைமுறைகளின் முடிவுகள் மெதுவாகவே இருப்பதால், அதை உணர்ந்து செயல்படுத்த அதீத பொறுமை தேவைப்படுகிறது. கெட்ட விஷயங்கள் உடனடி மகிழ்ச்சியைத் தருகின்றன, ஆனால் பெறப்படும் மகிழ்ச்சியோ தற்காலிகமானது.

சில கெட்டவர்கள் ஆடம்பரமான வாழ்க்கையைக் கொண்டுள்ளனர். இவர்கள் மற்றவர்களையும் கெட்ட கர்மாக்களை நோக்கிச் செல்லத் தூண்டுகிறார்கள். ஆனால் கண்டிப்பாக, கெட்ட கர்மாக்கள் கொண்ட இந்த மக்கள் தங்கள் வாழ்க்கையில் ஒரு கட்டத்தில் கொந்தளிப்பை சந்திக்க வேண்டும். அவர்கள் நிச்சயமாக தங்கள் வாழ்க்கையில் குற்ற உணர்வு, மகிழ்ச்சியின்மை மற்றும் அதிருப்தியை சுமந்து செல்வார்கள். சில நல்ல மனிதர்கள் பிரச்சனைகளைச் சந்தித்தாலும், நல்ல கர்மங்களின் பலனும், கலக்கமில்லாத மனமும் அவர்களின் வாழ்க்கையை திருப்திப்படுத்துகிறது.

நல்லது கெட்டது எது என்று நமக்குத் தெரிந்தாலும், அமைதியான மனம் இல்லாதபோது, நல்ல விஷயங்களைச் செயல்படுத்துவது கடினமாகிவிடும். ஒரு அமைதியான மனம், யதார்த்தத்தை உணரவும், எதிர்மறையைப் பொருட்படுத்தாமல் முழுவதும் நன்றாக இருக்க பொறுமையை வளர்க்கவும் உதவுகிறது. உடலும் மனமும் அமைதியாக இருக்க வேண்டும். தியானம் மற்றும் சுவாச அடிப்படையிலான கிரியாக்கள் உங்கள் மனதையும் உடலையும் அமைதியாக வைத்திருக்க உதவுகின்றன, எனவே பிரச்சனைகள் மற்றும் தொந்தரவான உணர்ச்சிகள் இல்லாத வாழ்க்கையை வாழலாம்.

சில நேரங்களில் எவ்வளவு சத்தம், வேலை இருந்தாலும், நாம் அமைதியாக உணர்கிறோம் மற்றும் மனம் அமைதியாக இருப்பது ஏன்?

குறிப்பாக நல்ல தூக்கத்திற்குப் பிறகு, ஒரு நேர்மறையான அல்லது மகிழ்ச்சியான நிகழ்வுக்குப் பிறகு, ஒரு பெரிய பணியை செய்து முடித்த பிறகு அல்லது நம் எதிர்பார்ப்புகளுக்கு ஏற்ப ஏதாவது நடந்த பிறகு நம் மனம் அமைதியாக இருக்கும். சுற்றியுள்ள எதையும் பொருட்படுத்தாமல் அமைதியாக இருக்கும். நமது எதிர்பார்ப்புகள் நிறைவேறி, ஈகோ திருப்தி அடைவதால், மகிழ்ச்சியின் ஹார்மோன்கள் நம்மை காற்றில் மிதக்கச் செய்கின்றன. சுற்றியுள்ள எந்த சத்தமும் அந்த நேரத்தில் நம் மகிழ்ச்சியில் தாக்கத்தை ஏற்படுத்தாது.

ஆனால் பிரச்சனை என்னவென்றால் - ஒரு குறிப்பிட்ட காலப்பகுதியில், மகிழ்ச்சியான ஹார்மோன்களின் செயல்திறன் குறையத் தொடங்குகிறது. மற்ற தேவையற்ற எண்ணங்கள் உள்ளே நுழைய முயற்சிக்கும். உங்களுக்கு நிலையற்ற மனது இருந்தால், அது தன் வழியில் போய் உங்கள் மன அமைதியைக் கெடுத்துவிடும்.

அமெரிக்க அதிபரான டொனால்ட் டிரம்ப் கூட, தான் அதிபராக இருந்த காலத்தில் அதிகாரம், வசதிகள், பாதுகாப்பு, பிரபலம் என்று மகிழ்ச்சியாக இருந்தார். ஆனால் எல்லா இன்பங்களையும் இழக்கப் போகிறேன் என்று அவர் உணர்ந்தபோது, அழகாக இறங்கி அதை ஏற்றுக்கொள்ள அவர் தயாராக இல்லை. தரம் தாழ்ந்து விடுவோம் என்ற எண்ணத்தில் பயத்தையும் ஈகோவையும் அனுபவித்தார்.

எதையும் பொருட்படுத்தாமல் மகிழ்ச்சியாகவும் அமைதியாகவும் இருப்பதற்கான தீர்வு நேர்மறையான அல்லது மகிழ்ச்சியான நிகழ்வின் போது அமைதியாக இருப்பதுதான். நீங்கள் அதை கொண்டாட வேண்டும் என்று நினைக்கலாம். எல்லாப் புகழும், பாராட்டுக்களும் உங்கள் தலைக்கு வந்து சேரும், நீங்கள் எல்லாவற்றிலும் பெரியவர் என்று உணர வைக்கும். அதற்கு மயங்காதீர்கள். அடக்கமாகவும், அமைதியாகவும் இருங்கள், மகிழ்ச்சியையும் வெற்றியையும் எல்லாம் வல்ல இறைவனுக்கு அர்ப்பணியுங்கள். இது மகிழ்ச்சியையும் துன்பத்தையும் சமநிலைப்படுத்துதல் என்று அழைக்கப்படுகிறது. இந்த மனப்பான்மையை உங்களால் வளர்த்துக் கொள்ள முடிந்தால், எந்த நேரத்திலும் இழப்புகள், எதிர்மறைகள் எதுவாக இருந்தாலும் நீங்கள் அமைதியாகவும் மகிழ்ச்சியாகவும் இருக்க முடியும்.

"எந்த எண்ணமும் இல்லாத" அல்லது "பூஜ்ஜிய எண்ணம்" என்ற நிலையை நான் எவ்வாறு அடைவது?

"சிந்தனை இல்லாத" அல்லது "பூஜ்ஜிய எண்ணம்" என்ற நிலையை அடைவது மிகவும் அரிது. தவறாமல் தியானம் செய்பவர் மற்றும் இடையூறு இல்லாத ஆழ்ந்த உறக்கம் உள்ளவர் மட்டுமே இந்த நிலைக்கு வர முடியும். நீங்கள் இந்த நிலையில் சிறிது நேரம் மட்டுமே இருக்க முடியும். இல்லையேல் மனதில் எண்ணங்கள் நிறைந்திருக்கும். எண்ணங்களைத் தவிர்க்க முடியாது. தொடர்ந்து தியானம் செய்தால் எண்ணங்களைக் கட்டுப்படுத்தலாம். நீங்கள் தியானத்தின் கலையில் தேர்ச்சி பெற்றிருந்தால், நீங்கள் சிந்திக்க விரும்புவதை நீங்கள் தேர்வு செய்யலாம்.

நீங்கள் முழுதும் உணர்ந்த பின்பே "சிந்தனையற்ற அல்லது பூஜ்ஜிய எண்ண-மனநிலை" என்பதை உணர முடியும். ஒருவேளை நேரக்காரணி மூலம், நீங்கள் சிறிது நேரம் சிந்தனையற்ற நிலையில் இருந்ததை நீங்கள் அறியலாம். நினைவுள்ள மனத்தின் மூலம் நினைவற்ற மனத்திற்கு செல்லும் நிலை இது. நீங்கள் ஒரு மந்திரத்திலோ, படத்திலோ கவனம் செலுத்த முயற்சிக்கும் தியானத்தின் மூலம் இது சாத்தியமாகும். எந்த உடல் செயல்பாடும் இல்லாமல் அதில் அதிக கவனத்தைக் குவிக்கும் போது, நீங்கள் சிந்தனையற்ற மனநிலைக்கு செல்கிறீர்கள்.

இந்த சிந்தனையற்ற நிலையில் பெரும் நன்மைகள் உள்ளன. நமது மனம் மிகவும் தேவையான ஓய்வு பெறுகிறது. இந்த ஓய்வுக்குப் பிறகு, நமது எண்ணங்களும் அதைத் தொடர்ந்த செயல்பாடுகளும் நிறைய படைப்பாற்றலையும் தெளிவையும் கொண்டிருக்கும். நாம் நிறைய உணர்தல் நிலையை அடைகிறோம். நெறிமுறையான செயல்களைச் செய்து கர்மா உடனான தொடர்பையும் உணரலாம்.

நான் எப்படி உண்மையாகவும் முழுமையாகவும் இருப்பது? நான் யார் என்பதை என் உணர்வுகள் வரையறுப்பதை விரும்பவில்லை, ஆனால் என் செயல்கள் எனக்காக பேச வேண்டும்.

மற்றவர்களுக்கு சேவை செய்யும் அற்புதமான குணம் உங்களிடம் இருந்தால், நீங்கள் அதை இயல்பாகவும் உண்மையாகவும் வளர்த்துக் கொள்ள வேண்டும். மற்றவர்களுக்குத் தெரிவதற்காக அதை செய்யாதீர்கள். அதை உங்களுக்காக செய்யுங்கள். உங்களை நீங்களே கண்டு கொள்வீர்கள். எதிர்பார்ப்பு இல்லாமல் செய்யுங்கள். உங்கள் வேலையை யாராவது பாராட்டினால், அதைப் பற்றி ஏகமாக உற்சாகமடைய வேண்டாம். பெற்ற பாராட்டுகளை வளர்த்துக் கொள்ளாமல் இருப்பது அல்லது சிந்திக்காமல் இருப்பது உங்களை எதிர்பார்ப்புகள் இல்லாத நபராக மாற்றும்.

உங்கள் எதிர்பார்ப்புகளுக்கு எதிராக விஷயங்கள் நடந்திருக்கும் போது, உங்களுக்கு எதுவும் வேலை செய்வதில்லை உங்கள் உணர்வுகளை நீங்கள் நம்ப முடியாது என்ற வலுவான உணர்வு உங்களுக்கு இருக்கலாம். பொதுவாக, நமக்கு 80 முதல் 90 சதவீதம் நேர்மறையான சாதகமான விஷயங்கள் நடக்கின்றன. நம் எதிர்பார்ப்புகளின்படி பல விஷயங்கள் நடக்கின்றன - நல்ல உணவு உண்பது, நன்றாக உறங்குவது, உங்கள் பிரச்சினையைத் தீர்க்க இது போன்ற கேள்விகளைக் கேட்பது, மக்களிடம் பேசுவது, சரியான உணர்வுடன் இருப்பது மற்றும் பல விஷயங்கள் ஆழ்மனதில் நடக்கின்றன. நமக்கு ஏன் இப்படி நடக்கிறது என்று நாம் கேட்பதே இல்லை. 10 சதவிகிதம் நம் எதிர்பார்ப்புகளுக்கு எதிராக நடக்கும் போது, அதைக் குறித்து நாம் மன அழுத்தம் கொள்ளத் தொடங்குகிறோம், அவை ஏன் நடக்கின்றன என்று கேட்கிறோம்.

வெற்றி என்பது நிறைய பணம், அதிகாரம் மற்றும் புகழ் ஆகியவற்றில் இல்லை. அது எளிமையான, நெறிமுறையான வாழ்க்கையை நடத்துவதில், மற்றவர்களுக்கு உதவுவதில் இருக்கிறது. சில லட்சியங்களை வைத்துக் கொண்டு ஏதாவது சாதிக்க முயற்சி செய்யுங்கள். உங்கள் திட்டத்தை எழுதி வைத்து, முழு முயற்சியுடன் ஈடுபடுங்கள். அது நடக்கும். நடக்கவில்லை என்றால், ஏற்றுக்கொள்ளுங்கள். இந்த பிரபஞ்சத்தில் உள்ள அனைத்து பிரச்சனைகளுக்கும் ஏற்றுக்கொள்வதே மிகப்பெரிய தீர்வாகும். இது மன அழுத்த எண்ணங்களில் இருந்து உடனடி விடுதலை அளிக்கிறது.

உணர்வுகளால் ஊஞ்சல் போல் ஆடாமல் உங்கள் மனநிலையை மாற்றி, நீங்கள் நீங்களாகவே இருக்க உதவும் வழி இதுவே.

தியான பயிற்சி

இந்த தியான பயிற்சி தற்போதைய தருணத்தில் மனதை செலுத்துவதற்கு, கவனச்சிதறலை குறைப்பதற்கு, மற்றும் தேவையில்லாத மற்றும் எதிர்மறையான எண்ணங்களிலிருந்து வெளியேற உதவுகின்றது.

வழிமுறைகள்:

1. அமைதியான இடத்தைத் தேர்ந்தெடுத்து, சீரான, தளர்ந்த உடை அணிந்து கொள்ளவும்.
2. அமர்ந்து, கண்களை மெதுவாக மூடிக் கொண்டு, 30 வினாடிகள் முதல் 1 நிமிடம் வரை தோராயமாக உங்கள் சுவாசத்துக்கு கவனம் செலுத்தவும்.
3. ஒரு நிமிடம் கழித்து, உங்கள் கவனத்தை சூரியஒளி, விளக்கு ஒளி அல்லது எந்த ஒளி இமேஜிற்க்கு திருப்புங்கள்.
4. உங்கள் மனம் வேறு சிந்தனைகளில் அலைந்து செல்வது இயல்பு; அது இயற்கை.
5. நீங்கள் ஒளியின் படிமத்தில் இருந்து கவனம் சிதறி எண்ணங்களுக்கு திசைதிரும்பியதை உணரும்போது, மெதுவாக மீண்டும் ஒளி இமேஜை நோக்கி கவனத்தை திருப்புங்கள்.
6. இதை 19 நிமிடங்கள் செய்யுங்கள். பின்னர் கண்களை மெதுவாகத் திறந்து, அதே நிலையில் அமைதியாக 1 நிமிடம் இருங்கள்.

இந்த தியானத்தை நீங்கள் நாளில் குறைந்தது இருமுறை செய்ய வேண்டும். காலை ப்ரேக்ஃபாஸ்ட் செய்யும் முன்பு மற்றும் மதிய உணவுக்குப் பிறகு மூன்று மணிநேரம் கழித்து செய்யுங்கள். முக்கியமான நிபந்தனை என்னவென்றால், நீங்கள் பெரும்பாலும் காலியான வயிற்றில் இருக்க வேண்டும்.

தினமும் இதை பயிற்சி செய்ய ஏற்படும் பயன்கள்:

1. அவசியமற்ற எதிர்மறையான எண்ணங்களை நிறுத்துவது: ஒரு ஒளி படிமத்தில் கவனம் செலுத்தும் போது எண்ணங்கள் வந்தால், அதை உடனே நிறுத்தி மீண்டும் படிமத்தில் கவனம் செலுத்தலாம். இது தேவையற்ற அல்லது எதிர்மறை எண்ணங்களை நிறுத்தி முக்கியமான விஷயங்களில் திரும்ப கவனம் செலுத்த உங்கள் மனதை பயிற்சி செய்ய உதவும்.
2. கவனத்தை மேம்படுத்துவது: ஒளி அல்லது படிமத்தில் தொடர்ந்து கவனம் செலுத்துவதன் மூலம் உங்கள் கவன சக்தி மேம்படும். இது உங்கள் வாழ்க்கையின் பிற பகுதிகளிலும் உதவியாக இருக்கும்.
3. அமைதியான மனம்: தியானத்தை தொடர்ந்து செய்யும்போது மனம் அமைதியாக இருக்கும். அமைதியான மனம் சூழ்நிலைகளை எளிதாக சமாளிக்கவும், நிகழ்வுகளை ஏற்றுக்கொள்வதற்கும், மன அழுத்தமின்றி பதிலளிக்கவும் உதவும்.

கீழுள்ள ஒளி இமேஜை தியானத்தின் போது ஃபோகஸ் செய்யவும்